விளையாடிய தமிழ்ச்சமூகம்

விளையாட்டில் கட்டமைக்கப்பட்ட
தமிழ்ச்சமூக உறவுகள் குறித்த ஓர் அலசல்
--❖--

ஆ.பாப்பா

--❖--

இந்தியா மலேசியா இலங்கை ஜெர்மனி அமெரிக்கா

நூல் : விளையாடிய தமிழ்ச்சமூகம் ♦ ஆசிரியர் : முனைவர் ஆ.பாப்பா ♦ பதிப்பு : முதலாம் பதிப்பு பிப்ரவரி 2022 ♦ உரிமை : ஆசிரியருக்கு ♦ வெளியீடு : தமிழ் மரபு அறக்கட்டளை பன்னாட்டு அமைப்பு ♦ விலை : ரூ.300/- ♦ ஐரோப்பாவில் யூரோ 8/- ♦ *Book Title : Vilaiyadiya Tamil Samoogam ♦ Author : A.Pappa ♦ Publisher : Tamil Heritage Foundation Pathipagam ♦Edition : Feb 2022 (First) ♦ Size : Demy Octovo ♦ Pages : 256 ♦ Copyright : Author ♦ E-mail : mythforg@ gmail.com ♦ ISBN : 978-1-64786-554-2 ♦ Price Rs.300/- Euro 8/- ♦ Copyrith Reserved ♦*

விலை : ரூ.300/- ♦ ஐரோப்பாவில் யூரோ 8/-

978-1-64786-554-2

ISBN 978-164786554-2

9 781647 865542

விளையாட்டை
மறவாத தமிழ்ச் சமூகத்திற்கு
--❖--

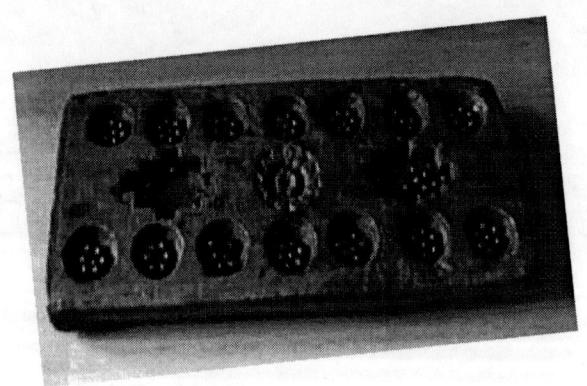

உள்ளே
--❖--

பதிப்புரை 7

வாழ்த்துரை 9

அணிந்துரை 10

நூன்முகம் 12

நாட்டுப்புற விளையாட்டுக்களும் சமூகவயமாதலும் 21

நாட்டுப்புற விளையாட்டுக்களும் பாலினமும் 73

நாட்டுப்புற விளையாட்டுக்களின் இன்றையநிலை 132

நாட்டுப்புற விளையாட்டுக்கள் 165

ஆய்விற்கான தரவுகளைத் தந்தவர்கள் 242

துணை நின்ற நூல்கள் 254

பதிப்புரை

தமிழ் மக்களின் வாழ்வியல் கூறுகளில் விளையாட்டு மரபுகள் பண்பாட்டு விழுமியங்களாக அமைகின்றன. இதனை வலியுறுத்தும் வகையில் தமிழ்நாட்டின் நிலப்பரப்பில் தற்சமயம் மேற்கொள்ளப்படுகின்ற அகழாய்வுகளில் விளையாட்டுப் பொருட்கள் கண்டுபிடிக்கப்படுகின்ற செய்திகளை வெளிப்படுத்தியுள்ளன. இதற்குச் சான்றாக அண்மையக் காலக் கொடுமணல், கீழடி, சிவகளை போன்ற பகுதிகளில் நிகழ்த்தப்பட்ட ஆய்வுகளைக் கூறலாம். தமிழர் வாழ்வியலில் பன்னெடுங்காலமாகச் சிறப்புப் பெறுகின்ற விளையாட்டுக்கள் பல்வகைப்படுவன. சமூக, பண்பாட்டுத் தளத்தில் அவற்றின் நிலைப்பாடு, செயல்முறை என்பன ஆய்வு முக்கியத்துவம் பெறுபவை. இதனைக் கருத்தில் கொண்டே வெளிவருகின்றது இந்த நூல்.

இந்த நூலின் ஆசிரியர் முனைவர் ஆ.பாப்பா தமிழ்ப் பேராசிரியர். தனது கல்விப்புலம் அளித்துள்ள கூர்ந்த ஆய்வுப் பார்வையைச் செலுத்தி இந்த நூலினை எழுதியிருக்கின்றார். முதலில் இதனை மின்னூலாக வெளியிட வேண்டும் என்றே தமிழ் மரபு அறக்கட்டளை எண்ணியிருந்தோம். ஆயினும் இது அச்சு நூல் வடிவம் பெற்று ஆய்வாளர்கள் கைகளில் சென்று சேரவேண்டும் என்பது தமிழ் மரபு அறக்கட்டளை பன்னாட்டு அமைப்பின் நோக்கமாகும். அதன்படி, மிக இயல்பாக, ஆய்வுப்பார்வையிலிருந்து முக்கியத்துவம் வழங்கப்படாமல் ஒதுக்கப்படுகின்ற தமிழ் மரபு விளையாட்டுக்கள் ஆய்வாளர்களின் கவனத்தையும் பொது வாசகர்களின் கவனத்தையும் ஈட்ட முடியும் என்பதோடு, அவற்றை ஆய்வுப் பொருளாகக் கொண்டு காணவும் வழிவகுக்கும் என்று நாங்கள் நம்புகின்றோம்.

நூலாசிரியர் முனைவர் ஆ பாப்பா அவர்களுக்குத் தமிழ் மரபு

அறக்கட்டளையின் பாராட்டுகளும் வாழ்த்துகளும். நூலாசிரியர் தனக்குள்ள ஆய்வுத் திறனைக் கொண்டு சமூகவியல் மானுடவியல் ஆகிய துறைகளில் மேலும் ஆய்வு நூல்களைப் படைக்கவேண்டும் என்றும் கேட்டுக்கொள்கின்றோம்.

முனைவர்.க.சுபாஷிணி
தலைவர்,
தமிழ் மரபு அறக்கட்டளை பன்னாட்டு அமைப்பு
23.1.2022

வாழ்த்துரை

--❖--

LADY DOAK COLLEGE

MADURAI – 625 002, TAMIL NADU, INDIA

(An Autonomous Institution affiliated to Madurai Kamaraj University)

COLLEGE WITH POTENTIAL FOR EXCELLENCE

Re-accredited by NAAC with Grade A

(3rd Cycle : 3.44 out of 4)

Dr. Christianna Singh, M.A., M.Phil., Ph.D. Ph: 091-452-2530527, 2524575
Principal & Secretary

வாழ்த்துரை

டோக் பெருமாட்டி கல்லூரி, தமிழ் உயராய்வு நடுவத்தில் பணியாற்றிவரும் உதவிப்பேராசிரியர், முனைவர் ஆ.பாப்பா அவர்களின் முயற்சியால் வெளியாகும் 'நாட்டுப்புற விளையாட்டுக்களும் சமூகமும்' எனும் நூல் காலத்திற்கு அவசியமான ஒன்றாகும். இது இணைய நூலாக வருவது பாராட்டுக்குரியது.

மனநலம், மனமகிழ்ச்சி, பொழுதுபோக்கு, ஆற்றல் வெளிப்பாடு என்ற பல்நோக்குத் தன்மையுடைய நாட்டுப்புற விளையாட்டுக்கள் மனதை மட்டுமன்றி சமூகத்தையும் பாதுகாக்கின்ற வடிகாலாகச்செயல்படுகின்றன. தற்காப்பு முயற்சிக்கான பயிற்சியாகவும் அமைகின்றன. இத்தகைய விளையாட்டுக்களை மீட்டெடுக்கும் நல்முயற்சியாக இந்நூல் அமைந்துள்ளது சிறப்புக்குரியது. மனிதர்களை ஒன்றிணைத்துச் சமூகத்தை உயிரோட்டமாக வைத்திருப்பவை நாட்டுப்புறவிளையாட்டுக்கள்தாம். மனிதர்கள் குடும்பத்தின் - சமூகத்தின் உறுப்பினர்களாக இருந்தாலும் தங்களிடம் உள்ள தொழில்நுட்பச்சாதனங்களினால் தனித்தனித்தீவுகளாக வாழ்ந்து வருகிறார்கள். தெருக்களிலும் வீதிகளிலும் திண்ணைகளிலும் நாம் விளையாடிய விளையாட்டுக்கள் தொழில்நுட்பம் நம்மை வசப்படுத்திய பின்பு கனவாகிவிட்டன. அனைத்தும் நம் கைபேசிக்குள் வந்துவிட்டன. வீதிகள் வெறிச்சோடிக் கிடக்கின்றன. கைபேசிக்குள் உலகத்தை அடக்கிவிடலாம் ஆரோக்கியத்தை அடக்கமுடியாது. அது அறிவார்ந்த செயலுமல்ல. பிள்ளைகளின் முழுமையான ஆரோக்கியத்தின் வெளிப்பாடே விளையாட்டுக்கள் என்பதை அக்கறையுடன் ஆசிரியர் அறிவுறுத்துகிறார்.

ஆசிரியர் பாப்பா பல்நோக்குச் சிந்தனையுடன் விளையாட்டுக்களைத் துல்லியமாக ஆராய்ந்து அவை நற்கருத்துக்களை விளக்குவதையும் அவற்றைப் பேணவேண்டியதன் அவசியத்தையும் வலியுறுத்தியுள்ளார். இந்நூல் ஆய்வாளர்களுக்கும் மாணவர்களுக்கும் சமூகத்திற்கும் பயன்படும்வகையில் அமைந்துள்ளது. இதுபோல் மேலும் பல நூல்களை ஆசிரியர் எழுத வேண்டுமென்றும் இந்நூலைச் சிறந்த முறையில் வெளியிடும் தமிழ் மரபு அறக்கட்டளை அமைப்பினையும் வாழ்த்துகிறேன்.

கி.சிங்

முதல்வர் மற்றும் செயலர்

E-mail: principal@ldc.edu.in Website: www.ladydoakcollege.edu.in

LDC - A Unit of Katie Wilcox Educational Association

அணிந்துரை

பேராசிரியர் முனைவர் கவிதாராணி

இணைப்பேராசிரியர் & தலைவர், தமிழ் உயராய்வு நடுவம்,
டோக் பெருமாட்டி கல்லூரி மதுரை, தமிழ்நாடு.

நாட்டுப்புறவியல் ஆய்வு செய்வதற்குச் சமூகப் பொதுவெளி மீதான ஆர்வமும் அக்கறையும் மிகுதியும் தேவை. அதிலும் முனைவர் பாப்பா அவர்கள் நாட்டுப்புற விளையாட்டுக்களைத் தெரிவு செய்து அவற்றைச் சமூகவியல் மற்றும் உளவியல் நோக்கிலும் பகுப்பாய்வு செய்திருக்கின்றார். இது குவிந்திருக்கும் மொட்டினை இதழ் பிரித்து - விரித்துப் பார்ப்பதான முயற்சி. மிகுந்த பொறுமையும் நுணுக்கமும் இருந்தால் மட்டுமே இது சாத்தியப்படும். கள ஆய்வில் சிறார்களை அணுகுதலில் மென்மையும் கூர்ந்து நோக்கலில் வன்மையும் ஆகிய எதிரெதிர் பண்புகள் இணையும் அரியதோர் படைப்பாக இந்நூல் மலர்ந்துள்ளது.

உழைப்பும் உறக்கமும் வாழ்க்கை எனில் இடையே ஆடுவது விளையாட்டு. அவ்விளையாட்டின் விளைபயன்கள் திளைப்பும் மகிழ்ச்சியும். ஆடியும் பாடியும் இன்புறுதலை திளைப்பு என்பர். சூழலையும் சூழல் நிகழ்வுகளையும் ஐம்புலன்களால் துய்ப்பதை மகிழ்வு என்பர்.

உலகில் உள்ள உயிரினங்கள் அனைத்துமே தத்தம் அறிவிற்கு ஏற்றவாறு திளைத்தும் மகிழ்ந்தும் விளையாடுகின்றன. ஆறறிவு படைத்த மனித இனம் தம் மன அறிவாலும் விளையாடித் திளைக்கிறது. அதில் சிறுவர்களைக் களப்பொருளாகவும் அவர்கள் ஆடும் விளையாட்டுக்களைக் கருவிப்பொருளாகவும் கொண்டு ஆசிரியர் இந்நூலை நெய்திருக்கிறார். விளையாட்டு என்பது வெறும் விளையாட்டுத்தனமானதல்ல எனும் உணர்வை இந்நூல் ஏற்படுத்துகிறது என்பது மறுக்கமுடியாத உண்மை. நாட்டுப்புறவியல் அறிஞர்கள், உளவியல் வல்லுநர்கள் விளையாட்டு நடப்பியல் எனும் மூன்று இழைகளை அடிப்படையாக எடுத்துக்கொண்டு ஒன்றுடன் ஒன்று அவை பின்னிப் பிணைந்திருக்கும் மாண்பினை மிகத்தெளிவாக

எடுத்துரைக்கிறது இந்நூல். விளையாட்டால் விளைவாகும் நல்வினை கள் என இந்நூல் முன்வைக்கும் கருத்தியல்கள் இவை:

1. ஒரு சமூகத்தின் மன அழுத்தம் நீங்குகிறது.
2. மனம் சுத்திகரிப்பு அடைகிறது.
3. மிக எளிதான முறையில் சமூகவயமாதல் நிகழ்கிறது.
4. ஆளுமை உருவாகிறது.

காலம் காலமாக விளையாடப்படும் இவ்விளையாட்டுக்களுக்குள் ஒளிந்து கிடக்கும் பாலினப்பாகுபாட்டு உருவாக்கத்தையும் இந்நூல் எடுத்துக்காட்டி எச்சரிக்கிறது.

திரையில் மட்டுமே விளையாடி மகிழும் இன்றைய இளம் தலைமுறைக்குத் தரையில் விளையாடும் விளையாட்டுக்களின் சிறப்புக்களையும் அவற்றின் பன்முகத் தன்மைகளையும் சமூகப் பரிவோடு இந்நூல் பரிந்துரைக்கிறது. மேலும் விளையாட்டு என்றாலே இருவராகவோ அல்லது குழுவாகவோ இணைந்து விளையாடுவது என்கிற நிலை மாறி தானும் தன் கைபேசியும் எனும் ஒற்றைமயமான இன்றையநிலை குறித்துக் கவலைப்பட வைக்கிறது.

'கெடவரல்', 'பண்ணை' என்பன விளையாட்டைக் குறிக்கும் உரிச்சொற்களாகத் தொல்காப்பியத்தில் இடம்பெறுவன. உரிச்சொற்கள் செய்யுளுக்கு உரியவை. எனவே, தொல்காப்பியர் காலத்திற்கும் முன்பே விளையாட்டு குறித்த சிந்தனையைச் செய்யுளாக்கி மகிழ்ந்த சமூகம் தமிழ்ச்சமூகம். அத்தகைய வளமையும் வரலாறும் கொண்ட ஒரு சமூகத்தால் கட்டமைக்கப்பட்டுள்ள விளையாட்டுக்களுள் உறைந்திருக்கும் உண்மை, அவற்றின் தொன்மை, பன்முகத்தன்மை என முப்பரிமாணங்களையும் இந்நூல் இனிதே எடுத்துக்காட்டுகிறது.

நூலாசிரியர் முனைவர் பாப்பா பூச்சு இல்லாத பேச்சுக்காரர். அவ் வெளிப்படைத் தன்மையையும் இயல்புத்தன்மையையும் இந்நூலுள் நம்மால் இனங்காணமுடிகிறது. இளம்பருவத்தில் விளையாடாத மனிதர்களே இல்லை; விளையாடாதவர்கள் மனிதர்களே இல்லை. எனவே இந்த நூலை வாசிப்பவர்கள் எந்த வயதினராக இருந்தாலும் அவர்களைக் கைபிடித்துக் காலவாகனத்தில் ஏற்றிக் கடந்த காலத்திற்கு அழைத்துச் செல்லும் மந்திரசக்தி கொண்டது இந்நூல். மகிழ்ச்சிதரும் இம்மந்திர சக்தி மனமெங்கும் பரவட்டும்! வாழ்த்துக்கள்

--❖--

நூன்முகம்

--❖--

சிறு வயது முதல் வளரிளம் பருவம் வரையிலும் வீட்டினுள் இருந்ததைவிடத் தெருவிலும் திறந்தவெளிகளிலும் விளையாடியதே அதிகம். வெயிலிலும் பனியிலும் இரவிலும் பகலிலும் காலநேரமின்றித் திரிந்ததும் விளையாடியதும் கொஞ்சங்கூட இப்பொழுது நினைத்துப் பார்த்தாலும் அலுக்கவேயில்லை. பாகுபாடின்றிப் பையன்களோடு விளையாடிச் சுவரேறிக் குதித்ததே அதிகம். தெருக்களும் வீதிகளும் சுத்தம் மனிதர்களின் மனதைப்போல. அதனால் தெருக்களே இருக்கை களும் படுக்கைகளும் விளையாடுமிடங்களும்.

மதுரையில் வசிப்பிடம் தல்லாகுளம் என்றாலும் காந்திமியூசியம், மருத்துவக்கல்லூரி, அமெரிக்கன் கல்லூரி, ஓ.சி.பி.எம். பெண்கள் மேல்நிலைப்பள்ளி, டோக் பெருமாட்டி கல்லூரி, ரேஸ் கோர்ஸ் எனச் சுற்றுவட்டாரப் பத்து கிலோமீட்டர் இடங்களும் எங்களுக்கு விளையாட்டு மைதானங்கள்தாம். இரவு ஒன்பது மணியளவில் தல்லா குளம் பெருமாள் கோவிலில் இரவு வழிபாட்டிற்காக முழங்கும் கொட்டுச் சத்தமும் அதைத் தொடர்ந்து தரப்படும் பொங்கலும் விளையாட்டை முடிவுக்குக் கொண்டுவரும். இடையிடையே உணவு. அவ்வப்போது படிப்பு. மனம், உடல், அறிவு, சிந்தனை இன்னும் என்னவெல்லாம் உண்டோ அனைத்தும் விளையாட்டுமயம்.

சிறுவயதில் படித்ததைவிட விளையாடியதே அதிகம். படிக்காமல் விளையாடி வீணாகிவிடவில்லை. அனுபவப்பாடம் அறியமுடிந்தது. இன்றைக்கும் நான் வாழ்க்கையை அனைத்து நிலைகளிலும் சமன்படுத்தி வாழ்ந்து வருவதற்குச் சிறந்த அனுபவமாக அமைந்தது விளையாட்டுப்பருவமே என்று நினைக்கிறேன்.

எனது வாழ்க்கையின் வலுவான அடித்தளமாக நான் நினைக்கும் மேற்சொன்ன விளையாட்டுப்பருவத்தை எவ்விதக் கட்டுப்பாடு மில்லாமல் எனக்குத்தந்த எனது பெற்றோர் பற்றி நான் இங்கு

குறிப்பிட்டுத்தானாக வேண்டும். நான் நூலாக்கம் செய்யத் துவங்கிய போது எனது தந்தை இருந்தார். ஆனால் எதையும் எழுதும் யோசிக்கும் நிலையில் இல்லை. இருந்திருந்தால் அழகான அன்பான பெருமைமிகுந்த அணிந்துரையைப் பெற்று மனக்குறையே இல்லாமல் இந்நூலை முடித்திருப்பேன்.

எனது தந்தை ஆரம்பப்பள்ளி ஆசிரியர்தான். ஆனால் அதிகம் தமிழ் நூல்களைக் கற்றுத்தேர்ந்தவர். அவற்றை வாய்மொழியாகவே முதலில் எனக்குக் கற்றுக்கொடுத்தவர். தீவிர நாத்திகவாதியாக இருந்து பின் ஆத்திகவாதியானவர். எனது முனைவர் பட்ட ஆய்வு சமயம் குறித்ததாக அமையவேண்டுமென்ற தனது விருப்பத்தை அவர் தெரிவித்தபோது அவ்வளவு ஞானமும் பக்குவமும் எனக்கில்லை என்று நான் மறுத்துவிட்டேன். உடனே சரியென்று இசைந்ததோடு களப்பணிக்கு அனுமதியும் கொடுத்தார்.

எனது தந்தை வாய்ச்சொற்களால் தைரியம் கொடுத்தாரெனில் எனது தாயார் மனதாலும் புன்னகையாலும் செயல்களாலும் என்னை ஊக்கப்படுத்தினார். அவர் படித்தவரில்லை. பத்துவயதிற்குமேல் பெண்பிள்ளைகள் வீட்டு வாசலுக்குக்கூட வரக்கூடாது என்கிற கட்டுப்பாட்டுடனான குடும்பத்தில் வளர்ந்தவர். அதற்காகப் பெண் பிள்ளை என்று கட்டுப்பெட்டித்தனமாக அவரில்லை. என்னை அப்படியாக்கியதுமில்லை. விளையாட்டுத் தொடர்பான களப்பணி மட்டுமல்ல பின்னாளில் பணி புரிந்த காலத்திலும் பகல் மட்டுமல்ல இரவு நேரத்தில் நிகழ்த்தப்பெறும் நாட்டுப்புற நாடகங்கள், விழாக்களை ஆவணப்படுத்தலிலும் கூட பல ஊர்களுக்குச் செல்வதற்கு இருவரும் மகிழ்வோடு இசைவுதந்தனர்.

என் தாய் மறைந்து வருடங்களாகிவிட்டன. தந்தை 2018 செப்டம்பரில் மறைந்தார். ஆய்வுமலர், ஆய்வுக்கோவை போன்ற நூல்களில் அச்சாக்கம் பெற்ற எனது ஆய்வுக் கட்டுரைகளைக்கூட எடுத்து எடுத்து அவர் வாசித்து மகிழ்வார். என்னுடைய ஆய்வு இப்பொழுது நூலாக்கம் பெறும்போது இருவருமில்லாதது மிகப்பெரும் மனக்குறையே.

மதுரை காமராசர் பல்கலைக்கழகத்தில் நான் முனைவர் பட்ட ஆய்வை மேற்கொள்ள நினைத்து எனது ஆசிரியருடன் பேசிக் கொண்டிருந்தபோது அவரிடம் நாட்டுப்புறவியலில் இன்னும் அதிகம் ஆய்வுக்குத் தொடாத பகுதிகளாகச் சிலவற்றைக் கூறுங்கள் என்றேன். அவர் கூறியதில் நாட்டுப்புற விளையாட்டுக்கள் என்னும்

தலைப்பு எனக்கு மிகவும் பிடித்திருந்தது.

குழந்தைப் பருவம் தொடங்கிப் பதினொன்றாம் வகுப்பு அதாவது பதினாறாம் வயது வரையிலும் விளையாடியிருக்கிறேன். இதை நான் ஆசிரியரிடம் கூறியதும் உங்களால்தான் இதனைச் சிறப்பாகச் செய்யமுடியும் என்றும் ஆய்வுடன் விளையாட்டுக்களை முழுமையாக ஆவணப்படுத்தமுடியும் என்றும் மகிழ்வுடன் ஊக்கப் படுத்தினார். சிறு மற்றும் இளவயதில் விளையாடியதையே நான் ஆய்வாக்கப் போகின்றேன் என்று மகிழ்வோடு தொடங்கிச் செய்த ஆய்வு இன்றைக்கு நூல் வடிவில் உங்கள் கண்களுக்கு விருந்தாக... உங்களால்தான் இதனைச் சிறப்பாகச் செய்யமுடியும் என்ற எனது ஆசிரியரின் நம்பிக்கைக்குப் பாத்திரமாயிருக்கிறேன் என்றே எண்ணுகிறேன்.

1992 ஆம் ஆண்டு தொடங்கப்பட்டது இவ்வாய்வு. இந்நூலில் பயன்படுத்தப்பட்டிருக்கும் ஆய்வுத்தரவுகளான விளையாட்டுக்கள் அனைத்தும் நான்கு ஆண்டுகள் முழுமையாகவும் பதினைந்து ஆண்டுகள் அவ்வப்போதும் என ஏறக்குறைய பத்தொன்பது ஆண்டுகள் களப்பணி செய்து சேகரித்தவை. தொடர்ச்சியான களப் பணியே செம்மையான ஆய்வு நூலாக்கத்திற்கு பெரிதும் உதவியது. ஆய்வாளரின் சிறுவயது விளையாட்டு அனுபவங்கள் ஆய்வு விளக்கங்களுக்கு அணிசெய்தன.

நான் விளையாடிக் கழித்த காலத்தே பாலினப்பாகுபாடு பற்றிச் சிந்தித்ததில்லை. பாகுபாடு பார்த்தும் விளையாடியதில்லை. யாரும் சொல்லித் தரவில்லை. தேவைப்படவுமில்லை. ஆனால் ஆய்வுக் கண்ணோட்டத்துடன் களப்பணிக்குச் சென்றதும் தான் பாலினப் பாகுபாடு குறித்த சிந்தனை ஒட்டிக்கொண்டது. வெறும் பொழுதுபோக்காக மட்டுமே இருந்த விளையாட்டில் இவ்வளவு செய்திகளா? விளக்கங்களா? என்கிற வியப்பு ஏற்பட்டது. பாலினம் குறித்துச் சிறுவயதில் சிந்தனை எனக்கு இல்லை என்றாலும் பெரியவர்களும் மற்றவர்களும் இச்சுயாதீனத்தோடுதான் பிள்ளை களை வளர்க்கிறார்கள் என்பதையும் விளையாட்டுக்களில் கூட அவர்களறியாமல் சொல்லித்தருகிறார்கள் என்பதைக் களப்பணியில் புரிந்துகொள்ள முடிந்தது.

சிறுமியைப் பெண்ணாகவும் சிறுவனை ஆணாகவும் வார்த் தெடுப்பதில் விளையாட்டுக்களின் பங்கு அதிகம் என்கிற எண்ணத்தை உண்டாக்கிப் பாலினப்பாகுபாடு என்னும் தனி இயலாகப் பரிணமிக்கச்செய்தது. இது இன்றைய தலைமுறைக்கு

வியப்பைத்தரும் செய்தியாகவும் நம்ப முடியாததாகவும் அமையலாம். ஆனால் இதுதான் உண்மை.

வாழ்க்கையையும் அனுபவத்தையும் கல்வியோடு சேர்த்துச் சொல்லிக் கொடுங்கள் என்று இன்றைக்குப் பள்ளிகளும் அரசும் சொல்லுகின்றன. அன்றைக்கு வாழ்க்கையும் கல்வியும் தனித்தனியே பிரித்துப் பார்க்கப்படவில்லை. தானாகக் கற்றதே அதிகம். அந்தக் கற்றலும் முழுமையான விருப்பத்துடன், முழுமனதுடன் தாங்கள் விரும்பிய முறையில் அமைந்ததே. ஆகையால்தான் அன்றைய மனிதர்கள் கற்றதை மறக்காதவர்களாகவும் அதனை வாழ்க்கை முழுவதும் பயன்படுத்தி வெற்றி, தோல்விகளை ஒரேமாதிரியாகச் சந்தித்தும் குறைந்த தேவைகளோடு நிறைவாக, மகிழ்ச்சியாக மட்டுமே வாழ்ந்தனர்.

இன்றைய தலைமுறையும் தானாகத்தான் கற்கிறார்கள். அந்தக் கற்றல் ஆரோக்கியமானதா என்றால் உடனடியாக ஆம் என்று கூறிவிடமுடியாதுதான். மேலும் இன்றைக்குக் கற்றல் என்பது தானே தனித்தும் மனிதனிடமிருந்து தனித்துமென வாழ்க்கையோடு ஒட்டாமல் இருக்கின்றது இன்னும் சொல்லப்போனால் கல்வியானது கற்றல் கற்பித்தல் ஆகிய இரு நிலைகளிலும் பணம் சம்பாதிப்பதற்கு மட்டுமே என்கிற நிலையினை எட்டி விட்டது. அதுவே அனைத்து நல்ல, கெட்ட நிகழ்வுகளுக்கும் காரணமாகித் தனிமனிதனிடத்தும் சமூகத்திலும் மிகப்பெரிய தாக்கத்தை உண்டு பண்ணியிருக்கிறது. அதாவது கற்றலைவிடப் பணம் சம்பாதிப்பது முக்கியம். அதை எப்படி வேண்டுமானாலும் ஈட்டலாம். அத்தகைய ஈட்டல் குறித்தும் அதைச் செலவு செய்வது குறித்தும் யாரும் கேள்வி கேட்கக்கூடாது. இந்த யாரும் என்பது பெற்றோர், நண்பர்கள், உறவினர் அனைவரையும் உள்ளடக்கியதாகும்.

ஆக சமூகம், கூட்டுணர்வு, கூட்டுவாழ்க்கை என்பதைவிடத் தனிமனிதனும் அவனது சுகவாழ்க்கையுமே முக்கியம் என்றாகி விட்டது. இன்னும் நானும் எனது செல்போனும் என்றே மனித வாழ்க்கைச் சுருங்கிப்போனது. இயந்திரத்தோடு வாழ்ந்து வாழ்ந்து சகமனிதனைப்பற்றிய சிந்தனை இல்லாமல் போனது. சமூகத்தோடு இயைந்து வாழும் சமூகவயமாதலும் தெரியாமல் போனது. இச்சிந்தனையே இன்றைய சீரற்ற வாழ்க்கைக்கு அடித்தள மிட்டிருக்கிறது. இந்நூலின் சமூகவயமாதல் என்கிற இயல் இன்றைய செல்போன் பொம்மைகளை (பிள்ளைகளை) மீண்டும் சமூகத்திற்குள் இழுத்துக்கொண்டுவர முயற்சிக்கும்.

அக்காலத்தில் நமது அம்மா நம்மிடம் ஒரு வேலை சொன்னால் செய்துவிட்டுத்தான் விளையாடுவோம். விளையாடச்சென்றாலும் சிறுபிள்ளையாக இருக்கும் விளையாடும் வயதை எட்டாத தம்பி, தங்கைகளையும் உடன் சேர்த்தே விளையாடுவோம். சகோதரர்களைச் சேர்க்காவிட்டால் அம்மா விளையாட விடமாட்டார்கள் என்பது ஒருபுறமிருக்க நம் சகோதரரோடு பக்கத்துவீட்டுப் பிள்ளையின் சகோதரரையும் சேர்த்தும் அழவிடாமலும் அரவணைத்து விளையாடும் பண்பு கிடைத்தது. வளர்ந்தது. வளர்ந்தபிறகும் அனைவரையும் தம்மைப்போல் நினைக்கவைக்கும் ஆளுமையை இத்தகைய சிறுவயது அனுபவமே கொடுத்தது.

இயந்திரத்தோடு விளையாடும்போது வேண்டுமென்றால் விளையாடுவதும் தோற்கப்போகிறோம் என்று தெரிந்தால் அவ் விளையாட்டை விட்டு உடனே வெளியேறுவது அல்லது அடுத்த விளையாட்டிற்குச் செல்வது என இன்றைய தலைமுறை வெற்றி தமக்கு மட்டுமே என்று நினைத்து வாழ்க்கையின் மறுபக்கத்தைப் பார்க்காமலே வாழப்பழக்கப்பட்டுவிட்டது. வீட்டிலும் மற்றவரி டத்தும் இல்லை, முடியாது, கிடையாது என்றே எதிராகவே சொல்லும் இவர்கள் தமது வாழ்க்கையில் மட்டும் கிடைக்கவில்லை, தோல்வி என்றால் கிஞ்சித்தும்கூட ஏற்க மறுக்கிறார்கள். காரணம் சக பிள்ளைகளோடில்லாத இயந்திரத்துடனான வாழ்க்கையேயாம்.

இன்றைக்கு ஒரு தாய் தன் நான்குமாதக் குழந்தையோடு தான் பேசுவதை விடுத்துத் தொலைக்காட்சியின் குறிப்பிட்ட விளம்பர இசையினை அது கண்கொட்டாமல் பார்ப்பதாகத் தான் மகிழ்வதும் பிறரிடம் கூறிப் பூரித்துப்போவதும் என்கிற நிலையிலேயே இயந்திர வாழ்க்கையானது குழந்தைக்குத் தொடங்குகிறது. இப்படிப் பழகும் குழந்தை வளர்ந்ததும் மனிதனைவிட இயந்திரத்தை நேசிப்பது இயற்கைதான். ஆனால் தெரிந்தோ, தெரியாமலோ இப்படிப் பழக்கும் பெற்றோர் பிள்ளை வளர்ந்ததும் அந்நியப்பட்டு நிற்கும் போது மனதுக்குள் அழுதுகொண்டு என்ன செய்வதென்று தெரியாமல் கையற்றநிலையில் தவிக்கின்றனர்.

இப்போது இயந்திரங்களாகிய தகவல் தொழில் நுட்பத்திற்குப் பிள்ளைகள், பெற்றோர் இன்னும் அனைவரும் அடிமை. இவ் வடிமைத் தளையிலிருந்து அனைவரையும் விடுவிக்கக் கற்றலில் இனிமை, விளையாட்டின்வழிக் கற்றல் என்று பள்ளிகளும் மரப்பாச்சி, மரபை மீட்டெடுக்க வாரீர் என்று சமூக அமைப்புகளும் சில முன்னெடுப்புகளைச் செய்து கொண்டிருக்கின்றன. ஆனால்

பிள்ளைகளும் குடும்பத்தினரும் தாங்களாக முன்வராத வரையில் இந்நிலை மாறுவது கடினமே. ஆனால் கட்டாயம் மாற்றம் தேவை. எப்பொழுதும் சமூகத்திற்கு வேண்டும் மாற்றங்களை நாம் குழந்தை அல்லது பிள்ளைகளிடமிருந்தே முன்னெடுக்க வேண்டும். இம் மாற்றம் பண்பாடு பற்றியது சமூக எதிர்காலம் பற்றியது நிலைபேறுடையதாக இருக்கவேண்டுவது. ஆகவே பிள்ளைகளிடம் பிள்ளைகளுக்குப் பிடித்த விளையாட்டுக்களிலிருந்து துவங்கினால் நிலைத்த முன்னேற்றத்திற்கு வழிவகை செய்யமுடியும் என்கிறதொரு பேராசையின் வெளிப்பாடாக இந்நூல் அமைகிறது.

பிள்ளைகளை அவர்களது போக்கிலேயே சென்றுதான் திசை திருப்ப முடியும். தகவல் தொழில்நுட்பத்தை அதிகம் பயன்படுத்தும் பிள்ளைகளுக்கு நாமும் அத்தொழில்நுட்பம்வழியே நமது மரபுகளைக் கொடுக்கவேண்டிய கட்டாயத்திலிருக்கிறோம். இருப்பினும் எனது ஆய்வு அச்சு வடிவில் வாசிக்கப்படும் போது ஆய்வாளர்களுக்கு நல்லதோரு புரிதலைக் கொடுக்கும் என்ற நம்பிக்கையுடன் முதலில் நூல் வடிவில் தருகிறேன், ஒருதடவை பார்ப்பது என்பது நூறு தடவை படிப்பதற்குச் சமம் என்பதற்கிணங்க பின்னாளில் விளையாட்டுக்களைக் காட்சிப்பதிவில் (*Video*) முழுமையாக வெளியிடலாம் என்றும் நினைத்திருக்கிறேன்.

2018 மகளிர் தினத்தன்று கிடைத்த நட்'பூ' முனைவர் சுபாவினுடையது. இன்றைக்கு நூலாக மலர்ந்திருக்கிறது. சந்தித்த நாளன்றே நமது மரபு விளையாட்டுக்களை ஆவணப்படுத்தத் திட்டம் இருப்பதாகக் கலந்துரையாடலின்போது சொன்னவர் அன்றைக்கே மரபுப் பாதுகாவலர்கள் புலனக்குழுவிலும் இணைத்துவிட்டார். அந்த இணைப்பே இணையத்தில் எனது ஆய்விற்குத் தளத்தை ஏற்படுத்தித் தந்திருக்கிறது. மரபைப் பாதுகாக்க அவர் எடுத்திருக்கும் முயற்சியில் நானும் எனது ஆய்வுப்பதிவாகிய சிறுதுளியின் மூலமாக இணைகிறேன் என்பதை நினைக்கும்போது மனம் பெருமை கொள்கிறது. அப்படி நான் பெருமை கொள்வதற்குக் காரணகர்த்தாவாகிய சுபா அக்காவிற்கும் தமிழ் மரபு அறக்கட்டளை அமைப்பிற்கும் என்றென்றும் கடமைப்பட்டிருக்கிறேன். நூலாக்கம் குறித்த ஆலோசனைகள் வழங்கிய தேமொழி அக்காவிற்கும் மனமார்ந்த நன்றி.

காந்தி கிராம கிராமியப் பல்கலைக்கழக மேனாள் தமிழ்த்துறைத் தலைவர் பேரா. பிச்சை அவர்கள் என்னைச் சந்திக்கும் பொழுதெல்லாம் முதலில் கேட்பது உங்கள் ஆய்வை ஏன் இன்னும் நூலாக்கம்

செய்யவில்லை என்பதுதான். நூலாக்கம் செய்யும் இப்போதைய ஒவ்வொரு கணமும் நான் அன்னாரை மனதிலிருத்தியே வேலை செய்தேன். இன்னும் நான் முனைவர் பட்டம் பெற்ற நிமிடத்திலிருந்து ஆய்வை நூலாக்கிவிடுங்கள் என்று என்னை ஊக்கப்படுத்திய நண்பர்கள் அனைவரும் இந்நூலாக்கம் குறித்து அறிந்ததும் வாசித்து மகிழ்வார்கள் என்பதை நினைத்து நானும் மகிழ்கிறேன். என்னுடன் சேர்ந்து இந்நூலை வாசித்து நீங்களும் மகிழ்வதோடு மேலான கருத்துக்களையும் பதிவு செய்யுமாறு கேட்டுக்கொள்கிறேன்.

அன்புடன்
ஆ.பாப்பா

விளையாடிய தமிழ்ச்சமூகம்

விளையாட்டில் கட்டமைக்கப்பட்ட
தமிழ்ச்சமூக உறவுகள் குறித்த ஓர் அலசல்

--❖--

ஆ.பாப்பா

நாட்டுப்புற விளையாட்டுக்களும் சமூகவயமாதலும்

--❖--

தனிமனித நிலையிலிருந்து சமூகம், பண்பாடு என்று வளர்ந்த பிறகே மனிதனுக்கு அச்சமூகத்தோடு பொருந்தி வாழும் கட்டாயம் ஏற்பட்டது. அப்போதுதான் அவன் பல்வேறு விதிமுறைகள், கொள்கைகளைத் தோற்றுவித்துக் கொண்டு அதற்குட்பட்டு வாழத் தொடங்கினான். இவற்றைச் செயல் படுத்தும் சடங்குகள், உணவுப் பழக்க வழக்கங்கள், விழாக்கள், நடை, உடை, பாவனைகள், ஆட்டங்கள், கூத்துக்கள், கதைகள், விளையாட்டுக்கள் இன்ன பிறவற்றையும் உருவாக்கிக் கொண்டான். இவற்றின் மூலமாக விதிமுறைகளை வெளிப் படுத்துவதுமட்டுமன்றி அவற்றிலிருந்து சில நடத்தை முறைகளையும் கற்றுக்கொண்டான்.

இத்தகைய கற்றுக்கொள்ளல் அவனது வாழ்நாள் முழுவதும் தொடர்ந்தது. இவ்வாறு வாழ்நாள் முழுவதும் நடத்தைகளைக் கற்றுக்கொண்டாலும் குழந்தைப் பருவமே மனிதனின் எதிர்கால வாழ்க்கைக்குத் தேவையான அனைத்தையும் அறிந்து கொள்வதற்கான பயிற்சிக் களமாகிறது. இத்தகைய சமூகச் செய்திகளைக் கற்றுக் கொள்ளுதலே சமூகவயமாதல் எனப்படுகிறது. மனிதனின் குழந்தைப் பருவம் முழுவதும் விளையாட்டுக்களில்தான் கழிகிறது. குழந்தைகளுடைய சுதந்திரமான, கட்டுப்பாடற்ற பயிற்சிக்களமாக விளையாட்டுக்கள் அமைகின்றன. ஆகவே சமூகவயமாதலில் விளை யாட்டுக்கள் முக்கியப் பங்கு வகிப்பதை அறிவது அவசியமாகிறது

சமூகவயமாதல்

சமூகவயமாதல் என்பது சமூகவியல் ஆய்வின் ஒருபகுதியாகும். மேலைநாடுகளில் சமூகவயமாதல் பற்றி அதிகமான ஆய்வுகள் மேற்கொள்ளப்பட்டிருக்கின்றன. சமூகவயமாதல் என்கிற சொல் கற்றுக்கொள்ளுதல் அதாவது சமூகச் செயல்பாடுகளை, சட்ட திட்டங்களைக் கற்றுக்கொள்ளுதல் என்கிற பொருளைக் குறிக்கிறது.

சமூகவயமாதல் மனிதத் தொடர்பினால் மட்டுமே ஏற்படக்கூடியது என்று மேனாட்டு அறிஞர்கள் கூறுகின்றனர். இதற்குச் சான்றாக சமூகத்தினின்று பிரிக்கப்பட்டு மனிதத் தொடர்பின்றித் தனியறையில் அடைக்கப்பட்டு பல வருடங் களுக்குப் பிறகு பார்த்தபொழுது மனிதருக்கான குணநலன்கள் எதுவும் இல்லாதிருந்த அன்னா, இசபெல்லா ஆகிய இருவரின் வரலாற்றை விளக்குகின்றனர் (F. Gene Acuff, Donald E. Allen, Lloyed A Tayler; 1973-85).

மேனாட்டு அறிஞர்கள் மனிதர்கள் மட்டுமன்றி விலங்கு களையும் ஆராய்ச்சிக்குட்படுத்திச் சமூகவயமாதல் மனிதனுக்கு மட்டுமே உரியது என்று கூறுகின்றனர். அதாவது இயல் பூக்கம், உயிரியல் தேவை ஆகியன விலங்கு, மனிதன் ஆகிய இரண்டிற்குமே உண்டு என்றாலும் அத்தேவையை நிறைவேற்றிக் கொள்ளும் விதத்தில்தான் விலங்கிலிருந்து மனிதன் வேறுபடுகிறான். மனிதனுக்கு, தன்னைப்பற்றி நினைத்தலும் பிறரோடு தான் கொள்ளும் தொடர்பும் பிறரைத் தனக்கு முன்மாதிரியாகக் கொள்ளுதலும் இது தவிர உணவுண்ணல், உணர்ச்சிகளை வெளிப்படுத்தல், பாலியல் தொடர்பு போன்ற நடத்தைகளை முறைப்படுத்திக்கொள்வதனால் மட்டுமே மனிதத்தன்மை வளரும் என்கின்றனர் (வில்லியம் ஜே.கூட்: 1979 72-74)

மேனாட்டு அறிஞர்களின் சமூகவயமாதல் குறித்த ஆய்வுகளை நான்கு நிலைகளில் விளக்க முடியும். அவை:

1. உளவியல்
2. சமூகவியல்
3. பண்பாடு
4. அரசியல்

சமூகவயமாதலும் உளவியலும்:

உளவியல் அறிஞர்கள் மனத்தை அடிப்படையாகக்கொண்டு சமூகவயமாதலை விளக்கியிருக்கின்றனர். குழந்தையின் சமூக வயமாதலைத் தன்னிலை வளர்ச்சிபெறுதல் (self development), நடத்தைவளருதல் (Behaviourism), மொழியும் சமூகவயமாதலும் (Language and Socialization), பால் நிலை வளர்ச்சி (Sex development) என்று குழந்தையை மட்டுமே அடிப்படையாகக் கொண்டு சமூகவயமாதலை விளக்கியிருக் கின்றனர்.

உளவியல் அறிஞர்களைப் பொறுத்த வரையில் சமூக வயமாதல்

குழந்தைப்பருவத்தில்தான் அதிகமாக நிகழக்கூடியது. இப்பருவமே மனித வாழ்க்கையில் முக்கியமான பருவம். குழந்தை தன்னுடைய எதிர்காலத்திற்குத் தேவையான அனைத்தையும் இப்பருவத்திலேயே கற்றுக்கொண்டு எதிர்காலத் திற்குத் தயாராகிறது என்பதே அவர்களது கருத்தாகும்.

ஒரு குழந்தையின் நடத்தை வளர்ச்சியே (Development of Behaviour) சமூகவயமாதல் என்று உளவியல் அறிஞர்கள் குறிப்பிடுகின்றனர். குழந்தையின் நடத்தை வளர்ச்சி பற்றி உளவியலார் உருவாக்கியிருக்கின்ற கோட்பாடுகளனைத்தும் பெரும்பாலும் விளையாட்டுக்களை அடிப்படையாகக் கொண்டவை ஆகும். அவை முன்ஆயத்தம் (Pre exercise) மிகுதி ஆற்றல் (Surplus energy) கற்றல் (Learning) தன் வெளிப்பாடு (self express) புணர் நினைவு (Recapitulation) போன்றவை ஆகும்.

விளையாட்டுக்கள் நடத்தை வளர்ச்சியில் முக்கியப்பங்கு வகிக்கின்றன என்பது குறித்து சிக்மண்ட்ஃப்ராய்டு, லாசரஸ், ஷல்லர், சால்ஸ்பெர்க், கர்ட் லீவின், ழான் பியாசே போன்றோர் அதிகமாக ஆய்வு செய்துள்ளனர். அவர்களில் ழான் பியாசே குறிப்பிடத் தக்கவராவார். இவ்வியலின் சமூகவயமாதலும் உளவியலும் என்கிற இப்பகுதி முழுவதுமே பியாசேயின் கோட்பாட்டை அடிப்படையாகக் கொண்டது ஆகும் (சுசன்னா மில்லர்: 1968, 35-58).

ழான் பியாசேயின் ஆய்வு நேரடியானது. அவர் தனது சொந்தக் குழந்தைகளுடனிருந்து அவர்களை ஆராய்ச்சிக்குட்படுத்தி அவர்களுடைய செயல்களைக் கண்காணித்துக் கள ஆய்வு செய்து அதன் மூலம் தான் பெற்ற அனுபவங்களின் அடியாகத் தனது கோட்பாட்டை உருவாக்கினார். அவரது கோட்பாடு முதலில் இங்கு விளக்கப்படுகிறது.

1. விளையாட்டுக்களின் மூலமாகவே குழந்தைகளின் நடத்தை வளருகின்றது. இவருடைய கருத்துப்படி குழந்தையின் ஒவ்வொரு செயலுமே விளையாட்டுத்தான். குழந்தையின் விளையாட்டையும் நடத்தையையும் பிரித்துப் பார்க்க முடியாது. குழந்தை தன்னுடைய செயலுடன் விளையாட்டை அல்லது விளையாட்டுடன் செயலைக் கலந்து விடுகிறது.

2. அறிவுத்திறன் என்பது குழந்தை வளர்ச்சியடையும் முறையை அடிப்படையாகக் கொண்டது. இது இரண்டு

நிலைகளில் விளக்கப்படுகிறது.

1. ஒன்றுபடல் *(Assimilation)*

2. இசைவுபடுத்துதல் *(Accomodation)*

குழந்தை தான் காணும் நிகழ்ச்சியோடு ஒன்றி விடுதல் - ஒன்றுபடல் ஆகும்.

குழந்தை தன்னைச் சுற்றியுள்ள சூழலுக்கேற்றவாறு தன்னை இசைவுபடுத்திக்கொள்ளுதல் இசைவுபடுத்துதல் ஆகும்.

இவ்விரண்டில் ஒன்றுபடல் என்பதை விளையாட்டு என்றும் இசைவுபடுத்துதல் என்பதைப் பாவனை செய்தல் என்றும் விளையாட்டும் பாவனையும் அறிவுத்திறன் வளர்ச்சியில் முழுமையான பங்கு வகிக்கின்றன என்றும் இவர் கூறுகிறார். இவை தவிர அறிவுத்திறன் வளர்ச்சியடைவதைக் குழந்தையின் வயதடிப்படையில் பின்வரும் பருவங்களாகப் பிரித்து விளக்குகிறார் அவை:

1. குழந்தை பிறப்பிலிருந்து பதினெட்டு மாதங்கள் வரையுள்ள பருவம்
2. இரண்டு வயதிலிருந்து ஏழு வயது வரையுள்ள பருவம்
3. எட்டு வயது முதல் பதினோரு வயது வரையுள்ள பருவம்

1. குழந்தை பிறப்பு முதல் பதினெட்டு மாதங்கள் வரையுள்ள பருவம்:

இப்பருவம் புலன்களின் இயக்கப்பருவம் *(sensory motor period)* எனப்படுகிறது. இப்பருவத்தில் புலன்களின் இயக்கம் கூட்டாக அமையாது. குழந்தையிடம் முதலில் காண்பது பிரதிபலிப்பு ஆகும். இதனை பியாசே *Reproduction Assimilation* என்று கூறுகிறார். மீண்டும் மீண்டும் செய்தல் என்பதே விளையாட்டின் முன்னோடியாகும். பாவனை செய்தலும் இப்பருவத்தில் தொடங்கி விடுகிறது. அதாவது பிறர் செய்வதைப் பார்த்து எவ்வித மாற்றமுமின்றிக் குழந்தை தானும் செய்யத் தொடங்குகிறது.

குழந்தையின் புலன் உறுப்புக்களின் கூட்டு இயக்கமாக ஆரம்பிப்பது பார்த்தலும் தொடுதலும் ஆகும். ஒரு பொருளைப் பார்த்து அதனைத் தொட்டு அசைப்பதன் மூலமாக அதன் தன்மையை உணர்வதோடு அதன் நிறம், அசைவு, ஓசை போன்ற பல்வேறு அம்சங்களில் ஒன்றை மட்டும் முதலில் உணர்ந்து கொள்கிறது.

இந்நடத்தை மேலும் வளர்ந்து ஒரே பொருளைப் பல்வேறு அம்சங் களின் கூட்டாகப் பார்க்கிறது. பின்னர் இதுவே மேலும் வளர்ந்து பலபொருட்கள் இருப்பினும் அவற்றை இணைத்தோ, பிரித்தோ, அடுக்கியோ விளையாடவும் இயக்கவும் கற்றுக்கொள்கிறது. இப்பருவத்தின் இறுதியில் குறியீடாக்குதல் (symbolization) பாவனை செய்தல் (pretence) நம்பிக்கை ஏற்படச்செய்தல் (Make believe) போன்றவை தோன்றுகின்றன.

2. **இரண்டு வயதிலிருந்து ஏழு வயது வரையுள்ள பருவம்:**

இப்பருவம் பிரதிநிதித்துவப் பருவம் (Representative period) எனப்படுகிறது. இப்பருவத்தில் குழந்தை தன்னை மையப்படுத்தி மற்ற பொருட்களைக் காண்கிறது. மேலும் உலகிலுள்ள பொருள் களனைத்தையும் குறியீடாகப் புரிந்து கொள்ளும் திறனையும் ஒரு பொருளுக்குப் பதிலியாக (substitute) மற்றொன்றைப் பயன்படுத்தவும் தெரிந்துகொள்கிறது. தனது செயல்களைச் சூழலுக்கேற்ப மாற்றிக்கொள்ளும் திறனையும் பெறுகிறது. தன்னைச் சுற்றியுள்ள சூழலைப் புரிந்து கொண்டு யதார்த்தத்தைப் பிரதிபலிப்பதோடு தான் நிசத்தில் காண்பதை அப்படியே அல்லது உருச்சிதைவு செய்து மாற்றத்துடன் வெளிப்படுத்துகிறது. இவ்வாறு குழந்தை வெளிப்படுத்துவதைக் கொண்டே அதன் ஆளுமைப்பண்பு வளர்வதைக் காணமுடிகிறது.

3. **எட்டு வயது முதல் பதினோரு வயது வரையுள்ள பருவம்:**

இப்பருவத்தில் குழுவிளையாட்டுக்கள் அதிகம். குழந்தைக்கு நம்பிக்கைகளும் தனி மனிதக் குறியீடுகளும் பிறருடன் கலந்து பழகுவதாலேயே விரிவடைகின்றன. குழந்தை குறியீடுகளைப் பயன்படுத்துவதற்கான காரணங்களையும் தெரிந்துகொள்கிறது. தன்னால் தனித்து ஒரு செயலைச் செய்யமுடியும் என்ற நம்பிக்கை யையும் தனது செயல்களில் தந்திரங்களைப் பயன் படுத்தவும் அறிந்து கொள்கிறது. தான் காணும் நிகழ்வைத் தன்வயப்படுத்திச் சூழலுக்குத் தகுந்தவாறு தன்னையும் தன் செயல்களையும் அமைத்துக் கொள்ளவும் அறிகிறது. இங்ஙனம் பியாசே தனது கோட்பாட்டை விளக்கிச் செல்கிறார்.

பியாசே உள்ளிட்ட உளவியலரின் கோட்பாடுகளனைத்தும் குழந்தைப் பருவத்தை மட்டும் மையமாகக் கொண்ட நடத்தை வளர்ச்சியையே விளக்குகின்றன. ஆனால் குழந்தைப் பருவத்துக்கு அடுத்த பருவங்களுக்கு இவர்களது விளக்கங்கள் செல்லவில்லை.

குழந்தை, குழந்தை வழக்காறுகள் என்கிற நிலையில் விளக்கம் நின்றுவிடுகிறது. சமூகம், பண்பாடு என்று வளர்ந்த பிறகு குழந்தைப் பருவத்தில் தான் கற்றுக்கொண்டதை அக்குழந்தை எவ்வாறு பயன் படுத்துகிறது என்பது பற்றிய விளக்கங்கள் இல்லை.

ஆனால் சமூகவயமாதல் அல்லது நடத்தை வளர்ச்சியானது மனிதனின் வாழ்க்கை முழுவதும் நடைபெறும் வழிமுறை என்பதால் உளவியலறிஞர்களின் விளக்கங்கள் முழுமையானவை என்று கூறிவிடமுடியாது. இருப்பினும் சமூகவயமாதலுக்குக் குழந்தைப் பருவம் முக்கியமானது. விளையாட்டுக்களிலேயே இப்பருவம் அதிகம் கழிவதால் சமூகவயமாதலில் விளையாட்டுக் களுக்கும் பெரும் பங்கு உண்டு என்பதே உண்மை.

பியாசேயின் கோட்பாடும் குழந்தை அல்லது தனிமனித விளையாட்டுக்களிலேயே நடத்தைகளின் தோற்றமும் வளர்ச்சியும் முடிவடைந்து விடுகிறது என்பது போன்ற தோற்றத்தைத் தருகிறது. இதற்குக் காரணம் குழந்தையை மட்டும் மையப்படுத்துவதேயாகும். ஆனால் இந்நடத்தைகள் நன்கு வளர்ச்சியடைவது மற்றும் நடைமுறையில் செயல் படுத்தப்படுவது குழு விளையாட்டுக் களில்தான். பியாசே இப்பருவத்தில் இத்தகைய அல்லது இப்படிப் பட்ட நடவடிக்கை தோன்றும், வளரும் என்று மட்டுமே தனது கோட்பாட்டை முடித்துவிடுகிறார். அதற்கு மேல் விளக்கங்கள் தரவில்லை. ஆனால் நடத்தைகள் செயல் படுத்தப்படுவது அல்லது செழுமைப்படுத்தப்படுவது குழு விளையாட்டுக்கள் மூலம் நிகழ்வதை இப்பகுதி விளக்குகிறது. இவ் விளக்கத்திற்காக பியாசேயின் கருத்துக்களைக் கீழ்க் கண்டவாறு வரிசைப்படுத்திக் கொள்வது புரிதலை எளிமைப்படுத்தும்.

1. ஒரு செயலை மீண்டும் மீண்டும் செய்தல் *(Repetitive action)*
2. ஒரு பொருளை இடத்தோடு தொடர்புப்படுத்திக் கொள்ளும் திறன்பெறுதல் *(Understanding object - space relation)*
3. பல பண்புகளாலான ஒரு பொருளின் ஒரு பண்பை மட்டும் அறிந்து கொள்ளும் திறன் பெறுதல் *(Understa nding of the single character of an object)*
4. ஒரு பொருளைப் பல அம்சங்களின் கூட்டுத் தொகையாகப் பார்க்கும் திறன் பெறுதல் *(Understanding of the*

collective characters of an object)

5. பொருட்களைப் பிரித்துப்போட்டு அவற்றைக் கொண்டு சில செயல்களைச் செய்யவும் அவற்றை இணைக்கவும் இயக்கவும் அறிதல் (*Correlation of perception and action)*

6. தன்னிடம் எந்தப்பொருளும் இல்லாமலேயே தன்னுடைய பாவனை மூலம் கருத்தை உணர்த்தும் திறன் பெறுதல் (*Manifestation of the Gesture and imitative language)*

7. பொருட்களைக் குறியீடுகளாகப் பயன்படுத்தத் தெரிந்து கொள்ளுதல் (*Symbolic perception)*

8. ஒரு பொருளுக்குப் பதிலியாக மற்றொரு பொருளைப் பயன்படுத்தத் தெரிந்துகொள்ளுதல் (*Substitution ability)*

9. சூழலுக்குத் தகுந்தவாறு தன்னைத் தகவமைத்துக் கொள்ளல் (*Accomodation)*

10. தான்காணும் நிகழ்வைத் தன்வயமாக்கிக் கொள்ளல் (*Assimilation)*

குழந்தைப் பருவத்தில் தோற்றம் பெற்ற இந்நடத்தைகள் விளையாட்டுக்களில் செழுமைப்படுத்தப்படுவதும் சமூகவயமாதலுக்குப் பயன்படுவதும் இனி விளக்கப்படுகின்றன.

1. மீண்டும் மீண்டும் செய்தல் என்கிற செயல் குழந்தையால் மிகவும் மகிழ்ச்சியோடு செய்யப்படுகிறது. குழந்தை ஒரு செயலைத் தான் கற்றுக்கொள்ளும் வரை அல்லது அச்செயலில் சலிப்பு ஏற்படும் வரை அல்லது மற்றொரு புதிய செயலைத் தெரிந்து கொள்ளும் வரை மீண்டும் மீண்டும் செய்கிறது. இச்செயல் விளையாட்டாகும்போது அல்லது விளையாட்டு மீண்டும் மீண்டும் விளையாடப்படும் பொழுது குழந்தை சில நடத்தைகளைக் கற்றுக்கொள்கிறது. அவை திறன் வளர்தல் (*Competence*) புதுமை உருவாக்கம் (*Novelty*) வகைகள் உருவாக்கம் (*Variety*) தந்திரங்களை அறிதல் (*Manipulation*) போன்றவையாகும்.

திறன் வளர்தல்

ஒரு விளையாட்டை மீண்டும் மீண்டும் விளையாடுவதால் விளையாடும் நபர் விளையாட்டில் மிகுந்த திறமையுடைய வராகவும் தன்னோடு விளையாடும் மற்றவர்களின் செயலை முன்னரே

அறிந்துகொண்டு அதற்கேற்றவாறு நடந்து கொள்ளவும் முடிகிறது.

விளையாடுகிறவர்கள் விளையாடுகின்றபோது தங்களது திறமையையும் விளையாட்டு அறிவையும் வெளிப்படுத்துவதற்குப் போட்டிபோட்டுக்கொண்டு முன்வருவர். இது விளையாட்டின் தொடக்கம் முதல் முடிவு வரை அனைத்து நிலைகளிலும் காணப்பெறுகிறது. சான்றாக உத்திபிரித்தலில் புனைப்பெயர் வைத்துக்கொண்டு வருவதில் ஒரு சோடி (Pair) வானத்துல பறக்கும் விமானமே வேணுமா? கடல்ல போற கப்பலே வேணுமா? என்று பெயர் வைத்துக் கொண்டு வந்தால் மற்றொரு சோடி தட்டுல வச்ச தாமரையே வேணுமா? மொட்டுல வச்ச முல்லையே வேணுமா? என்று புனைப்பெயர் வைத்துக்கொண்டு வருவர். இவ்வாறு ஒவ்வொருவரும் ஒருவர் கூறிய புனைப்பெயரைக் கூறாமல் புதிதாக யோசித்துப் புனைப்பெயர் வைத்துக்கொண்டு வருவர். இதுவே ஒரு பொருள் அல்லது செயலைப் பற்றிய தொடர்ந்த சிந்தனைக்கும் அறிவு வளர்ச்சி அல்லது விரிவடைதலுக்கும் வழிவகுக்கிறது. இதுவே புதுமை மற்றும் வகைகள் உருவாக்கத்திற்கு உதவுகிறது.

புதுமை உருவாக்கம்

விளையாட்டுக்களைப் பொறுத்தவரையில் புதுமை உருவாக்கம் என்பது புதிதாகச் சில விளையாட்டுக்களை உருவாக்குதல் என்பதாகும். இதற்குச் சான்று: மா, பலா, வாழை, ஐஸ்குச்சி விளையாட்டு சேமீஸ் விளையாட்டு ஆகியவை.

சேமீஸ் விளையாட்டு

இது ஆண்கள் விளையாடுகின்ற சீட்டு (Cards) விளையாட்டின் ஒருவகையான ரம்மி விளையாட்டைப் போன்றது. சீட்டு விளை யாட்டைச் சிறுவர் சிறுமியர் விளையாட முடியாதாகையால் வெள்ளைத்தாளைச் சீட்டாகப் பாவித்து விளையாடுகின்றனர். இவ்விளையாட்டு மா, பலா, வாழை என்கிற பெயரிலும் விளையாடப் படுகிறது (கோவில்பட்டி: 29.12.98).

ஐஸ்குச்சி விளையாட்டு

இதுவும் சிறுவன்கள் விளையாடுகின்ற கம்புதள்ளி விளையாட்டைப் போன்றது. சிறுவன்களின் இவ்விளையாட் டிற்கு ஊர் முழுமையும் விளையாட்டிடமாகும். வீட்டை விட்டு வெளியில் சென்று விளையாட சிறுமிகளுக்கு அனுமதி இல்லததால் வீட்டினுள்ளேயே எல்லையை வரையறுத்துக் கொண்டு ஐஸ்குச்சிகள்

அல்லது விளக்குமாற்றுக் குச்சிகளை விளையாட்டுக்கருவிகளாக்கி விளையாடுகின்றனர்.

இவ்விரு விளையாட்டுக்களையும் புதுமை உருவாக்கம் என்பதோடு மட்டுமல்லாமல் பாவனை விளையாட்டுக்கள் என்றும் கூறலாம். எழுத்துக்கள் எழுதப்பட்ட வெள்ளைத் தாள்கள் சீட்டுக்களாகவும் ஐஸ்குச்சிகள் அல்லது விளக்குமாற்றுக் குச்சிகள் கம்புகளாகவும் பாவிக்கப்பட்டு விளையாடப் படுகின்றன. இதற்குக் காரணம் சிறுவர் விளையாட வேண்டிய விளையாட்டுக்கள் இவைதான் மற்றும் ஆண், பெண் விளையாட்டுக்கள் இவைதான் என்கிற விளையாட்டுக்கள் பற்றிய பெரியவர்களின் கட்டுப்பாடுகளேயாகும்.

வகைகள் உருவாக்கம்

மீண்டும் மீண்டும் விளையாடுவதால் ஒரு விளையாட்டு பல வகைகளாக உருப்பெறுகிறது. இதற்கு ஒரே விளையாட்டை ஒரே மாதிரியாகத் தொடர்ந்து விளையாடுவதால் ஏற்படும் சலிப்பும் காரணமாகிறது.

1. சான்றாகப் போட்டி அடிப்படையிலான விளையாட்டுக் களில் இரு அணிகளாகப் பிரிவதற்குச் சில முறைகள் பின்பற்றப்படுகின்றன. அவை உத்திபிரித்தல் முறை, எண்ணும் முறை, எண்ணுப்பாடல் முறை போன்றவை யாகும். இன்னும் ஓரணி அடிப்படையிலான விளை யாட்டுக்களில் (Grouping Games) பட்டவரைத் தேர்ந்தெடுப்பதற்குச் சாட் பூட் த்ரி, பூச்சிமுறை, காயா? பழமா?, கையை இழுக்கும்முறை, பாடல்முறை, எண்ணும்முறை, ஓட்டப்பந்தயம் என்று பல முறைகளும் பின்பற்றப்படுகின்றன.

2. பல்லாங்குழி என்கிற ஒரே விளையாட்டிலும் பல வடிவங்கள் காணப்படுகின்றன. அவை சாதாரணப் பாண்டி, கல்யாணப்பாண்டி, கட்டும் பாண்டி, சீதைப் பாண்டி, பசுவும் பாண்டியும் ஆகியவை.

3. நொண்டி விளையாட்டிலும் சாதாரண நொண்டி, ஜுட் நொண்டி, செட் நொண்டி, பாப்பா நொண்டி என்று பல வடிவங்கள் காணப்படுகின்றன.

இவையனைத்தும் ஒரு விளையாட்டு வடிவத்திலிருந்து தோன்றியவையே. மற்ற வடிவங்கள் முற்றிலும் புதியன அல்ல. சிற்சில மாற்றங்களுடன் கூடியவை மட்டுமேயாகும்.

தந்திரங்களை அறிதல்

தந்திரங்கள் செய்வதும் அதனை மற்றவர்கள் அறியும் முன்னரே தாங்கள் அறிந்து கொள்வதும் அறிந்த தந்திரத்தை மற்றவர்கள் செய்வதற்கு முன்னரே அதைத் தடுப்பதற்கான வழிகளை அறிவதும் அதை நடைமுறைப்படுத்துவதும் முறியடிப்பதும் மீண்டும் மீண்டும் விளையாடுவதாலேயே கற்றுக் கொள்ளமுடிகிறது. இதைச் செய்வதற்கு விளையாட்டில் கள்ளாட்டை என்று பெயர்.

சான்றாக

1. தாயம் விளையாட்டில் கட்டங்களில் காயை நகர்த்துகிற பொழுது இரண்டிரண்டு கட்டமாகச் சேர்த்து நகர்த்துதல் என்பது தந்திரம். இதனைத் தடுப்பதற்கு ஒருவர் காயைக் கட்டங்களில் எதிராளி நகர்த்துவது என்று முன்னரே பேசிவைத்துக்கொண்டு விளையாட ஆரம்பிக்கின்றனர். இதுவே தந்திரத்தைத் தடுத்தலாகும்.

2. பல்லாங்குழி விளையாட்டில் முத்துக்களை ஒவ்வொரு குழியிலும் ஒவ்வொன்றாகப் போட்டுக்கொண்டு செல்கையில் தனக்கு வேண்டிய குழியில் இரண்டு முத்துக்களைப் போட்டு விடுதல் என்பது தந்திரம். இதனைத் தடுப்பதற்குப் பல்லாங்குழியிலிருந்து சிறிது உயரத்தில் கைகளைத் தூக்கிக்கொண்டும் குழிகளில் வேகமாக முத்துக்களைப் போடாமல் மெதுவாகப் போட்டுச் செல்ல வேண்டுமென்றும் விதிகளை உருவாக்கிக்கொண்டு விளையாடுவது தந்திரத்தைத் தடுத்தலாகும். எவ்வளவுதான் விதி இருந்தாலும் விளையாட்டில் மிகுந்த திறமையுடையவர்கள் செய்யும் தந்திரங்களை மற்றவர்களால் எளிதில் கண்டுபிடிக்கவும் முடிவதில்லை.

மேற்குறிப்பிட்ட நான்கு நிலைகளையும் விளையாட்டை மீண்டும் மீண்டும் விளையாடுவதால் கிடைக்கும் பண்புகளாகக் கூறமுடிகிறது. மனித வாழ்க்கையில் ஒரு செயலைப் பற்றிய தொடர்ந்த சிந்தனையும் அறிவு வளர்ச்சியும் அவனது உயர்வுக்கு வழிவகுக்கின்றன.

மனிதனுக்கு ஒரு பிரச்சினை ஏற்படுகின்ற பொழுது அதனைப்பற்றியே மீண்டும் மீண்டும் தொடர்ந்து சிந்திப்பதாலேயே அதற்குத் தீர்வு காணமுடிகிறது. அதுமட்டுமல்லாமல் தன்னையும் தனது பிரச்சினையையும் மட்டுமன்றி தன்னைச் சுற்றியுள்ளவர்களையும் சமூகத்தையும் அதன் சட்ட திட்டங்களையும் மனதில் கொண்டே பிரச்சினையை அணுகுவதற்குத் துணைபுரிகிறது. இவ்வாறு தனது பிரச்சினைக்குத் தீர்வு காண்பது மட்டுமன்றி பிறருக்கு உதவிசெய்வதற்கும் உதவுகிறது.

ஒரு பிரச்சினை அல்லது செயல் குறித்த இத்தகைய தொடர்ந்த சிந்தனையும் புதுமை, வகைமை உருவாக்கங்களுமே மனிதனின் வாழ்க்கையில் ஏற்படும் பல்வேறு வகையான சிக்கல்கள், பிரச்சினைகளை எளிமையாகக் கையாளுவதற்கு உதவும். அதோடு மறுமுறை தான் எதிர்கொள்ளப்போகும் சிக்கலுக்கு முன்னரே தயாராகுதலும் அதற்கான மாற்றுவழிகளைச் சிந்திக்கவும் வழிவகை செய்யும். பிரச்சினை மட்டுமன்றி தன்னுடன் பணிபுரிகின்ற/வாழ்கின்ற மற்றவர்களின் குணங்களை (தந்திரங்களை) அறிந்துகொண்டு அதற்கேற்ப தனது செயல்களைச் செய்வதற்கும் முடிகிறது.

விளையாட்டுக்களில் மீண்டும் மீண்டும் விளையாடுதல் என்பது வாழ்க்கைக்கு வரும்போது பிறரோடு கொள்ளும் தொடர்புகளாக மாறுகிறது. முதலில் ஒருவன் மற்றொருவனைப் பற்றி மீண்டும் மீண்டும் சிந்திக்கின்றபோதே அவனது குணநலன்களை அறிந்து அவனோடு நட்புகொள்ளவோ தள்ளி நின்று பழகவோ முடிகிறது.

பியாசேயின் சில கருத்துக்களை ஒரே விளையாட்டில் பொருத்திப் பார்க்க முடிகிறது.

சான்று: அக்கக்கா சிணுக்கரி விளையாட்டு

1. தான்காணும் நிகழ்வைத் தன்வயமாக்கிக் கொள்ளல்:

குழந்தைகளுக்கு எப்பொழுதும் பெரியவர்களைப் போன்றே நடந்துக் கொள்ளவேண்டும் என்கிற ஆர்வம் அதிகம். குழந்தைகளால் விளையாட்டுக்களில் மட்டுமே இந்த ஆர்வத்தைச் செயலாக்க முடியும். ஆகவே முதலில் தான் நிஜத்தில் காண்பதை மனதில் நன்றாகப் பதியவைத்துத் தன்வயமாக்கிக்கொண்டு பின்னர் விளையாட்டில் வெளிப்படுத்துகின்றனர்.

குழந்தைகள் பெரியவர்கள் தங்களை அலங்கரித்துக் கொள்வதையும் தங்கள் தாய் தங்களை அலங்கரிப்பதையும் பார்த்து அதனையே விளையாட்டாக்குகின்றனர். அக்கக்கா சிணுக்கரி விளையாட்டில் தலையைச் சிக்கெடுத்தல், பவுடர் போடுதல், மையிடுதல், பொட்டிடுதல், கம்மல் அணிதல் என்று பெண்கள் தங்களை அலங்கரித்துக் கொள்ளும் செயல்கள் பெரியவர்கள் செய்வதைப் போன்றே சிறுமிகளால் செய்யப்படுகின்றன. இது விளையாட்டாக விளையாடப்படாமல் நிஜமான வாழ்க்கை போல நடத்தப்பெறுகிறது.

2. கையில் பொருள் இல்லாமல் பாவனையின் மூலம் கருத்தை உணர்த்துதல்:

சில நேரங்களில் இவ்விளையாட்டில் பொருள்கள் எதுவும் பயன்படுத்தப் படுவதில்லை. குழந்தைகள் தங்களது கை மற்றும் விரல்களைக் கொண்டே தலையில் சிக்கெடுத்தல், ஆள்காட்டிவிரலால் கண்ணுக்கு மையிடுதல், உள்ளங்கையைக் கண்ணாடியாக்குதல் போன்ற செயல்களைப் பாவனையின் மூலமாக உணர்த்துகின்றனர்.

3. ஒரே பொருளைப் பல அம்சங்களின் கூட்டாகப் பார்ப்பது:

இவ்விளையாட்டில் விளையாட்டுக் கருவியாக பயன்படுத்தப் பெறுவது விளக்குமாற்றுக்குச்சிகள்தான். இக்குச்சி களே பவுடராக, மையாக, சிணுக்குரியாக, வளையலாக, கொலுசாக, பொட்டாக எனப் பல அம்சங்களின் கூட்டாகப் பார்க்கப்படுகின்றன.

4. ஒருபொருளுக்குப் பதிலியாக மற்றொன்றைப் பயன் படுத்துவது:

இவ்விளையாட்டில் விளக்குமாற்றுக்குச்சி பவுடர், மை, பொட்டு, கொலுசு, வளையல் என்று பல பொருட்களுக்குப் பதிலியாகப் பயன்படுத்தப்படுகிறது.

5. ஒரு பொருளின் பல பண்புகளில் ஒன்றைமட்டும் பார்ப்பது:

இவ்விளையாட்டில் பெண்களுக்குரிய இயல்புகளான அடக்கம், பொறுமை, தியாகம், அழகுணர்வு போன்ற பல இயல்புகளில் அழகுணர்வு என்கிற இயல்பு மட்டும் பார்க்கப்படுகிறது. அதற்கு மட்டும் முக்கியத்துவம் தரப்படுகிறது. பெண்கள் தங்களை அழகுபடுத்திக் கொள்வதில் மிகுந்த விருப்பமுடையவர் என்ற எண்ணம் சிறுவயதிலேயே ஏற்பட்டுவிடுகிறது என்பதற்கு இவ்விளையாட்டு நல்ல சான்றாகும்.

6. சூழலுக்குத் தகுந்தவாறு தன்னைத் தகவமைத்துக் கொள்ளுதல்:

விளையாட்டுக்களில் பயன்படுத்தப்படும் பொருட்கள் மிகச் சாதாரணமானவையே. பெரியவர்களால் தேவையற்றது என்று ஒதுக்கப்பட்டதும் உபயோகமற்ற பொருட்களுமே விளையாட்டுப் பொருட்களாகின்றன. சிறுவர்கள் தங்களுக்கு மிகவும் எளிதாகக் கிடைக்கும் கல், மண், குச்சி, கம்பு, புளியங்கொட்டை, அட்டை போன்றவற்றையே விளையாட்டுப் பொருட்களாக்குகின்றனர். அக்கக்கா சிணுக்கரி விளையாட்டிலும் விளக்குமாற்றுக்குச்சியே விளையாட்டுப் பொருளாகிறது. குழந்தைகள் தங்களுக்கென விளையாட்டுப்பொருள்கள் எதுவும் கிடைக்காதபோது தங்களுக்குக் கிடைத்தவற்றை விளையாட்டுப் பொருட்களாக்கிக் கொண்டு விளையாடுகின்றனர்.

சூழலுக்குத் தகுந்தவாறு தன்னை மாற்றியமைத்துக் கொள்ளல் என்கிற கற்றலே எதிர்காலத்தில் வாழ்க்கை எனும்போது தான் பணிசெய்யுமிடம், கல்வி கற்கும் இடம், பயணம், வாழும் சூழல், தன்னைச் சுற்றியிருப்பவர்கள் போன்ற பல்வேறுபட்ட சூழலுக்கேற்றவாறு தன்னைப் பொருத்திக் கொள்ள உதவுகிறது. அதுபோலவே பல்வேறு வகையான பணியாகட்டும் கல்வியாகட்டும் அதனுடைய பல அம்சங்களில் தனக்குப் பிடித்த பணியை அல்லது கல்வியை மட்டும் தேர்ந்தெடுத்துக்கொண்டு அவ்வழியில் முன்னேறுவதற்கும் உயர்வடைவதற்கும் ஒருபொருளின் பல பண்புகளில் ஒன்றை மட்டும் பார்ப்பது என்கிற நடத்தை உதவுகிறது.

சமூகம் என்கிற ஒரு அமைப்பிற்குள்ளிருக்கும் பல்வேறு பட்ட மனிதர்கள், சட்டதிட்டங்கள், மதிப்புக்கள் போன்ற அனைத்தையும் ஒரே நேரத்தில் மனதில்கொண்டே தன்னுடைய செயல்பாடுகளை முறைப்படுத்திக்கொள்வதற்கு ஒரு பொருளைப் பல அம்சங்களின் கூட்டாகப் பார்ப்பது உதவுகிறது.

தான்காணும் நிகழ்வைத் தன்வயமாக்குதல் என்பது அனைவருக்கும் அவசியமான ஒன்று. சமூகச் சட்டதிட்டங்களை மனிதன் கற்றுக்கொள்வது இதன் மூலம்தான். மனிதனால் சமூகத்தை மீறி நடந்துகொள்ள முடியாது. அதனால் சமூகச் சட்டங்கள் வாய்மொழியாகவும் வாய்மொழியில்லாமலும் குழந்தைக்குப் பதிய வைக்கப்படுகின்றன. அதாவது திருமணம் முடிந்தவுடன் கணவன் வீட்டிற்கே சென்றுவிடுகிற, மீண்டும் வீட்டில் வந்து தங்காமலிருக்கிற பெண்ணைப் பார்க்கிற குழந்தை அது சிறுமியாயின் தானும் திருமணத்திற்குப் பின் பெற்றோருடன் இருக்க முடியாது என்பதையும் சிறுவனாயின் தனது திருமணம் என்பது பெண் தன்னுடனேயே வாழ வந்துவிடுபவள் என்பதையும் புரிந்து அதனைத் தன்மனதில் பதியவைத்துக் கொள்கிறது. இதுவே வளர்ந்த பிறகு திருமணம் என்பதையும் அதன் விளைவையும் எளிதில் புரிந்து கொண்டு வாழ்க்கையைத் தொடங்குவதற்கு உதவிபுரிகிறது. தான் விரும்புகின்ற கல்வியோ, பணியோ கிட்டாவிட்டாலும் அதற்குப் பதிலியாகத் தனக்குக் கிடைத்த பணியில் வேலை செய்யவும் உதவுகிறது.

பொருளைக் குறியீடாகப் பயன்படுத்துதல்:

பொருட்களைப்பற்றிச் சரியானதொரு புரிதல் கிடைத்தபிறகே அதனைக் குறியீடாகப் பயன்படுத்துவதற்குத் தெரிந்து கொள்ள முடியும்.

சான்று: பூசணிக்காய் விளையாட்டு

இவ்விளையாட்டில் பூசணிக்காய் பெண்ணின் குறியீடாக்கப் பட்டிருக்கிறது (பரல்கள் 8:1994-144-159) மற்ற காய்களை விடுத்துப் பூசணிக்காயைப் பெண்ணாகக் குறியீடாக்கியதற்குக் காரணம் பூசணிக்காயும் பெண்ணின் உடலமைப்பும் ஒரே மாதிரியான வடிவமைப்பு பெற்றிருப்பதே ஆகும்.

பொருட்களை வெவ்வேறாகப் பிரித்துப்போட்டுச் சில செயல்களைச் செய்தல்:

இது விளையாட்டாக வருகின்றபொழுது தனித்தனியாக நடக்கும் சிலசெயல்களை இணைத்து அவற்றை விளையாட்டாக்குதல் என்கிற நிலைக்கு வளர்ந்துவிடுகிறது.

சான்று: பூசணிக்காய் விளையாட்டு

இவ்விளையாட்டில் காணப்பெறும் வேளாண்மைச் செய்திகளான விதைவிதைத்தல், இலைவிடுதல், காய்காய்த்தல், கொடிபடருதல் போன்றவையும் சேவகனின் செயல், நாய் கடித்தல், மருந்து குடித்தல், பாட்டியின் பணிவு போன்றவையும் தனித்தனிச் செயல்களாகும். இச்செயல்களனைத்தும் ஒன்றோடொன்று இணைக்கப்பட்டிருப்பதே இவ்விளையாட்டு அனைவரும் விரும்பத்தக்கதாக இருப்பதற்குக் காரணமாயிருக்கிறது. இது வாழ்க்கை நடைமுறைகளில் பல்வேறான குணங்களைக் கொண்ட பலருடனும் பழகுவதற்கும் தேவை ஏற்படின் அவர்களை ஒன்று சேர்த்து இயக்கவும் பயன்படுகிறது.

பொருளை இடத்தோடு தொடர்புபடுத்திக் கொள்ளும் திறனறிதல்:

விளையாட்டு விளையாடப்படுகின்ற இடத்தையும் விளை யாட்டுப் பொருட்களையும் இதற்குச் சான்றாகக் கூறலாம். அதாவது சில விளையாட்டுக்களைச் சில பொருட்களுடன் சில இடங்களுடன் இணைத்துதான் விளையாடமுடியும். சான்றாக,

1. பல்லாங்குழி விளையாட்டு விளையாடக் குழிபோன்ற அமைப்புடைய பலகை அல்லது அதுபோன்ற தரை தேவை.

2. சொட்டாங்கல் விளையாடக் கூழாங்கற்களும் அக்கற்களை தரையோடு தேய்த்துக் கற்களை அள்ள வேண்டி இருப்பதால் சமதளமான, வழவழப்பான தரையும் தேவை.

3. அணில் விளையாட்டு விளையாட மரம் தேவை.

இவ்வாறு விளையாட்டுக்களை இடம், காலம் மற்றும் விளையாட்டுப் பொருட்களோடு இணைத்து விளையாடுவது ஒரு பொருளை இடத்தோடு தொடர்புப்படுத்த உதவுகிறது. இதுவே பொருத்தமான சரியான இரண்டை இணைத்தல், தொடர்புப்படுத்திப் பார்த்தல் என்கிற நடத்தையாகவும் வளர்ச்சியடைகிறது. இதுவே வாழ்க்கையிலும் பொருத்தமான இரண்டை இணைத்து அதன் மூலமாகச் சில செயல்களைச் செய்ய உதவுகிறது. அதோடு தனக்குப் பொருத்தமானது தேவையானது இது என ஆராய்ந்து முடிவெடுத்து அதன்படி செயல்படவும் பயன்படுகிறது.

குழந்தைகளின் ஏழுவயதிற்குள் அதன் மனதில் பதியும் விசயங்கள் எல்லாம் அக்குழந்தையின் இறப்பு வரை மாறாமல் படிமமாகிவிடும் என்பது உளவியலர் கருத்து. அதனால்தான் குழந்தைகளுக்கு நாம் கற்பிப்பது, பேசுவது, பழக்குவது போன்ற அனைத்துமே நல்லவையாக இருக்கவேண்டும் என்று பெரியவர்கள் கூறுகிறார்கள். குழந்தை தான் காண்பதைத் தன் மனதில் பதிய வைத்துக்கொண்டு சமூக நடைமுறைக்கு ஏற்றவாறு தன்னைத் தகவமைத்துக்கொள்கிறது. இதுவே பியாசேயின் ஆய்வு ஆகும். பியாசே முழுக்க முழுக்க நேரடிக் களப்பணியின் மூலமாகவே ஆய்வு முடிவுகளைத் தந்திருக்கிறார்.

குழந்தைகளின் நடத்தைகளை ஆய்வு செய்து கூறிய பியாசேயின் கருத்துக்கள் விளையாட்டுக்களில் செழுமையடைந்த, முழுமைப் படுத்தப்பட்ட நிலையில் காணப்படுகின்றன. குழந்தைப் பருவத்தில் தான் பார்க்கும் அனைத்தையும் சரியான முறையில் புரிந்து கொள்வதாலேயே விளையாட்டுக்களில் பொருத்தமாகப் பயன்படுத்தமுடிகிறது. இத்தகைய பொருத்த மான பயன்படுத்துதலே எதிர்கால வாழ்க்கையை அது எப்படிப் பட்டதாக இருந்தாலும் தயங்காமல் எதிர்கொள்வதற்கு மனதளவில் குழந்தையைத் தயார்படுத்தி விடுகிறது. ஆகவே மனம் என்பது மிக முக்கியமான ஒன்று. மனத்தின் நிலையை விளையாட்டு என்கிற ஊடகத்தின் வழி ஊகிக்க முடிகிறது.

சமூகமும் சமூகவயமாதலும்

சமூகவியலறிஞர்கள் சமூகத்தை மட்டும் அடிப்படையாகக் கொண்டு சமூகவயமாதலை விளக்கியிருக்கின்றனர். தனிமனிதன் சமூகத்தின் உறுப்பினராக உருவாவதற்குரிய வழிமுறையே சமூக வயமாதல் ஆகும். சமூகவயமாதல் குறித்த சமூகவியலா ளர்களின் கருத்துக்கள் பின்வருமாறு:

1. சமூகவயமாதல் குழந்தைப்பருவம் முதல் முதுமையை அடையும் வரை அவள் அல்லது அவன் சமூகத்திறன்கள், தகுதிகள், சட்டங்கள், மதிப்புகள், ஆளுமைத்திறன்கள் போன்றவற்றைக் கற்றுக்கொள்வதற்கு வழிவகுக்கின்ற அனைத்து வழிமுறைகளையும் குறிப்பதாகும் (வில்லியம் ஜே. கூட்:1979-ப.67).

2. சமுதாயத்தில் உள்ள பல்வேறு நிறுவனங்களின் மூலமாக ஒருவன் தன்னுடைய தகுதிக்கேற்ப சமூக விதிமுறைகளை அறிந்துகொள்வதற்கு உதவும் வழிமுறையே சமூகவயமாதல் ஆகும் என்கிறார் ஹெர்பர்ட் ஹைமன் (1976-ப.10).

3. சமூகவயமாதல் என்பது சமூகத்தூண்டல் மற்றும் எதிர்வினை என்கிற வழிமுறையினால் தனிமனிதன் ஒரு சமூகத்தில் முழுமையான உறுப்பினராக உருவாவதற்கு உதவுகின்ற வழிமுறை. இதைத் தன்வயப்படுத்தல் அல்லது ஒன்றுபடல் என்று கூறலாம். (ஜார்ஜ் ஏ. லுண்ட்பெர்க்:1956 ப.291).

மற்ற சமூகவியலறிஞர்களான மார்க்கரெட் மீட், பால் பி ஹார்டன், செஸ்டர் எல்.ஹண்ட் போன்ற அறிஞர்களின் வரையறைகளும் மேற்குறிப்பிட்டதை ஒட்டியே அமைந்திருக் கின்றன.

சமூகவயமாதல் என்பது வாழ்க்கை முழுமைக்கும் நடைபெறுவது என்பதே மேற்குறிப்பிட்ட அறிஞர்களின் வரையறைகளின் அடி நாதமாக உள்ளது. ஆனால் அவ்வரையறைகள் சமூகவயமாதல் எந்தெந்த காலகட்டத்தில், என்னென்ன வழிமுறைகளில், எப்படி நிகழ்கிறது என்று கூறப்படவில்லை. அது போன்றே வரையறைகள் சமூக வயமாதல் என்பது தன்வயப்படுத்திக்கொள்ளுதல், வழிமுறைகளை அறிந்து கொள்ளுதல், நிறுவனங்களின் மூலமாக சமூகவயமாதல், சமூகத் தூண்டல் மற்றும் எதிர்வினை மூலமாக சமூகவயமாதல் என்று பொதுவான நிலையில் மட்டுமே கூறுகின்றன. ஆனால் வழிமுறைகள் எந்த மாதிரியானவை? தன்வயப்படுத்துதல் எவ்வாறு நிகழ்கிறது? நிறுவனங்களின் தன்மை என்ன? செயல்பாடுகள் யாவை? சமூகத்தூண்டல் மற்றும் எதிர்வினை ஒரே மாதிரியானதா? நபருக்கு நபர் மாறுபாடுடையதா? கட்டுப்பாடுடையதா? என்பது போன்ற விளக்கங்கள் இல்லை. ஆகவே இவர்களுடைய வரையறைகளும் முழுமையானவை என்று கூறிவிடமுடியாது. ஆனால் வேறு சில சமூகவியலறிஞர்கள் சமூகவயமாக்கும் சமூக நிறுவனங்கள் (Socializing agents) சிலவற்றைப் பற்றிக் கூறியிருக்கின்றனர்.

அவை:

1. டால்காட் பார்சன்ஸ் மூன்று நிலைகளில் சமூகவயமாக்கும் சமூகநிறுவனங்களைக் கூறுகிறார் *(1972:335-355)*

முதல்நிலை - குடும்பம்

இரண்டாம் நிலை - கல்வி நிலையம்

மூன்றாம் நிலை - அரசியல் நிறுவனம்

2. ஜே. வில்லியம் கூட் என்பவர் குடும்பம், குடும்பமல்லாதது என்று இரண்டு பிரிவுகளில் சமூகவயமாக்கும் சமூக நிறுவனங் களைக் கூறுகிறார். இரண்டாவது பிரிவில் ஆசிரியர்கள், விளையாட்டுத் தோழர்கள், சமயத் தலைவர்கள், நண்பர்கள் போன்றவற்றைக் கூறுகிறார் *(1977:93-95)*

3. ஜே. ராஸ் எஸ்லிமேன் என்பவர் குடும்பம், கல்வி நிலையம், ஒத்த வயதுக் குழு, மக்கள் தொடர்புச்சாதனங்கள் என்ற நான்கு நிலையைக் கூறுகிறார் *(1983:113-116)*

4. இந்தியப் பழங்குடிகளை ஆராய்ச்சி செய்த இந்திய அறிஞர் இராம்நாத்சர்மா குடும்பம் கல்விநிலையம், கல்லூரிப்படிப்பு, தனிமனிதனின் பணி, திருமணம் என்று நான்கு நிலைகளில் கூறுகிறார் *(1976:92-96)*

இவர்களைத்தவிர செல்ஸ்னிக், அக்யூஃப் அகோல்கர் போன்றோரும் மேற்குறிப்பிட்ட நிறுவனங்களையே கூறியிருக் கின்றனர். இவற்றில் குடும்பத்திற்கு அடுத்த நிலையில் காண்பது ஒத்தவயதுக்குழு *(Peer group)* ஆகும். ஒத்தவயதுக்குழு என்பது விளையாட்டுத் தோழர்கள் ஆவர். அக்கம்பக்கம் குடியிருக்கும் வீட்டுத்தோழர்கள், கல்வி கற்கும் கல்வி நிலையங்களில் படிக்கும் வகுப்பைச் சார்ந்தவர்களே ஆவர். இந்தியச் சமூகத்துடன் ஒப்பிடும்போது இது முரண்பாடானது. இந்தியச் சமூகத்தில் விளையாட்டுத் தோழர்கள் அனைவரும் ஒரே குடியிருப்பைச் சார்ந்தவர்களே. இன்றும் கிராமங்களில் கல்விக்குச் சமமாகவே விளையாட்டுக்கும் முக்கியத்துவம் தரப்படுகிறது. இது ஒரு அடிப்படை வேறுபாடாகும். இதற்கு இரண்டு காரணங்களைக் கூற முடியும்.

ஐரோப்பியச் சமூகத்தில் தனிமனித நிலைப்பாடு மிகவும் முக்கியம். சாதி அமைப்பும் கிடையாது. ஆனால் இந்தியச் சமூகத்தில் குடும்பம், சமூகம் ஆகிய இரண்டிற்கும் அடிப்படையாகக்

கூட்டுணர்வும் சாதி அமைப்பும் உள்ளன. மேலும் ஐரோப்பிய அறிஞர்கள் சமூகவயமாக்கும் சமூக நிறுவனங்களில் குடும்பம் என்கிற நிறுவனத்திற்கே அதிக முக்கியத்துவம் கொடுத்து விளக்கியிருக்கின்றனர். டால்காட் பார்சன்ஸ், இராபர்ட்பேல்ஸ் ஆகிய இருவரும் சமூகவயமாதலில் குடும்பம், குடும்பத்தின் அமைப்பு ஆகியவற்றின் பங்கு குறித்துத் தனியாக ஒரு நூலே எழுதி இருக்கிறார்கள் *(1955)*. மற்ற நிறுவனங்களை இரண்டாம் நிலையாகக் கருதி விளக்கங்கள் அதிகமில்லாமல் மேம்போக்காகக் கூறிச் செல்கின்றனர்.

இந்தியச் சமூகத்தில் சமூகவயமாக்கும் சமூகநிறுவனங்கள் என்று எடுத்துக்கொண்டால் குடும்பம், சாதி மற்றும் விழாக்கள், சடங்குகள், விளையாட்டுக்கள் போன்ற நாட்டுப்புற வழக்காறுகள் அனைத்தையும் கூறமுடியும். ஏனெனில் இவையனைத்தும் மக்களோடும் வாழ்க்கையோடும் பிரிக்க முடியாத அளவிற்குப் பின்னிப் பிணைந்தவை. இவற்றில் குடும்பம் சமூகவயமாக்குதலில் முதன்மையான பங்கு வகித்தாலும் அதற்கு இணையாக அல்லது அதைவிட அதிகமாகவே விளையாட்டுக்கள் சமூகவயமாதலுக்குத் துணை புரிகின்றன.

பண்டைக்காலத்தில் வாழ்க்கைத் துணையே விளையாட்டு மூலமாகத்தான் தீர்மானிக்கப்பட்டது. இதற்கு இலக்கியச் சான்றுகள் உள்ளன. ஏறுதழுவுதல் மூலம் பெண்ணைத் திருமணம் செய்து கொள்ளுதல் பற்றிச் சங்க இலக்கியங்கள் கூறுகின்றன. கலித்தொகையில் முல்லைக்கலி ஏறுதழுவுதலைப் பற்றிக் கூறுகின்றது. சிலப்பதிகாரத்தில் ஆய்ச்சியர் குரவையில் நடித்தாடப்படுகிறது. இதனையே கண்ணன்-நப்பின்னைக் கதையாக கண்ணன் கூறுவதாக அ.பிச்சை குறிப்பிடுகிறார். மேலும் அவர் கிராமியச் சமுதாயத்தில் ஜமீன்தார்களுக்கும் நிலக்கிழார்களுக்கும் ஊரகத்தலைவர்களுக்கும் கௌரவத்தையும் தலைமையையும் சர்வாதிகாரத்தையும் அளிக்கும் ஒரு சமுதாய நிறுவனமாக மஞ்சுவிரட்டு வளர்ச்சி அடைந்திருக்க வேண்டும் *(1983:64)* என்றும் கூறுகிறார். ஆனால் இவர் ஆதாரங்கள் காட்டவில்லை. கிராமத்தலைமையை உருவாக்குவதில் மாட்டுப் பந்தயத்திற்குப் பெரும்பங்கு உண்டு *(1983:30)* என்றும் கூறுகிறார்.

பாவை விளையாட்டும் திருமணத்தோடு தொடர்புடையதே. சிலப்பதிகாரம் எழுவகைக் கற்புடைப் பெண்டிர் பற்றிக் கூறுகையில் விளையாட்டின் போது செய்த மணற்பாவையைக் கணவனாக வரித்து அதனைக் கடலலை கொண்டு போகாமல் காத்த பெண்ணைப்

பற்றிக் கூறுகிறது. (வஞ்சினமாலை: 5-10).

சல்லிக்கட்டு, மஞ்சுவிரட்டு போன்ற விளையாட்டுக்கள் இன்று விளையாடப்பட்டாலும் அவை வீரம் மற்றும் பொழுதுபோக்கை மட்டும் அடிப்படையாகக் கொண்டுள்ளன. வாழ்க்கைத்துணை தேடுவது என்பதோடு குடும்ப அமைப்போடு தொடர்புடைய சடங்குகள் சார்ந்த விளையாட்டுக்கள், விழாக்கள் சார்ந்த விளையாட்டுக்கள் என விளையாட்டுக்கள் குடும்பத்தோடு மிக நெருக்கமான உறவுடையனவாகவே உள்ளன. (இது குறித்துப் பண்பாடும் சமூகவயமாதலும் என்ற பகுதியில் விரிவாக விளக்கப்பட்டுள்ளது)

மேலும் நமது சமூகத்தில் தனிநபர் விளையாட்டுக்களைவிடக் குழுவிளையாட்டுக்களே அதிகம். இருவர் மட்டும் விளையாடும் விளையாட்டு என்று எண்ணிக்கையின் அடிப்படையிலான விளையாட்டும் அதிகம் கிடையாது. இதற்குக் காரணம் நமது சமூகத்தின் அடிப்படையான கூட்டுணர்வேயாகும். அக்கம்பக்கம் உள்ள வீடுகளுடன் பழகும்போதுகூட ஏதேனும் உறவு முறையுடனேயே பழகுகிறோம். குழந்தைகள் விளையாட்டுக்கள், கூட்டுக் குடும்பம், கூட்டுவழிபாடு, பகிர்ந்துண்ணல் போன்ற சொற்களும் இச்சொற்களை அடியாகக் கொண்ட செயல்பாடுகளும் குழந்தைகளுக்கு நேரடியாகவும் மறைமுகமாகவும் போதிக்கப்படுவதேயாகும். அதனால்தான் குழு விளையாட்டுக்கள் நம்மிடம் அதிகம் காணப்படுகின்றன.

கூட்டுணர்விற்கு அடுத்த நிலையில் சாதிஅமைப்பும் சமூகவயமாக்கலில் முக்கியப்பங்கு வகிக்கிறது. சாதிப்பிரிவும் கூட்டுணர்வும் முரண்பாடானவை. ஆனால் இரண்டும் சமூக வயமாக்கும் நிறுவனங்களாக உள்ளன. நமது சமூகத்தில் குடியிருப்புக்கள் சாதியை அடிப்படையாகக் கொண்டவை. பட்டமார்தெரு, பிராமணக்குடி, சக்கிலியக்குடி, வேளார் தெரு ஆகிய இப்பெயர்கள் இக்கருத்திற்குச் சான்றாக அமைவன.

இன்றும் நாம் கிராமத்திற்குச் சென்றால் காலனி என்கிற பகுதி தாழ்த்தப்பட்ட மக்கள் வாழும் பகுதியாக அரசால் எளிதாக அடையாளம் காட்டித்தரப்பட்டுள்ளது. விளையாட்டுக்களிலும் இப்பிரிவு காணப்படுகிறது. ஒரு சாதியைச் சேர்ந்தவர்கள் தங்கள் சாதியைச் சேர்ந்தவர்களுடனேயே விளையாடுகின்றனர். பிற சாதியினருடன் விளையாடுவதில்லை. இதுவே சமூகவயமாதல்தான்.

ஒருவன் தான் தன்னினத்திற்குள்தான் விளையாட வேண்டும். பிற இனத்துடன் விளையாடக் கூடாது என்பதைத் தனது சாதி

அமைப்பு, சட்டம் என்பதிலிருந்தே கற்றுக் கொள்கிறான். சாதிப்பிரிவு விளையாட்டுக்களில் வெளிப்படையாகத் தெரிவதில்லை, ஆகக் கூட்டுணர்வும் சாதிப்பிரிவும் சமூகவயமாதலில் முக்கியப்பங்கு வகிக்கின்றன. இனி விளையாட்டுக்கள் சமூகவயமாக்கும் சமூக நிறுவனங்களில் ஒன்று என்பது விளக்கப்படுகிறது.

சிறுவர்கள் தாங்கள் நிசத்தில் பார்ப்பதையே விளையாட்டில் பிரதிபலித்து அவ்வாறு விளையாடுவதன் மூலம் மேலும் பல பயிற்சிகளைப் பெற்றுக்கொண்டு அதனைத் தங்கள் வாழ்க்கையில் பயன்படுத்துகின்றனர். இவ்வாறு விளையாட்டுக்களின் மூலம் சமூகவயமாதல் நடைபெறுகிறது. இதற்குச் சிறந்த சான்றாக இருப்பது அப்பா, அம்மா விளையாட்டு என்கிற சிறுமிகளுக்குரிய போலச்செய்தல் விளையாட்டாகும். நம்மிடம் குழு விளையாட்டுக்கள்தான் அதிகம் என்பதால் ஒற்றுமை, கட்டுப்பாடு, கீழ்ப்படிதல், விட்டுக்கொடுத்தல், சகிப்புத்தன்மை, பொறுமை, வெற்றி தோல்வியைச் சமமாக ஏற்றுக்கொள்ளும் மனப்பான்மை. வழிநடத்துதல், அதிகாரம், தண்டனையை ஏற்றுக்கொள்ளும் பக்குவம் போன்ற அனைத்துப் பண்புகளையும் ஒருவர் பெறமுடிகிறது.

விதிமுறைகள் மூலமாகச் சமூகவயமாதல்:

விளையாட்டுக்களுக்கு விதிமுறைகள்தான் அடிப்படையாக இருக்கின்றன. ஒரு விளையாட்டை விளையாடுவதற்கு முன்னரே அதன் விதிகள் தீர்மானிக்கப்படுகின்றன. இத்தீர்மானம் என்பது தனி விளையாட்டாகவே அமைகிறது. விளையாட்டுக்களில் விதிமுறைகள் எழுதப்படாத சட்டங்களாகும் என்றாலும் விளையாட்டு உறுப்பி னர்கள் அனைவரும் விதிகளை மீறுவதில்லை. கட்டுப்பட்டே ஆக வேண்டும். கட்டுப்பட்டே நடப்பர். ஏனெனில் இவ்விதிகள் ஒருவரால் உருவாக்கப்படுவதோ தீர்மானிக்கப்படுவதோ இல்லை. விளையாட்டு உறுப்பினர்கள் அனைவரும் கூடியிருந்து ஒருமனதாக ஒத்துக் கொண்டவை. மேலும் விதிமுறைகளைக் கடைப்பிடிப்பதில் அனைவரும் கவனமாக இருக்கின்றனர். சான்றாக விளையாட்டில் காணப்படும் சில பொதுவான விதிமுறைகளைக் கூறலாம்.

1. பட்டவர் யாராக இருப்பினும் எத்தனை தடவையென்றாலும் பட்டுவருதல் வேண்டும். சான்றாக அணில் விளையாட்டில் முதன்முறையாகப் பட்டவரே இறுதிவரையில் பட்டவராக இருப்பார். இவ்விளையாட்டில் மற்றவரைப் பட்டவராக்குவது எளிதல்ல. அதனால் இவ்விதி விளையாட்டின் ஆரம்பத்திலேயே தீர்மாணிக்கப்பட்டு விடுகிறது.

2. தொடுபட்டவர் (Out) விளையாட்டிலிருந்து உடனே வெளியேறுதல் வேண்டும். எவ்விதச் சமாதானம் கூறுவதோ மீண்டும் ஒருமுறை வாய்ப்போ கேட்கக்கூடாது.

3. தலைமையின் கூற்றுக்குக் கட்டுப்பட வேண்டும்

4. தண்டனையை ஏற்றுக்கொள்ள வேண்டும்.

சான்றாகத் திரிதிரியம்மா விளையாட்டில் தோல்வியடைந்த சிறுமிக்குப் பூப்படைந்த பெண்ணிற்குச் செய்வதுபோல் சடங்கு செய்யப்படுகிறது. அதனால் தண்டனையின்போது அச்சிறுமி ஓடிவிடுவாள். எனவே இங்கு தண்டனை கட்டாயப் படுத்தப்படுகிறது.

இன்னும் இதுபோன்ற விதிமுறைகள் விளையாட்டுக்களில் நிறைய உள்ளன. அவை விளையாட்டுக்களைப் பொறுத்து வேறுபடும். குழந்தைப் பருவத்திலிருந்தே விதிமுறைகள் கடைப் பிடிக்கப்படுவதால் இப்பயிற்சியே எதிர்காலத்தில் சமூகத்திலும் வாழ்க்கையிலும் உள்ள விதிமுறைகளை ஏற்றுக்கொண்டு நடைமுறையில் அவற்றைக் கடைப்பிடித்து வாழ்வதன் மூலம் சமூகத்தில் ஓர் அங்கத்தினனாகவும் அந்தஸ்து மிக்கவனாகவும் தன்னைத் தனித்து உருவாக்கிக்கொள்ள முடிகிறது. மேலும் சமூக ஒருமைப்பாட்டிற்கும் சமநிலைக்கும் உதவும் வகையிலும் தன்னை உருவாக்கிக் கொள்ள முடிகிறது.

ஏற்பு (Acceptance)

ஏற்பு என்பது ஒருவன் தனது விருப்பு வெறுப்புகளை மறந்து ஒன்றை ஏற்றுக்கொள்வதாகும். விளையாட்டுக்களில் இது முக்கியமான அம்சமாக இருக்கிறது. விளையாட்டுக்களைப் பொறுத்த வரையில் ஏற்பு என்பதை வெளிப்படையாக ஒத்துக் கொள்ளல் என்கிற பொருளில் கூறமுடியாது. அதாவது ஒருவன் விளையாட்டில் தன்னை உறுப்பினனாக்கிக்கொண்டு விளையாட்டில் ஈடுபடுவதையே குறிக்கும். இதனை இரண்டு அணிகளாகப் பிரிந்து விளையாடுவதற்கு பயன்படுத்தும் உத்திபிரித்தல் முறை மூலமாக விளக்க முடியும். ஏற்பு மூன்று நிலைகளில் காணப்படுகிறது.

1. உத்திபிரிக்கும் முறையை ஏற்றுக்கொள்ளுதல்
2. அணித்தலைவர்களை ஏற்றுக்கொள்ளுதல்
3. உத்திபிரித்த பின்னர் அணியை ஏற்றுக்கொள்ளுதல்

உத்தி பிரிப்பதற்குப் பல முறைகள் காணப்படுகின்றன. உத்தி பிரிக்கப்படும்போது அவற்றில் ஏதேனும் ஒரு முறை

பயன்படுத்தப்பெறும் முதலில் அம்முறையை ஏற்றுக்கொள்வதும் பின்னா் தனது அணியின் தலைவர் தான் விரும்புகிற அல்லது விரும்பாத ஒருவராக அமையின் அவரையும் அதுபோலவே தனது அணியிலுள்ள சக நபர்களையும் ஏற்றுக்கொண்டு விளையாடுதலே ஏற்பு ஆகும். ஒருவர் தனது நண்பர்கள் எதிரணிக்குச் சென்றிருந்தாலும் அதனை ஏற்றுத் தனது அணியின் வெற்றிக்குப் பாடுபடுவார்.

இத்தகைய ஏற்பே எதிர்காலத்தில் விரும்பாத வாழ்க்கையைப் பெற்றாலும் அதனையும் ஏற்றுக்கொண்டு முன்னேறுவதற்கான பயிற்சியை அளிக்கிறது. எத்தகைய குணமுடைய தலைமையின் கீழும் பணிபுரியும் குணத்தைத் தருகிறது. தனது வாழ்க்கைக்கு யார் வழிகாட்டியாக இருந்தாலும் ஏற்கமுடிகிறது. சமூகத்திலுள்ள சட்டங்களை, கட்டுப்பாடுகளை எல்லாம் ஏற்று அதன்படி நடப்பதற்கும் உதவுகிறது.

ஒற்றுமை:

குழு விளையாட்டுக்களின் நோக்கமே ஒற்றுமையாக அனைவரும் ஒன்றுசேர்ந்து விளையாட வேண்டும் என்பதாகும். அணிபிரிந்து விளையாடப்படும் விளையாட்டுக்களில் இரண்டு அணிகளும் ஒத்த கருத்தோடு இணைந்து விளையாடும்போதே விளையாட்டு நிறைவுபெறும். இங்கு ஒற்றுமையே விளையாட்டையும் விளையாட்டு உறுப்பினர்களையும் வழிநடத்துகிறது. அதுபோன்றே விளையாட்டின் இடையில் சண்டை ஏற்பட்டாலும் விளையாட்டு முடிந்து வீடு திரும்புகிறபொழுது தங்களுக்குள் சமரசம் செய்து கொண்டே அல்லது செய்த பிறகே வீடு திரும்புகின்றனர். இது பெரியவர் களால் கற்றுத்தரப்படாமல் சிறுவர்கள் தாங்களாகவே தங்கள் விளையாட்டின் மூலம் கற்றுக்கொள்வதாகும். மேலும் விளையாட்டில் இருவர் சண்டையிடும்போது மற்றவர் அவர்களுக்கிடையே சமரசம் செய்துவைக்கிறார். இப்பயிற்சியே வளர்ந்தபிறகு குடும்பம் மற்றும் சமூகத்தில் நடைபெறும் திருமணம், விழாக்கள், சடங்குகள் போன்ற பொதுவான செயல்களைச் சிறப்புடன் செய்வதற்குத் துணைபுரிகிறது.

கீழ்ப்படிதல் + வழிநடத்துதல்:

விளையாட்டுக்களில் தலைவர் வழி நடத்துபவராகவும்/ அதிகாரம் உடையவராகவும் விளையாட்டு உறுப்பினர்கள் கீழ்ப் படிதலுள்ளவர்களாகவும் / கட்டுப்பட்டு நடப்பவர்களாகவும் இருக்கின்றனர். இரு குழுக்களாகப் பிரிந்து விளையாடும் அணிநிலை விளையாட்டுக்கள், அனைவரும் ஒரே குழுவாக இணைந்து

விளையாடும் பொதுநிலை விளையாட்டுக்கள் ஆகிய இரு வகையான விளையாட்டுக்களிலும் தலைவர் வயதில் பெரியவராகவும் விளையாட்டுத்திறமை மிக்கவராகவும் மற்ற உறுப்பினர்களால் ஏற்றுக் கொள்ளப்பட்டவராகவும் இருப்பதால் உறுப்பினர்களை வழிநடத்திச்செல்வதற்கு எளிதாகிறது.

உறுப்பினர்களுக்கிடையே ஏற்படும் சண்டைகளுக்கும் அதைத் தீர்ப்பதற்கும் தலைவரே பொறுப்பாகிறார். விளையாட்டுக்களில் வழிநடத்துதலும் அதிகாரமும் ஒன்றுக்கொன்று இணையானவை. தலைமைப் பொறுப்பும் ஒருவரிடம் மட்டுமே இருப்பதில்லை. அவ்வப்பொழுது மாறிக்கொண்டும் இருப்பதால் விளையாட்டில் அனைவருக்குமே அதிகாரம் செய்தல், வழிநடத்தும் திறமை ஆகிய இரண்டு பயிற்சிகளும் கிடைக்கின்றன. விளையாட்டுக்களில் அதிகாரமானது தலைவர், விளையாட்டுப் பொருட்கள், விளையாடு மிடம் ஆகியவற்றின் மூலம் வெளிப்படுத்தப்படுகிறது.

1. விளையாட்டுப் பொருட்களும் விளையாடுமிடமும் யாருக்குச் சொந்தமானவையாக இருக்கின்றனவோ அவரே விளையாட்டில் அதிகாரமுடையவராகிறார். ஒருவருடைய வீட்டில் விளையாடும்போது அவ்வீட்டுக்குச் சொந்தக்காரரே அதிகாரமுடை யவர்.

பிள்ளைகளின் விளையாட்டுப்பொருட்கள் பெரியோர்களால் தேவையில்லை யென்று ஒதுக்கப்பட்டதே என்று முன்னரே கூறப்பட்டது. அதனால் புதிதாக வாங்கப்படும் விளையாட்டுப் பொருட்கள் செப்பு அல்லது பொம்மை இன்னபிற போன்ற வற்றிற்குச் சொந்தக்காரரே அதிகாரமுடையவர். அவர் சொல்லு கின்ற விளையாட்டை, சொல்லும் முறையில், சொல்லுகிற இடத்தில்தான் மற்றவர்கள் விளையாடமுடியும். மற்றவர்கள் விளையாட்டுத் திறமையுடையவர்களாயினும் பிற விளையாட்டுக்கள் விளையாடப் படும்போது தலைவராக இருந்திருப்பினும் இங்கு பொருள் மற்றும் இட உடைமையா ளருக்குக் கட்டுப்படவேண்டும்.

2. அணிநிலை விளையாட்டுக்களில் அதிகாரம் தலைவருக்கு மட்டும் உரியது. சான்றாக நொண்டி விளையாட் டில் நொண்டியடித்துக் கொண்டிருப்பவரை தலைவர் பாதியில் போதுமென்று அழைத்தால் அவர் உடனே திரும்பி வந்துவிடவேண்டும். இங்கு சொந்த விருப்பு வெறுப்பிற்கு இடமில்லை. விளையாட்டில் எதிரணியில் யாரைத் தொடு (Out) செய்யவேண்டும் என்பதையெல்லாம் தலைவர் தனது அணி உறுப்பினர்களுக்கு முதலிலேயே கூறிவிடுவார்.

அதிகாரம், கீழ்ப்படிதல், வழிநடத்துதல் போன்ற பயிற்சிகள் விளையாடுபவர்களுக்கு இவ்வாறு விளையாட்டின் மூலம் கிடைக்கின்றன. இப் பயிற்சிகளைப் பெற்றவர்கள் வாழ்க்கைக்கு வரும்பொழுது தன்னைச்சுற்றி இருப்பவர்களைத் தனக்குச் சமமாக நடத்தும் திறனையும் தான் பணிபுரியுமிடத்தில் தன் தலைமைக்குக் கீழ்ப்படிவதற்கும் அல்லது தனக்குக் கீழ் பணிபுரிபவர்களை ஒன்றிணைத்து வழிநடத்திச் செல்வதற்குமான திறமையோடு செயல்படுகின்றனர். குடும்பத்திலும் சமூகத்திலும் பெரியவர்கள், சான்றோர்களின் ஆணைக்குக் கட்டுப்பட்டு நடக்கவும் சமூகத்திலுள்ள விதிமுறைகள் பழக்கவழக்கங்கள் போன்றவற்றிற்குக் கட்டுப்பட்டு நடக்கவும் உதவுகின்றன.

சகிப்புத் தன்மை + விட்டுக் கொடுத்தல்:

சகிப்புத்தன்மை என்பது ஒருவர் தான் விரும்பும் ஒன்று தன்னிடமிருந்து பறிக்கப்படும் பொழுதும் அல்லது தான் விரும்பாத ஒன்று தன்மேல் திணிக்கப்படும் பொழுதும் அந்த இரண்டையும் ஏற்றுக்கொள்ளும் குணமாகும். இது வாழ்க்கைக்கு மிகவும் அவசியமான ஒன்று. விட்டுக்கொடுத்தல் என்பது தன்னிடம் உள்ளதைப் பிறருக்குத் தருதல் ஆகும். இவ்விரண்டு பண்புகளும் குழந்தைகளுக்கு விளையாட்டுக்களின் மூலமாகத்தான் அறிமுகப்படுத்தப்படுகின்றன. குழு விளை யாட்டுக்களின் மூலமும் பிற குழந்தைகளோடு சேர்ந்து வளரும் போதுதான் இக்குணம் வளரும்.

விளையாட்டுக்களில் ஒருவர் தான் விரும்புகின்ற அல்லது விரும்பாத விளையாட்டு விளையாடும்பொழுது, விளையாடப்படும் இடம், விளையாட்டு உறுப்பினர்கள் போன்றவற்றை ஏற்று அதற்கேற்ப நடந்து கொள்வதன்மூலம் சகிப்புத்தன்மை வளர்கிறது.

மற்றொருவர் தனது பதவியை விரும்புகிறபோது அணித்தலைவர் உடன் விட்டுத்தருகிறார். விளையாட்டுப் பொருட்கள் அதிகமாக வைத்திருக்கும் சிறுமி அவற்றைப் பிறருக்கும் தந்து விளையாடுகிறார்.

ஓரணியில் தொடுபட்டவர் தான் தொடுபடவில்லையென்று கூறும்போது அவரது அணியினரும் அவருக்கு ஆதரவாக இருந்தால் எதிரணியினர் சகித்துக்கொள்கின்றனர். சரி என்று விட்டுத்தருகின்றனர். இதற்குக் காரணம் விளையாட்டு தொடரவேண்டும் என்பதேயாகும்.

விளையாட்டில் கிடைக்கும் இப்பயிற்சியே வாழ்க்கைக்கும் உதவுகிறது. தன்னுடனிருப்பவர் களுக்காக, நட்புக்காக, குழந்தைக்காக என்று அனைத்திலும் விட்டுக்கொடுக்கும் பண்பு உண்டாகிறது.

குடும்பத்தில், வெளியிடத்தில், பணிபுரியுமிடத்தில் தனக்குப் பிடிக்காதவர்களுடன் பழக வேண்டியிருப்பின், பிடிக்காத செயல்கள் செய்யப்படும்போதும் அவற்றையெல்லாம் சகித்துக்கொள்ளவும் முடிகிறது. தனியாக வளரும் குழந்தைக்கு இப்பண்பு இருக்காது, வளராது, வளர வாய்ப்பில்லை.

உதவிமனப்பான்மை + சார்புத்தன்மை:

பிறருக்கு உதவுதல் அவசியம் என்பதை வலியுறுத்துகின்ற வகையிலும் விளையாட்டுக்கள் விளையாடப்படுகின்றன.

1. ஜோடிப்புறா
2. உதவி அல்லது ஹெல்ப்
3. கரண்ட்பாஸ் அல்லது லாக் அண்ட் கீ (lock and key)

இம்மூன்று விளையாட்டுக்களும் குழந்தைகளின் உதவி மனப் பான்மையையும் சார்புத்தன்மையையும் வளர்ப்பனவாக உள்ளன. இம்மூன்று விளையாட்டுக்களும் தொட்டு விளையாடு தல் என்ற விளையாட்டின் வேறு வடிவங்களே (Versions) ஆகும்.

1. ஜோடிப்புறா அல்லது உதவி விளையாட்டில் ஒருவர் தன்னருகில் பட்டவர் வந்தவுடன் அவரிடமிருந்து தப்புவதற்காக ஜோடி அல்லது உதவி அல்லது ஹெல்ப் என்று கத்துகிறார். மற்றொருவர் ஓடிவந்து கத்தியவருடன் ஜோடி சேர்ந்துகொண்டால் பட்டவரால் தொடமுடியாமல் போய்விடும்.

2. கரண்ட்பாஸ் விளையாட்டில் ஒருவர் பட்டவரிடமிருந்து தப்புவதற்காகத் தரையில் அமர்ந்துவிடுகிறார். மற்றொருவர் வந்து அவர் தலையில் கைவைத்து கரண்ட்பாஸ் என்று கூறியபிறகுதான் அவரால் எழுந்து ஓடமுடியும். இப்படியே இவ்விளையாட்டு தொடரும். இவ்விளையாட்டுக்களுக்கு முடிவு கிடையாது. விளையாட்டு உறுப்பினர்கள் தாங்களாகவே போதும் என்று நிறுத்திக் கொண்டு அடுத்த விளையாட்டுக்குச் சென்றுவிடுகின்றனர் (தல்லாகுளம்:10.5.93).

இங்ஙனம் விளையாட்டுக்களின் அமைப்பு மற்றும் விளையாடும் முறையே உதவிசெய்தல் என்கிற பண்பை அடிப்படையாகக் கொண்டிருப்பதால் விளையாடுபவர்கள் உதவிசெய்தல் பண்பை வளர்த்துக்கொள்ள முடிகிறது. அதோடு தனியன் என்றில்லாமல் பிறருக்கு உதவி செய்வதாலும் பிறருடைய உதவியைப்

பெற்றுக்கொள்வதாலும் சார்புத் தன்மையுடன் பிறரைச் சார்ந்தே வாழவேண்டும் என்கிற எண்ணத்தை உண்டாக்கிச் சமூகத்தோடு இணைந்து வாழ உதவுகிறது. சார்புத்தன்மை என்பது கூட்டுணர்வின் மற்றொரு வடிவமே ஆகும்.

போட்டி உணர்வு

விளையாட்டுக்களின் மூலமாகப் போட்டி உணர்வையும் ஒருவர் கற்றுக் கொள்ளமுடிகிறது. ஆனால் இந்தப் போட்டி உணர்வு ஆரோக்கியமானது. இது விளையாட்டு தொடங்கி முடிவடையும் வரையிலும் காணப்படும். இவ்வுணர்வு வெற்றியை மட்டும் இலக்காகக் கொண்டது. தனிநிலை விளையாட்டுக்களில் தனிநபர் களுக்கிடையிலும் அணிநிலை விளையாட்டுக்களில் இரு அணிகள் மற்றும் அணியிலுள்ள உறுப்பினர்களனைவருக்கும் போட்டி மனப்பான்மை உண்டாகி அது வெற்றி அல்லது தோல்வியைப் பெறும் வரையில் இருக்கிறது.

இத்தகைய போட்டி உணர்வு திறமையாக விளையாடுகின்றவரைப் பார்த்துத் தானும் அவரைப்போல அல்லது அவரைவிடத் திறமையாக விளையாட வேண்டும் என்கிற எண்ணத்தையும் அதற்கான முயற்சியையும் செய்ய வைக்கிறது. இது ஓடுதல், நொண்டியடித்தல், தலைவராயிருத்தல், பேசுதல் போன்ற அனைத்திற்கும் பொருந்தும். இம்முயற்சியே ஒருவர் தன்னை முன்னேற்றிக் கொள்வதற்கு உதவுகிறது.

கவனமாக இருத்தல் + சுறுசுறுப்பு

விளையாட்டுக்கள் அனைவருக்குமே ஒருவகையான உடற்பயிற்சி தான். அவை குழந்தைகளுக்குச் சோம்பலைப் போக்கி மிகுந்த சுறுசுறுப்பை அளிக்கவல்லன. சில விளையாட்டுக்கள் வேகமாகச் செயல்படுவதற்கும் அதேநேரத்தில் தன்னைச்சுற்றி நடக்கின்ற அனைத்துச் செயல்களையும் ஒரே நேரத்தில் கவனத்தில் கொண்டு அதற்கேற்ப நடந்துகொள்வதற்கும் பயிற்சி அளிக்கின்றன. சான்றாக

1. இன்று நிறுவனமயமாக்கப்பட்டிருக்கிற கோ-கோ விளையாட்டின் தோற்றநிலை வருதுகிளி, வரட்டுங்கிளி விளையாட் டாகும். இவ்விளையாட்டில் அருகருகே/எதிரெதிர் திசையில் வரிசையாக அமர்ந்திருக்கும் எதிரணி உறுப்பினர்களிடமிருந்தும் அதேநேரத்தில் பட்டவருபவரிடமிருந்தும் ஓடுபவர் தொடுபடாமல் தப்பிக்க வேண்டும்.

2. கிளித்தட்டு விளையாட்டில் தரையில் வரையப் பட்டிருக்கும் கட்டங்களின் ஒருபுறமிருந்து மறுபுறம் செல்வதற்கு இடையிலுள்ள நான்கு கட்டங்களையும் தாண்ட வேண்டும். அப்பொழுது தன்னை நான்கு புறங்களும் சுற்றி நிற்கும் உறுப்பினர்களனைவரையும் கவனத்தில் கொண்டே செயல்படவேண்டும்

3. நொண்டி விளையாட்டின் ஒருவகையான ஜுட் நொண்டியில் ஓடுபவர்கள் கட்டத்திற்குள் ஓட, தொடுபட்டவர் கட்டத்திற்கு வெளியே நிற்பார். உள்ளே ஓடுபவர்கள் நொண்டியடித்து வருபவரிடமிருந்தும் அதேநேரம் வெளியில் தொடுபட்டு நிற்பவரிடமிருந்தும் ஒரே நேரத்தில் தன்னைக் காத்துக்கொள்ள வேண்டும். தொடுபட்டுக் கட்டத்திற்கு வெளியே நிற்பவரின் அருகில் ஓடுபவர்கள் நிற்கும்போது உள்ளே நொண்டியடித்துக் கொண்டிருப்பவர் ஜுட் என்று சொன்னவுடன் அவர் உடனே நொண்டியடித்துக் கட்டத்தினுள் வந்து அவருக்கு முன்னால் நிற்பவர்களைத் தொடு ஆக்கி விடுவார். ஆகவே கட்டத்தினுள் ஓடுபவர்கள் இருவரையும் கவனத்தில் கொண்டே ஓடவேண்டும்.

மேற்சொன்ன மூன்று விளையாட்டுக்களும் விளையாடுபவர்களுக்கு வேகத்தையும் கவனத்தையும் கற்றுத் தருகின்றன. வாழ்க்கையில் தோல்வி ஏற்பட்டாலும் உடன் துவண்டுவிடாமல் மீண்டும் வேகத்துடன் வாழ்க்கையை எதிர் கொள்வதற்கு விளையாட்டுக்கள் உதவுவதையே இவை வெளிப்படுத்துகின்றன.

தன்னம்பிக்கை வளர்தல்

விளையாட்டுக்களில்தான் குழந்தைகளுக்குத் தனிச்சுதந்திரம் கிடைக்கிறது. பெரியவர்கள் செய்கின்ற செயல்களையெல்லாம் தானும் செய்யவேண்டும் என்று விரும்புகிற குழந்தைகளின் விருப்பம் விளையாட்டில் தான் நிறைவேறுகிறது. மேலும் விளையாட்டில் சுதந்திரமாகச் செயல்படுவதால் தன்னால் எல்லாச் செயல்களையும் செய்யமுடியும் என்கிற நம்பிக்கை ஏற்படுகிறது. இதற்குக் காரணம் விளையாட்டில்தான் ஒவ்வொருவருக்கும் பொறுப்பு தரப்படுகிறது. அது விளையாட்டில் வெற்றிபெற வேண்டும் என்பதாகும். சான்று தலைவர் பொறுப்பு. ஒருவர் தலைவர் பொறுப்பேற்று விளையாட்டை நடத்திச் செல்வதன் மூலம் வேறுபட்ட குணங்களையுடைய பலரை ஒருங்கிணைத்துச் செல்லும் திறமையும் குணமும் தன்னிடம் உள்ளது என்று நம்பிக்கையோடு செயல்பட முடிகிறது.

2. கள்ளன் போலீஸ் விளையாட்டில் திருடனாகவும் போலீஸாகவும்

இருப்பவர்கள் தங்கள் பொறுப்பைத் திறம்படச் செய்கின்றனர். திருடனாகயிருப்பவர் போலீஸிடம் அகப்படாமலிருக்க ஊர் முழுவதும் உள்ள இடங்களில் ஒளிந்து கொள்கிறார். ஓடுகிறார். போலீஸாக இருப்பவர்களும் அவரைப் பிடித்துவிடும் நோக்கோடு பின்னால் துரத்துகின்றனர். இந்த விளையாட்டில் நன்றாக ஓடுபவரே எப்பொழுதும் திருடனாகயிருக்கிறார். ஆக இவரால்தான் முடியும் என்று பொறுப்பு தரப்படுவதும் தன்னை நம்பித்தரப்பட்ட பொறுப்பைத் திறம்படச் செய்வது என்று இருதரப்பினரும் நம்பிக்கையோடு செயல்படுகின்றனர். இத்தகைய தன்னம்பிக்கையே அவர்கள் வாழ்க்கையில் முன்னேறுவதற்கும் தோல்வி ஏற்பட்டாலும் பெரிதாக எடுத்துக்கொள்ளாமல் தன்னம்பிக்கையோடு மீண்டும் செயல்படுவதற்குமான பயிற்சியைத் தருகிறது.

தந்திரங்களை அறிதல் (Strategy)

விளையாடுகின்ற குழந்தைகள் பொறுமை, ஒற்றுமை போன்ற சில நல்ல பயிற்சிகளைப் பெற்றாலும் தந்திரங்களைக் கற்றல் போன்ற வாழ்க்கைக்குத் தேவையான பண்புகளையும் பெறுகின்றனர். விளையாட்டுக்களில் இது திசை திருப்புதல், ஏமாற்றுதல் என்கிற இரு நிலைகளில் காணப்படுகிறது. சான்றாக

1. நொண்டி விளையாட்டு, தொட்டுப் பிடித்து வருதல் விளையாட்டில் ஒருவர் தான் தொடுபடப்போகிறோம் என்று தெரிந்தவுடனும்

2. கிளித்தட்டு விளையாட்டில் ஒரு கட்டத்திலிருந்து மற்றொரு கட்டத்திற்குச் செல்ல வேண்டியிருக்கும் போது ஒருவர் பட்டு வருபவரை ஆ... ஊ... என்று சப்தங்கள் எழுப்பியும் பட்டுவருபவரின் பட்டப் பெயர்களைக் கூறியும் அவருக்குப் பிடிக்காத செயல்களைச் செய்வதன் மூலமாகவும் அவரைத் திசை திருப்பித் தான் தப்பித்துக்கொள்கிறார்.

உத்திபிரித்தல் முறையிலேயே சில தந்திரங்கள் தலைவராலும் உறுப்பினர்களாலும் செய்யப்படுகின்றன. அணித் தலைவர் தனக்குப் பிடித்த உறுப்பினரைத் தனது அணியில் சேர்த்துக் கொள்வதற்கும் சில தந்திரங்களைச் செய்கிறார். அதுபோல் உறுப்பினரும் செய்கிறார்.

1. புனைப்பெயர் வைத்துக்கொண்டு வரும் முறையில் தலைவரும் உறுப்பினரும் புனைப்பெயரை முன்னரே தெரிவித்துக் கொள்ளுதலும் உறுப்பினர் தனது புனைப்பெயரைத் தலைவருக்குச் சைகையின் மூலமாகத் தெரியப்படுத்தலும் ஆகும்.

2. எண்ணுப்பெயர் முறையில் தலைவர் தனக்கு வேண்டிய உறுப்பினரைத் தான் கேட்ட எண்ணில் நிறுத்துதல். அதாவது ஒற்றைப்படை இரட்டைப்படை ஆகிய இரண்டு எண்களில் தலைவர் ஒற்றைப்படை எண்ணைத் தேர்ந்தெடுத்திருந்தால் தனக்குப்பிடித்த உறுப்பினரை ஒன்று, மூன்று, ஐந்து ஆகிய ஒற்றைப்படை எண்ணிக்கை வருமிடங்களில் நிறுத்திவைப்பார்.

வாழ்க்கை முழுமைக்கும் நடைபெறும் சமூகவயமாதல் குறித்துப் பேசும் சமூகவியலர் சமூகத்திற்கே முக்கியத்துவம் தந்திருக்கின்றனர். சமூக விதிமுறைகளுக்கு ஏற்றவாறு தன்னை மாற்றிக்கொண்டு சமூகத்தோடு ஒன்றி வாழும் மனிதனே சமூக மனிதன். இல்லையெனில் அவன் விலங்கு நிலையிலிருந்தே வளர்ச்சியடையவில்லை என்று இவர்கள் கருதுகின்றனர்.

மனிதன் சமூகவயமாதலுக்கு உதவும் சமூக நிறுவனங்கள் பல. அவற்றில் ஒன்று ஒத்தவயதுக்குழு. அது விளையாட்டுத் தோழர்கள் ஆகும். இத்தகைய சமவயது விளையாட்டுத் தோழர்களாலேயே ஒருவன் எண்ணிலடங்கா நடத்தை முறைகளை மிக எளிதாகவும் எளிதில் மாற்றிவிடமுடியாத அளவிற்கும் கற்றுக்கொள்கிறான்.

இங்கு கற்றுக்கொள்ளல் என்பது இன்றைய கல்வியைப் போன்று திணிக்கப்படுவதில்லை. ஒருவருக்குத் தானாகவே அவருக்கு விருப்பமான முறையில், விருப்பமான நபர்களால் மகிழ்ச்சியோடு சமூகச் சட்டதிட்டங்கள் கற்றலாக உள்வாங்கிக் கொள்ளப் படுகின்றன என்றே கூறவேண்டும். அதனாலேதான் ஒருவர் இந்த சம வயதுக் குழுவின் மூலம் உள்வாங்கிக் கொண்ட கற்றலைத் தன் வாழ்நாள் முழுமையும் எவ்விதக் குறைபாடும் இல்லாமல் பயன்படுத்திக் கொள்ள முடிகிறது. எனவே சமூகவயமாதலில் விளையாட்டுக்களின் பங்கு இன்றியமையாததாகிறது.

பண்பாடும் சமூகவயமாதலும்:

மானிடவியல் அறிஞர்கள் சமூகம் என்ற நிலையிலிருந்து பரந்த பார்வையில் பண்பாடு என்கிற அளவில் சமூகவயமாதலை விளக்கி யிருக்கின்றனர். சமூகவயமாதல் பண்பாட்டைப் பொறுத்தே அமையும் என்பதுதான் மானிடவியலர் கருத்து. மானிடவியல் அறிஞரான த்பெனடிக்ட் சமூகவயமாதலைப் பின்வருமாறு வரையறை செய்கிறார்.

'ஒரு பண்பாட்டுச் சூழலில் வாழும் மனிதனின் நடவடிக்கைகளிலும் சிந்தனைகளிலும் பண்பாட்டுக்கூறுகள்

தேங்கியிருக்கும். குழந்தை பிறக்கின்றபொழுது பண்பாட்டுச் சார்பில்லாததாக விளங்கும். பின்னர் சமூகத்தின் பழக்கவழக்கங்களைக் கற்றுக் கொள்வதற்கான வாய்ப்புகளைப் பெற்றோர்கள் குழந்தைக்கு உருவாக்கித் தருகிறார்கள். ஒரு குறிப்பிட்ட பண்பாட்டின் குறிப்பிட்ட பழக்கவழக்கங்களைக் கற்றுக்கொள்ளவேண்டிய அவசியம் அக்குழந்தைக்கு ஏற்படுகிறது. விதிமுறைகளின் மூலமாகப் பெற்றோர்கள் குழந்தைகளைப் பயிற்றுவிப்பதும் பெரிய குழந்தைகள் சிறிய குழந்தைகளை வழிநடத்துவதும் ஆசிரியர்கள் மாணவர்களைத் தண்டிப்பதும் தட்டிக்கொடுப்பதும் எனப் புதிய பரம்பரை உருவாக அவர்களுடைய சமூகத்தை நிலைநிறுத்துகிறார்கள். இவ்வாறு சமூகத்தை நிலைநிறுத்துவதற்கான வழிமுறையே சமூகவயமாதல் எனப்படும்' (மொபின்னுதின் ராஸ்:*1976:4*)

ரூத்பெனடிக்டின் வரையறை பண்பாடு என்கிற அளவில் பரந்துபட்டதாக இருப்பதற்கேற்ப விளக்கங்கள் இல்லை. விதிமுறைகள் என்று பொதுவாகக் கூறியிருப்பதால் எத்தகைய விதிமுறைகள்? எந்தமாதிரியான சூழ்நிலையில்? எவ்வாறு? யாரால் கடைப்பிடிக்கப்படும்? என்பது போன்ற விளக்கங்கள் தேவை. ஆனாலும் இவ் வரையறையை அடிப்படையாகக் கொண்டு நாட்டுப்புற விளையாட்டுக்களின் மூலமாகக் கற்றுக்கொள்ளப்படும் பண்பாட்டின் கூறுகளை விளக்கமுடியும்.

குறிப்பிட்ட பண்பாட்டின் குறிப்பிட்ட பழக்கவழக்கங்களைக் குழந்தை கற்றுக்கொள்வது அவசியம். அவற்றைக் கற்றுக்கொள்ளும் களங்களில் விளையாட்டுக்களும் அடங்கும். விளையாட்டுக்களில் பண்பாட்டுக் கூறுகளாக அதன் அம்சங்களை வெளிப்படையாகப் பார்க்கமுடியாது. புதைபொருள் நிலையிலேயே பார்க்கமுடியும். இப்பகுதி தமிழ்ப் பண்பாட்டின் குறிப்பிட்ட முக்கிய பழக்கவழக்கங்களாகக் கடைப்பிடிக்கப்பட்டுவரும் சில பழக்க வழக்கங்களைக் குழந்தை விளையாட்டுக்கள் மூலமாகக் கற்றுக் கொள்வதை விளக்குகிறது.

1. தமிழ்ப் பண்பாட்டில் உறவுமுறை அடிப்படையிலான திருமணம் மிகவும் முக்கியமாகக் கடைப்பிடிக்கப்பட்டு வருகின்ற பழக்கமாகும். தாய்மாமன், அத்தை மகன் - மகள், மாமன் மகன் - மகள் போன்ற உறவுமுறை உடையவரைத் திருமணம் செய்வது காலங்காலமாக இருந்துவருகிறது. குழந்தைக்குப் பெரியவர்கள் குழந்தைப் பருவத்திலேயே உறவுமுறைத் திருமணம் பற்றிய அறிவைப்

புகுத்திவிடுகின்றனர். இதுவே விளையாட்டில் வெளிப்படுகிறது. அதாவது உறவுமுறை அடிப்படையிலான திருமணமும் அதன் அவசியமும் திருமண உறவுமுறைக்குரிய நபரையும் பெயரையும் குழந்தைகள் குழந்தைப்பருவத்திலேயே தெரிந்துக்கொண்டு அத் திருமணத்திற்குத் தங்களைத் தயார்படுத்திக் கொள்கின்றனர்.

சான்று: வெத்தலக்கட்டு பிடியாத விளையாட்டு

இந்த விளையாட்டினிறுதியில் கைகளுக்கிடையில் பிடிப்பட்டவரிடம் சிறுவனாக இருப்பின் 'உன் பெண்டாட்டி பேரென்ன' என்றும் சிறுமியாக இருப்பின் 'உன் புருசன் பேரென்ன'? என்றும் கேட்டு அவர் ஒரு பெயரைக் கூறியபிறகே வெளியில் அனுப்பப்படுகிறார்.

இதே விளையாட்டு கச்சைகட்டி (22.1.94) என்கிற ஊரில் விளையாடப்பட்டபொழுது கைகளுக்கிடையில் பிடிபட்டவரிடம் உன் முறைமைக்கார பெயரைச் சொல்லு என்றே கேட்கப்பட்டது.

இந்த இரண்டு சான்றுகளையும் விளையாட்டு என்ற ஒரு பனுவலாக மட்டும் பார்த்தால் சாதாரணமாகத் தோன்றும். ஆனால் குழந்தைகள் விளையாடிக்கொண்டிருக்கும் பொழுது சுற்றி நின்று பார்க்கின்ற பெரியவர்களின் தலையீடுகளால் உறவுமுறை அடிப்படையிலான திருமணம் மக்களிடையே முக்கியத்துவம் பெற்றிருப்பதை உறுதிப்படுத்தமுடிகிறது.

1. பெற்றோர்களும் பெரியவர்களும் குழந்தைகள் விளையாடும்

விளையாட்டிற்கு முக்கியத்துவம் தருகின்றனர். அதாவது விளையாடுகின்றபோது குழந்தைகள் செய்யும் தவறுகளை அருகிலிருந்து திருத்துகின்றனர். குறிப்பாக வெத்தலக்கட்டு பிடியாத விளையாட்டு விளையாடப் படும் பொழுது அனைவரும் கூடி விடுகின்றனர். சிறுவர்களால் கூறப்படும் உறவுமுறைப் பெயர்களைத் தெரிந்து கொள்வதில் ஆர்வம் காட்டுகின்றனர். குழந்தைகள் பெயர் தெரியாமல் விழித்தால் உறவுமுறையுடையவரின் பெயரைத் சொல்லித்தருகின்றனர். பெரும்பாலும் குழந்தைகள் தங்கள் திருமண உறவுடையவரின் பெயரைத் தெரிந்தே வைத்திருக்கிறார்கள். பெரிய வர்களால் சொல்லித் தரப்படும் பெயர் சண்டைக்கார உறவுப் பெயராகவும் இருக்கிறது. பிறர் அதைத் தடுத்துவிடுகின்றனர்.

ஒரு சிறுமி தன்னுடைய அக்காவின் கணவர் பெயரைக் கூற மற்றவர்கள் 'உங்க அக்கா வீட்டுக்கார எப்படி புள்ள கட்டுக்குவ' என்று கிண்டல் செய்தனர் (வலையபட்டி:13.4.93). மேலும் அச் சிறுமி யினுடைய அக்காவின் கணவரே அவர்கள் குடும்பத்திற்குத் துணையாக இருப்பதால் அவர் பெயரைக் கூறினாள் என்றும் பதிலளித்தனர்.

ஒரே இனத்தவர் மட்டும் வாழும் பகுதியில் இந்த விளையாட்டு சேகரிக்கப்பட்ட பொழுது திருமண உறவுடையவரின் பெயரைக் கூறுவது முக்கியமானதாகக் கருதப்பட்டது. சிறுவர்கள் கூறப் போகும் பெயரைக் கேட்க ஆர்வமுடன் மற்றவர்கள் எதிர்பார்த்திருந்தனர். ஒரிருவர் உறவுமுறைப் பெயரைக் கூறாமல் தங்களுக்குப் பிடித்தவரின் பெயரைக் கூறிவிட அப்போதிருந்து இருவரையும் இணைத்துக் கேலி செய்ததைக் கள ஆய்வில் காணமுடிந்தது (வண்ணாம்பாறைப்பட்டி.17.10.93).

ஒரு சிறுவனுக்குத் திருமண உறவுடைய பெண்ணே இல்லை என்பதால் இந்தக் குறிப்பிட்ட விளையாட்டிற்கு மட்டும் அச்சிறுவன் சேர்த்துக் கொள்ளப்படவில்லை (கச்சைகட்டி:22.1.94)

மேற்குறிப்பிட்ட தரவுகளின் மூலம் பண்பாட்டில் வேரூன்றியிருக்கும் உறவுமுறை அடிப்படையிலான திருமணத்தின் முக்கியத்துவத்தையும் அவை இன்றும் மாறாமலிருப்பதையும் அறியமுடிகிறது. பெரிய வர்களின் ஈடுபாடே இதற்குக் காரணமாகின்றது. பெரியவர்கள் வீட்டில் வேலையாக இருந்தாலும் சில குறிப்பிட்ட விளையாட்டுக்களுக்கும் அவ்விளையாட்டுக்களின் குறிப்பிட்ட பகுதிகளுக்கும் முதனிலைப் பார்வையாளர்களாகி விடுகின்றனர். சில நேரங்களில் இது போன்ற விளையாட்டுக்களை விளையாடச்சொல்லி வேடிக்கை பார்க்கின்றனர்

(கட்டச்சி 17.10.98). எனவே தான் சில விளையாட்டுக்கள் இன்று வரை மாறுபாட்டிற்குட்படாமல் இருக்கின்றன. சிறுவர்கள் திருமண உறவுடையவரின் பெயரைக் கூறுகின்ற பொழுது அடைகின்ற வெட்கமும் கூச்சமும் அவர்கள் திருமணம் பற்றிய முழுமையான புரிதலைப் பெற்றிருக் கிறார்கள் என்பதைப் புரிந்து கொள்ள வைக்கிறது.

இது குறித்துப் பெரியவர்கள் அறிவுறுத்துவது என்பதுடன் குழந்தைகள் தாங்கள் பார்க்கின்ற நிகழ்வுகளிலிருந்தும் கூடப் புரிந்துகொள்கின்றனர். குடும்பத்தில் மற்ற வீடுகளில் நடைபெறும் பூப்புச்சடங்குகள் அதில் தாய்மாமனுக்குத் தரப்படும் முன்னுரிமை அச்சடங்கு நேரங்களில் பெரியவர்களால் பேசப்படுகின்ற திருமண உறவுடையவரோடு தொடர்புப் படுத்தப்பட்ட கேலிப் பேச்சுக்கள் ஆகியவற்றைக் கேட்கின்ற சிறுவர்கள் தங்கள் விளையாட்டுக்களிலும் அதையே வெளிப்படுத்துகின்றனர்.

இதுவே சிறுமிகள் மட்டும் விளையாடுகின்ற திரிதிரியம்மா விளையாட்டில் தோல்வியடைந்த சிறுமிக்குச் சடங்கு வைத்தல் என்கிற தண்டனையாக்கப்பட்டுள்ளது. இது விளையாட்டுக்களும் பாலினமும் என்கிற தலைப்பில் விரிவாக விளக்கப்பட்டுள்ளது.

2. நமது பண்பாட்டில் திருமணம் குறித்த மற்றொரு இன்றி யமையாத அம்சமாக இருப்பது அகமணம், புறமணம் ஆகிய இரண்டில் அகமணம் என்பதாகும். அகமணம் ஒரு இனத்திற்குள்ளேயே திருமணம் செய்து கொள்ளுவதாகும். விளையாட்டில் இது புதை பொருள் நிலையில் காணப்படுகிறது.

சான்று: பூசணிக்காய் விளையாட்டு

இவ்விளையாட்டில் பூசணிக்காய்களைப் பெண்ணாகவும் பூசணிக் காய்களை வேண்டுகிற அரசனை மாப்பிள்ளையாகவும் கொண்டால் பூசணிக்காய்களும் பாட்டியும் ஓர் இனத்தைச் சேர்ந்தவர்கள். அரசன் வேறொரு இனத்தைச் சேர்ந்தவன். அவன் பலமுறை பூசணிக்காய் (பெண்) வேண்டியும் மறுக்கப்படுகிறது. பூசணிக்காய் வேண்டுவதைத் திருமணம் செய்துகொள்ளப் பெண்கேட்பதாகவும் மறுத்தல் என்பது வேறு இனத்தைச் சேர்ந்தவனுக்குத் தனது பெண்ணைத் திருமணம் செய்து கொடுக்க மறுத்தல் என்பதாகவும் புரிந்துகொள்ள வேண்டும்.

பூசணிக்காய்களுக்கு முன்னால் அமர்ந்திருக்கும் பாட்டி தோட்டக் காரன் ஆகிய இருவரும் பூசணிக்காய் (பெண்) கேட்கும் அரசனுக்கு வெவ்வேறு வகையில் சமாதானம் கூறியும் வேலைக்காரனுக்குப் பல

வேலைகளைச் செய்யச் சொல்லியும் பூசணிக்காய் தருவதைப் பல நிலைகளில் தட்டிக் கழிக்கின்றனர். இவர்களிருவருமே தங்களது சொத்தைப் பாதுகாக்கப் பாடுபடுகின்றனர். இங்கு சொத்தானது பாரம்பரியப் பழக்கம். அதனால்தான் இவ்விளையாட்டின் எல்லா வடிவங்களிலும் பாட்டி, தோட்டக்காரன் ஆகிய இருவரைத் தவிர வேறு பாத்திரங்கள் இல்லை. இவையனைத்தையும் மீறிப் பூசணிக்காய்கள் பறிக்கப்படும்போது அவற்றைக் கொடியிலிருந்து பறிப்பதற்கு மிகுந்த பிரயத்தனப்படவேண்டியிருக்கிறது. இங்கு கொடி என்பதைக் குலம் என்று புரிந்து கொள்ளவேண்டும். பூசணிக்காய்களான சிறுவர்கள் ஒருவருக்கொருவர் தங்களுக்குள் இறுக்கமாகப் பிடித்துக்கொண்டு கைவிட மறுத்தலைப் பெண்களும் பிற குலத்தில் திருமணம் செய்து கொண்டு செல்வதற்கு விருப்பமில்லாமல் இருப்பதையே குறிக்கிறது.

அடுத்ததாகப் பூசணிக்காய்களைப் பறிக்கின்றபொழுது நாய் கடித்துவிடுகின்றது. நாய் நமது பண்பாட்டில் காவலுக்குப் பயன் படுத்தப்படுவதாகும். இங்கும் பூசணிக்காய்களைப் பிறரிடமிருந்து காப்பதாகவே நாய் பயன்படுத்தப்படுகிறது. இங்ஙனம் பறிக்கப்பட்ட பூசணிக்காய்களை ஓரிடத்தில் வைத்து விட்டு வேலைக்காரன் அரசனிடம் தெரிவித்து அரசனை அழைத்துச் செல்லும் போது பூசணிக் காய்கள் எரிந்து சாம்பலாகிவிட்டதாக விளையாட்டு அமைகிறது. இது வேறு இனத்தில் கட்டாயத் திருமணம் நடத்தப்பெறும்போது அப்பெண் இறந்துபோவதையும் குறிக்கிறது. சாம்பல் என்பதும் முடிவைக் குறிப்பதாகும்.

மற்ற காய்களைவிடப் பூசணிக்காயைக் கொடியில் பறிப்பது சுலபமல்ல. மேலும் பூசணிக்காயும் பெண்ணின் உடலும் அமைப்பில் ஒன்றாக இருப்பதால் இவ்விளையாட்டில் மற்ற காய்கள்

பயன்படுத்தப்படாமல் பூசணிக்காய் பயன்படுத்தப்படுகிறது.

வேறு இனத்தில் திருமணம் செய்வதால் அல்லது செய்யும் முன் அந்தப் பெண் தானாக இறந்துபோவதும் பெரியவர்களால் கொலை செய்யப்படுவதும் என்று நமது அகமணப் பண்பாடு குறித்த கதைப்பாடல்கள், கதைகள் நம்மிடம் அதிகம் உள்ளதையும் இங்கு குறிப்பிட்டாக வேண்டும். முத்துப்பட்டன் கதை, காத்தவராயன் கதை போன்ற கதைப்பாடல்களும் தடாதகை அம்மன், சிக்கச்சி அம்மன் என்று இன்றைக்குக் காணப்படும் நாட்டுப்புறத் தெய்வங்கள் பலவற்றின் தோற்ற வரலாறுகளும் இதையே அடியொற்றியன. கொலையில் உதித்த தெய்வங்கள் என்றே ஆ.சிவசுப்பிரமணியன் நாட்டுப்புறத் தெய்வங்களை விளக்குகிறார்.

மேலும் இவ்விளையாட்டின் துவக்கத்தில் குழிதோண்டல், விதை விதைத்தல், காய் காய்த்தல் என்று வருகின்ற செய்திகளனைத்தும் பெண்ணின் பருவகால வளர்ச்சிகளைச் சுட்டுகின்றன. பூசணிக்காய் விளைந்துவிட்டதா என்று பார்ப்பதற்காக வருகின்ற வேலைக்காரன் வயதில் பெரிய சிறுமிகளை மட்டுமே (தலையில் தட்டிப்பார்த்து) விளைந்துவிட்டதாகக் கூறுகிறான். இது பெண் திருமண வயதை அடைந்துவிட்டாள் என்பதைக் குறிக்கிறது. இது போலவே 'ஒரு குடம் தண்ணீர் ஊற்றி ஒரு பூ பூத்தது என்கிற விளையாட்டும் வேற்று இனத்தைச் சார்ந்தவருக்கு மணமுடித்துத்தர மறுக்கும் அகமண முறையை வெளிப்படுத்தும் விளையாட்டுத்தான்' என்று வே. மாணிக்கம் கூறுகிறார் (ஆய்வுக்கோவை: **1987: 569-577**).

திருமணம் என்பது அனைத்துப் பண்பாட்டிலும் இன்றியமையாத ஒன்று. திருமணத்தைச் செய்து கொள்ளுவது யாருடன்? எவ்வாறு? எப்பொழுது? என்பதில்தான் மணமுறை பண்பாட்டிற்குப் பண்பாடு வேறுபடுகிறது. நமது சமூகத்தில் அகமணமும் அதையும் உறவுமுறைத் திருமணமாக்குதலும் காலந்தோறும் கடைப்பிடிக்கப்படுவது ஆகும். இதைக் குழந்தைகள் தெரிந்துகொள்வது அவசியம்.

விளையாட்டின் மூலமாகக் குழந்தைகள் நமது பண்பாடானது அகமணம், உறவு முறைத் திருமணத்தை அடிப்படையாகக் கொண்டது, நாமும் அதை மீறக்கூடாது என்பதை முதலில் புரிந்து கொள்கின்றனர். அடுத்ததாகக் குழந்தை தன்னுடைய இனத்தவரை மட்டும் அதிலும் தனக்குத் திருமண உறவுடையவரை மட்டும் அறிந்துகொள்கிறது. யாரை எத்தகைய உறவுடையவரைத் திருமணம் செய்து கொள்ள வேண்டும், செய்து கொள்ளக்கூடாது என்பதையும் தெரிந்துகொள்கிறது. அதனையே வாழ்க்கையிலும் கடைப்பிடிக்கிறது.

2. தமிழ்ப்பண்பாட்டின் மற்றொரு அம்சமாகக் கருதப் படுவது வீரம் ஆகும். இது விளையாட்டின் மூலமே உறுதி செய்யப்பட்டது. வீர விளையாட்டுக்களின் மூலமாகத் திருமணங்கள் தீர்மானிக்கப்பட்டன. ஆரம்பகாலத்தில் ஏறுதழுவுதல், சிலம்பம், மல்லாட்டம், வில்தெரித்தல் போன்றவை தமிழர்களுக்கேயுரிய விளையாட்டாக அவர்களின் வீரத்தை வெளிப்படுத்துவனவாக இருந்தன என்பது அனைவரும் அறிந்ததே. இன்றைக்கு இவை நிறுவனமயமாக்கப்பட்டு அவற்றின் நோக்கமும் மாறிவிட்டது.

பெண்ணைத் திருமணம் செய்து கொள்வதற்காக நடத்தப் பட்ட ஏறு தழுவுதல் சல்லிக்கட்டாகிப் பின் பரிசுக்காகக் காளைகளை அடக்குவது என்று மாறி இன்றைக்குப் பொழுது போக்காகிவிட்டது. அதாவது ஓடி வருகின்ற காளைகளை வேடிக்கை பார்ப்பதும் பலர் ஒன்று சேர்ந்து ஒரு காளையை அடக்குவதும் என்று இன்றைக்கு நோக்கம் மாறிக்கொண்டு வருகிறது. பிற வீர விளையாட்டுக்களுமே நிறுவனமயமாக்கப்பட்டுவிட்டன.

சிலம்ப விளையாட்டு ஓரிரு இடங்களில் மட்டும் காணப்படுகின்றது. சிறுவன்கள் விளையாட்டுக்களில் காணப்படும் வீரம் சிறுமியர் விளையாட்டில் இல்லை. சிறுவன்கள் விளையாட்டு உடல்வலிமையை மட்டுமே வெளிப்படுத்துவதாக உள்ளது. இது சிறுவன்களின் வயது மற்றும் உடல் வலிமையைப் பொறுத்ததாகவும் உள்ளது. சிலம்பாட்டம் கம்புச்சண்டையாக, மல்லாட்டம் குஸ்தியாக, வில்தெரித்தல் விளக்குமாற்றுக்குச்சியால் தயாரித்த வில் அம்புகளை வைத்து விளையாடுதல் என்றும் பச்சைக்குதிரை, பூக்குதிரை என்று ஒருவரையொருவர் சுமந்துகொண்டு ஓடுதல், விளையாடுதல் என்று உடல் வலிமையை வெளிப்படுத்தும் நோக்கோடுதான் விளையாடப்படுகின்றன.

இவ்விளையாட்டுக்கள் ஒருவருக்கு ஒருவர் மட்டுமே என்று எண்ணிக்கையடிப்படையில் விளையாடப்படுபவை. அதனால் பார்ப்பவர்களுக்குச் சாதாரணமானதாகத் தோன்றும். ஆனால் இன்று கிராமப்புறங்களில் புதிதாக இரயில் வண்டி விளையாட்டு என்றொரு விளையாட்டு விளையாடப்படுகிறது. அணிநிலை விளையாட்டான இது வீரத்தின் அடையாளத்தை வெளிப்படுத்தும் விளையாட்டாக இருக்கிறது.

1. இரயில்வண்டி விளையாட்டில் குனிந்த நிலையில் தன்னிருகைகளையும் கால்களின் மூட்டுகளில் தாங்கி நிற்கின்ற அல்லது தனக்கு முன்னால் குனிந்திருப்பவரின் தோள்பட்டையைப்

பிடித்துக்கொண்டு ஒருவர் பின் ஒருவராக நிற்கின்ற ஓரணியினரின் மேல் எதிரணியினர் ஓடிவந்து விழுகின்றனர். அவ்வாறு விழுகின்ற போது அவர்களைத் தாங்குகின்றவர்களின் உடல் உறுப்புக்கள் அசையக்கூடாது. அது போன்றே ஓடி வந்து விழுகின்றவரும் விழுந்ததும் கை, கால் போன்ற உறுப்புக்களை அசைக்கக்கூடாது.

இரு அணியினரும் விழுகின்ற அந்தக்கண நேரத்தில் மட்டுமே உடலுறுப்புக்களை அசைத்துக்கொள்ளமுடியும். விழுகின்றவர் எந்தக் கோணத்தில் விழுந்தாலும் அப்படியே தான் கிடக்க வேண்டும். கை அல்லது கால்களைச் சரிபண்ணிக் கொள்கிறேன் என்று கூற முடியாது. அதனால் விழுகின்றவர் ஓடிவந்து விழுந்தாலும் சரியாக விழவேண்டும் என்பதில் தெளிவாக இருக்கிறார். சரியாக விழாமல் கீழே விழுந்தால் விளையாட்டை விட்டு வெளியேற்றப்படுகிறார். ஒரு அணியில் எத்தனை உறுப்பினர்கள் இருந்தாலும் அவர்களனைவரையும் எதிரணினர் தாங்கிக் கொள்ளவேண்டும். முதலில் விழுகின்ற அணியின் விழும் வேகம் பலமாக இருந்தால் அடுத்தமுறை எதிர் அணியின் விழும் வேகம் அதிகரிக்கிறது. இவ்வாறு வேகம் கூடிக்கொண்டேபோகும்.

இங்ஙனம் இந்த விளையாட்டை விளையாடுகின்ற ஒவ்வொருவரும் அணியாக ஒன்றுபட்டு விளையாடினாலும் தனிப்பட்ட முறையில் தங்களது வலிமையையும் நிரூபிக்க வேண்டும். இங்கு வலிமை என்பது தன்மேல் விழுகின்ற நபர்களைத் தாங்கிக் கொள்ளுதலாகும். மேலும் வலிமை குறைந்த நபர் அதாவது அவரது கை கால் அசைக்கப்பட்டு அவர் வெளியேற்றப்படும்போது அவ்வணியின் உறுப்பினர் எண்ணிக்கையும் வலிமையும் குறைந்து அவ்வணிக்குப்

பெரிய இழப்பாக அமைந்து அவ்வணி தோல்வியடைய நேரிடுகிறது. அந்தத் தனிப்பட்ட நபரும் கேலிக்குள்ளாக்கப்படுகிறார். எனவே அணியின் வலிமை தனிப்பட்ட ஒவ்வொருவரின் வலிமையைப் பொறுத்ததாக இருக்கிறது.

2. அணில் விளையாட்டு என்பதும் வீரத்தை வெளிப்படுத்தும் விளையாட்டேயாகும். மரமிருந்தால்தான் இந்த விளையாட்டை விளையாடமுடியும். பொதுநிலை விளையாட்டான இதில் மரம் ஏறும் வேகமும் இறங்குகின்ற வேகமுமே ஒருவரின் வெற்றி தோல்வியை நிர்ணயிக்கின்றது. வேகமாக மரம் ஏறி இறங்கத்தெரியாதவன் விளையாட்டு முடியும் வரையில் பட்டவனாகவே இருக்கிறான்.

3. வலிமையை அடிப்படையாகக் கொண்ட கொட்டான் கொட்டான் என்கிற விளையாட்டும் சிறுவன்களுக்கேயுரிய விளையாட்டாகும். இவ்விளையாட்டில் ஒருவர் தலையில் மற்றவர் குட்டுவதே சிறப்பு அம்சமாக உள்ளது. அவ்வாறு குட்டும் போது தலையில் குட்டு வாங்கும் சிறுவன் அழுதால் மற்றவர்களால் கேலிக்குள்ளாக்கப்படுகிறான். இதிலும் ஒருவருக்கொருவர் குட்டுகிற பலம் அதிகரித்துக்கொண்டே போகும். சிறுமிகள் தங்களையும் இவ்விளையாட்டில் சேர்த்துக் கொள்ள வேண்டுமென்று கேட்டபோது சிறுவன்களால் நாங்கள் குட்டுகிற குட்டைத் தாங்கமுடியாது நீங்க வேணாம் என்று தடுக்கப்பட்டனர். (கச்சைகட்டி 22.1.94). ஆக இவ்விளையாட்டு வீரத்தையும் உடல் வலிமையையும் வெளிக்காட்டுகிற விளையாட்டேயாகும்.

4. சடுகுடு விளையாட்டும் தனிநபர் மற்றும் அணியின் வீரத்தை / உடல் வலிமையைத் தீர்மானிக்கின்ற விளையாட்டாகும். ஓரணியிலிருந்து வருகின்ற உறுப்பினரை எதிரணியின் அனைத்து வீரர்களும் பிடித்துக்கொண்டால் பிடிபட்ட உறுப்பினர் தன் உடல் வலிமையையெல்லாம் திரட்டி அவர்களிடமிருந்து தன்னை விடுவித்துக்கொள்கிறார். இங்கு தனிநபரின் வீரத்திற்கும் ஒரு குழுவினுடைய வீரத்திற்கும் போட்டி நடக்கிறது. தனிநபரின் வெற்றியும் வீரமும் அணியினுடைய வெற்றியாகின்றன.

இன்றைய நிலையில் வீர விளையாட்டுக்களின் நோக்கம் மாறிவிட்டாலும் வீரம் நிரூபிக்கப்படுதல், அது ஆண்களுக்கே உரிய ஒன்று என்கிற அம்சம் மட்டும் மாறவில்லை. வீரத்தை, உடல் வலிமையை அடிப்படையாகக் கொண்ட விளையாட்டுக்களை விளையாடுவதன் மூலமாகச் சிறுவன்கள் தங்கள் பண்பாட்டில் வீரம் என்பது ஆண்களுக்குரியது மட்டுமே என்று புரிந்து கொள்கிறார்கள்.

குடும்பத்திலும் தனக்கே பொறுப்பு அதிகம், அதாவது பெண்களையும் வயதில் சிறியவர்களையும் விட உடல் வலிமையை அடிப்படையாகக் கொண்ட உழைப்பின் மூலமாகத் தான்மட்டுமே குடும்பத்தை முன்னின்று நடத்தமுடியும் என்கிற எண்ணத்தை இதன் மூலம் பெறுகிறார்கள். ஆணுக்குக் குடும்பத்திற்குத் தேவையான பணத்தைச் சம்பாதிப்பதற்கான வெளி உழைப்பும் பெண்ணுக்குக் குடும்பத்தினுள் ஊதியமல்லா உள் உழைப்பும் என்ற பிரிவினையைக் கொண்ட சமூகத்தில் தன்னுடைய வலிமையின் அவசியத்தை, ஆதாரத்தைப் புரிந்துகொள்வதற்கும் அதன்படி நடப்பதற்கும் இது போன்ற விளையாட்டுக்களே உதவுகின்றன.

3. நாட்டுப்புற விளையாட்டுக்கள் பண்பாட்டு அம்சங்களையும் கூறுகளையும் வெளிப்படுத்துவன என்பதற்குச் சான்றாகப் பண்பாட்டின் வேர்களான சடங்குகளிலும் விழாக்களிலும் சில விளையாட்டுக்களுக்கு முக்கியத்துவம் தரப்பட்டு விளையாடப்படுவதைக் கூற முடியும்.

திருமணச்சடங்குகளின் ஒரு பகுதியான நலுங்கு வைத்தலில் சில விளையாட்டுக்கள் விளையாடப்படுகின்றன.

1. பல்லாங்குழி: இவ்விளையாட்டின் ஒரு வகையான கல்யாணப் பாண்டி மட்டும் திருமணச் சடங்கில் விளையாடப்படுகிறது. கல்யாணப்பாண்டி என்பது குழிக்கு ஐந்து காய்களை முறைப்படி பதினான்கு குழிகளிலும் போட்டு ஒரு குழியிலிருந்து ஐந்து காய்களையும் மொத்தமாக எடுத்து அடுத்த குழியில் போடுவதாகும். அதற்கடுத்த ஐந்து காய்களை அதற்கடுத்த குழியில் போடுவதென்று

இப்படியே தொடர்ந்து ஆடிவர வேண்டும். வெற்றுக்குழி வந்ததும் அக்குழியைத் தடவி (துடைத்து) அதற்கடுத்த குழிக் காய்களையும் அக்குழியின் எதிர்க்குழிக் காய்களையும் விளையாடுபவர் எடுத்துக் கொள்ளுதலே விளையாட்டாகும். விரைவில் முடிவடைந்து விடக் கூடிய ஆட்டவகை இது.

2. பூப்பந்து எறிதல்: பூக்களால் செய்யப்பட்ட பந்தினை மணப்பெண்ணும் மாப்பிள்ளையும் ஒருவர் மேல் ஒருவர் எறிந்துகொண்டு விளையாடுதல்

3. தேங்காய் உருட்டுதல்: தேங்காய் வடிவிலமைந்த வெண்கலத்தினால் செய்யப்பட்ட தேங்காயை மணப் பெண்ணிற்கும் மாப்பிள்ளைக்கும் நடுவில் வைத்து இருவரும் ஒருவரிடமிருந்து ஒருவர் பறித்துக்கொள்ளுதல்

4. திருமணத்தன்று மாலை அல்லது மறுநாள் காலை மஞ்சள் நீரினால் நிரப்பப்பட்ட அண்டா அல்லது குடத்தினுள் போடப் பட்டிருக்கும் மோதிரம் - கத்தி / சங்கு - பொம்மை போன்றவற்றை எடுத்தல். இதில் மோதிரமும் பொம்மையும் பெண்ணிற்குரியவை. கத்தியும் சங்கும் ஆணிற்குரியவை. நீரினுள்ளிருந்து பெண்ணுக்கு ரியதை ஆணோ ஆணுக்குரியதை பெண்ணோ மாற்றி எடுக்கக்கூடாது (ஆய்வுக்கோவை:1994).

பெண்ணிற்குத் திருமணத்திற்குச் சீராகக் கொடுக்கப்படும் பொருட்களில் பல்லாங்குழியும் முத்துக்களும் வெண் கலத்தினாலான தேங்காய் மற்றும் பொம்மை போன்றவையும் அடங்கும். (இரத்தினம்: 60: திருவைகுண்டம்)

பெண்கள் பூப்படைந்த நேரத்தில் பல்லாங்குழி, தாயம் போன்ற விளை யாட்டுக்கள் விளையாடப்படுகின்றன. திருநெல்வேலி மாவட்டத்தில் பூப்படைந்த பெண்ணின் வீட்டில்தான் பல்லாங் குழிப்பலகையும் முத்துக்களும் தாயம் விளையாடுவதற்குப் பயன் படுத்தப்படும் தாயக்கட்டை, சோவிகள், காய்களும் இருக்கும் என்று கூறுகின்றனர் (நடுக்கல்லூர் 18.8.94).

பரமபதம் விளையாட்டு இறந்தவர்களின் வீடுகளில் விடையாடப் படுகிறது. சில வைணவர்கள் தங்கள் வீடுகளில் இறந்துபோன வயதானவர்களின் சடலம் இரவு முழுவதும் வீட்டில் வைக்கப்பட வேண்டிய அவசியம் ஏற்படின் அன்றைய இரவு முழுவதும் இறந்தவரின் ஆன்மா சொர்க்கம் செல்லும் பொருட்டு பரமபதம் விளையாட்டு விளையாடுகின்றனர்.

சடங்குகள் தவிர விழாக்களிலும் விளையாட்டுக்கள் விளையாடப் படுகின்றன. இவை நேர்த்திக்கடனாகவும் பொழுது போக்கு மற்றும் மகிழ்ச்சிக்காகவும் விளையாடப்படுகின்றன.

1. சிலம்பம், புலிவேடம், குரங்குவேடம், நாகவேடம் போன்ற வேடமிட்டுக் கொண்டு விளையாடுதல் விழாக்காலங்களில் நேர்த்திக் கடனாக விளையாடப்படுகிறது. இது தவிர கயிறு குத்தி விளையாடுதல் என்று தங்களுடைய விலாவில் வளைந்த கம்பியினைக் குத்திக்கொண்டு அக்கம்பியில் கயிறு மாட்டி அதனைப் பின்னால் இருவர் இழுத்துக்கொண்டு வரக் கோவிலுக்கு நேர்த்திக்கடனாகச் செய்கிறார்கள் இதுவும் விளையாட்டு என்றே சொல்லப்படுகிறது.

மற்றொரு விளையாட்டு மஞ்சுவிரட்டு. அதாவது நெற்பிரிகளை ஒன்றாக இணைத்துக் கனமான கயிறாக்கி அதனை ஊருக்கு நடுவில்

வெட்ட வெளியில் மாட்டின் மூக்கனாங்கயிற்றோடு இணைத்துக் கட்டி விடுவார்கள். மாடு எளிதில் கயிறை அறுத்துக்கொண்டு போக முடியாது. அனைவரும் மாட்டைப் பிடிப்பது போல் விளையாடு வார்கள் (பாலமேடு: 21.10.2001).

2. கிருஷ்ண ஜெயந்தியின்போது உரிமரம் ஏறுதல், உறிப்பானை விளையாட்டு போன்றவையும் விழாக்காலங்களில் பானை உடைத்தல் கார்த்திகைக் கூம்பு போன்றவையும் விளையாடப்படுகின்றன. பொங்கல் முடிந்த மறுநாள் மாலையில் மோடி விளையாட்டு விளையாடப்படுகிறது (நாட்டுப்புற விளையாட்டுக்கள் 1980: 54-70)

3. பாரிவேட்டை என்பது வேட்டைக்குச் செல்வதாகும். காவல் தெய்வங்களான கருப்பணசாமி, அய்யனார் ஆகிய தெய்வ வழிபாட்டோடு தொடர்புப்படுத்தப்படுகிறது. சில கிராமங்களில் கிராம மக்கள் வீட்டிற்கொருவராக அருகிலுள்ள காட்டிற்குச் சென்று வேட்டை விலங்காகச சிறு முயலைக்கூடப் பிடித்து வருகின்றனர். சில கிராமங்களில் வேட்டைக்குச் செல்வதுபோல பாவனை செய்யப்படுகிறது. இவை இன்றும் கடைப்பிடிக்கப்பட்டு வருவனவாகும் (வேல்ச்சாமிகவுண்டர் 2.1.99)

4. மஞ்சள்நீர் தெளித்தல் என்பது திருமணத்தையும் திருமண உறவுக்குரியவரையும் அடிப்படையாகக் கொண்டதொரு விளை யாட்டாகும். கிராம தேவதைகளின் வழிபாட்டுக்காலத்தில் விழாவின் ஒரு பகுதியான பொங்கல் கழித்த மறுநாள் மகளிர் தங்கள் உடல் முழுவதும் மஞ்சள் நீரினைத் தெளித்திருப்பர். மஞ்சள் கரைத்த நீரினைப் பெரிய பானைகளில் நிரப்பி வீட்டின் வாசலில் வைத்திருப்பர். வீட்டை அல்லது தெருவினைக் கடந்து செல்லும் மணந்துகொள்ளும் முறைமையுடையவர் அல்லது விரும்பி மணக்கப் போகும் காதலர் மீது தெளித்து அல்லது ஊற்றி இன்புறுவர். இதுவே நீர் விளையாட்டாகப் பழந்தமிழரிடம் இருந்ததாகப் பரிபாடல் கூறுகிறது (நாட்டுப்புற விளையாட்டுக்கள்:1980: 106).

விழாக்களும் சடங்குகளும் பண்பாட்டின் வேர்களாகும். இவை ஒரு பண்பாட்டின் தனித்தன்மையை வெளிப்படுத்துவனவாக உள்ளன. ஒருவன் தனது பண்பாட்டை, பண்பாட்டுப் பழக்க வழக்கங்களைப் பற்றித் தெரிந்துகொள்வதற்குச் சடங்குகள், விழாக்கள், அப்போது கடைப்பிடிக்கப்படும் பழக்கவழக்கங்கள், அதுதொடர்பான நம்பிக்கைகள் ஆகியவை உதவுகின்றன.

திருமணச் சடங்கில் நடைபெறும் விளையாட்டுக்களில்

பெண்ணே வெற்றி பெறவேண்டும் என்பது விரும்பப்படுகிறது. ஏனெனில் விளையாட்டுக்களில் வெற்றி பெறுவதைப் போலவே பெண்ணானவள் வாழ்க்கையிலும் வெற்றி பெற்று அதாவது அதிக மக்கட்செல்வத்தைப் பெற்று குடும்பத்திற்கு வளமையைத் தேடித்தருவாள் என்கிற நம்பிக்கை காணப்படுகிறது. இதனால் மணமகன் மணமகளுக்கு விட்டுக்கொடுக்க வேண்டியிருக்கிறது. இவற்றையெல்லாம் அருகிலிருந்து கவனிக்கும் சிறுவர்கள் இந்தச் சடங்கில், இந்த விழாவில் இன்னின்ன விளையாட்டுக்களையே விளையாடவேண்டும் அவற்றின் முடிவும் இப்படித்தான் இருக்க வேண்டும் என்று அறிந்துகொள்கிறார்கள். இதுவே மார்கரெட் மீட் கூறும் ஒரு குறிப்பிட்ட பண்பாட்டின் குறிப்பிட்ட பழக்கவழக்கங் களை அறிந்து கொள்வது என்பதாகும்.

பண்பாடு என்பது சமூகத்திற்குச் சமூகம் மாறுபடுவது. ஒரு குறிப்பிட்ட பண்பாட்டின் பழக்க வழக்கங்களையும் நடைமுறை களையும் ஒரு குழந்தை கற்றுக்கொள்வதே சமூகவயமாதல் என்பது மானிடவியலர் கருத்து. இத்தகைய சமூகவயமாதலுக்கும் விளையாட் டுக்கள் காரணிகளாக அமைகின்றன.

விளையாட்டுக்கள் மூலமாகக் குழந்தை பண்பாட்டு அம்சங்களான அகமணமுறை, திருமண உறவுகள், உறவுமுறையுடையோர், வீரம் வலிமை போன்றவற்றைத் தெரிந்துகொள்கிறது. இவ்விளையாட்டுக்கள் குழந்தைகளால், சிறுமியரால் விளையாடப்படுவனவாகவும் அப்பொழுது பெரியவர்களால் கண்காணிக்கவும் பங்கேற்கவும் கூடியதாக இவை அமைகின்றன. இங்கு குழந்தை தான் தெரிந்து கொண்டதைப் பயன்படுத்துதல் என்பதோடு பெரியவர்களாலும் சில நேரங்களில் பயிற்றுவிக்கப்படுகிறது. அவையே சடங்குகளிலும் விழாக்களிலும் விளையாடப்படும் விளையாட்டுக்கள் ஆகும். ஆகவே உள்ளம், சமூகம் அடுத்ததாகப் பண்பாடு என்கிற நிலையில் சமூகவயமாதல் பார்க்கப்படும்போது குழந்தை விளையாட்டு, சிறுவர் விளையாட்டு என்று வளர்ச்சியடைந்து பெரியவர்கள் கலந்து கொள்ளுதல் அல்லது பங்கேற்றல் என்கிற நிலையில் வளர்ச்சி யடைகிறது எனலாம்.

அரசியலும் சமூகவயமாதலும்

உளவியல், சமூகவியல் போன்றே அரசியலும் சமூகவயமாதலில் ஒரு கூறாகும். மேலை நாடுகளில் குழந்தைகள் அரசியலைப் பற்றித் தெரிந்துகொள்ள வேண்டுமென்று பெற்றோர்கள் விரும்புகின்றனர். அதற்கு முதன்மைக் காரணிகளாகவும் இருக்கின்றனர். ஆசிரியர்,

தகவல் தொடர்புச்சாதனங்கள் ஆகியவை சமூகவயமாக்கலில் இரண்டாம் இடத்தையே வகிக்கின்றன. அரசியல் சமூகவயமாதல் பற்றிக்கூறும்போது இதுவும் ஒருவகையில் படிப்புதான் எனப்படுகிறது. மேலும் அரசியல் சமூகவயமாதல் குறித்த வளர்ச்சியைப்பற்றிக் கூறும்போது, ஆரம்பகாலத்தில் தெளிவான விளக்கம் இல்லை என்றுதான் கூறவேண்டும்.

1. பிளேட்டோ குடிமகனாக ஆவதற்கான பயிற்சி (Training of citizen) என்று கருதுகிறார்

2. அரிஸ்டாட்டில் - ஒரு நாட்டின் அமைப்புக்குத் தேவையான குணங்களை உருவாக்குவதாகக் கூறுகிறார்.

3. அரசியலுக்கும் குழந்தைகளுக்கும் உள்ள தொடர்பு பற்றிக் கூறும்போது தெய்வத்தின் கோபத்திற்குப் பயப்படாத பெற்றோருக்குப் பயப்படாத குழந்தைகள் குற்றத்திற்கு ஆளாகி நேரடியாக நீதிமன்றத்தின் தண்டனைக்கு நிறுத்தப்படுகிறார்கள் என்று பாதின் (Bodin) கூறுகிறார்.

இருபதுகளின் இறுதியிலும் முப்பதுகளின் துவக்கத்திலும்தான் சமூகவியல் அறிஞர்கள் அரசியல் கல்வி குறித்து விவாதித்தனர். இதன் விளைவாக அமெரிக்க வரலாற்றியல் கழகத்தின் (American historical Association) மூலமாகக் குடிமக்களை உருவாக்குவது எப்படி என்பதைக் கருவாகக் கொண்டு படிப்பு நடத்தப்பட்டது (e.g. Merriam 1934, Pierce 1933),

இரண்டாம் நிலையில், இரண்டாம் உலகப்போரின் போதும் முடிந்தபிறகும் தனிமனித உருவாக்கம், அரசியல், தேசியப்பற்று போன்றவற்றை ஆராயும் ஆர்வமுடையதாக இருந்தது. இனக் குழுக்களின் ஒற்றுமைக்கு முக்கியத்துவம் தருவதாக இருந்தது.

இறுதியாக ஐம்பதுகளின் இறுதியிலும் அறுபதுகளிலும்தான் அரசியல் நடத்தையின் வளர்ச்சி பற்றிய நேரடியான ஆய்வுகள் அதிலும் குழந்தைகள் மற்றும் இளைஞர்களின் அரசியல் நடவடிக்கை பற்றிய படிப்பு அதிகமாக இருந்தது. இந்தக் காலகட்டத்தில்தான் 'அரசியல் சமூகவயமாதல்' என்கிற வார்த்தையை இந்த ஆராய்ச்சிக்குப் பொருத்தினார்கள் என இதுவரை சொல்லப்பட்ட கருத்துக்கள் மேலை நாடுகளில் அரசியல் சமூகவயமாதல் பற்றிய படிப்பின் நிலைகளை விளக்குகின்றன.

அரசியல் சமூகவயமாதலின் படிமுறைகள்

அரசியல் சமூகவயமாதல் எவ்வாறு நிகழ்கிறது என்பதை லாஸ்வெல்ஸ்

1. யார் ?
2. எதைக்கற்கிறார்கள் ?
3. யாரிடமிருந்து ?
4. எந்தச்சூழ்நிலைகளில் ?
5. எந்தமாதிரியான விளைவுகளுடன்? என்று விளக்குகிறார்.

யார்: அரசியல் சமூகவயமாதல் சமூகம், உளவியல் என்கிற இரு நிலைகளில் மனிதனுக்கு மனிதன் வேறுபடுகிறது. பாலினமும் சமூக அந்தஸ்தும் அரசியல் கற்றலைப் பாதிக்கின்றன. பாலினம் என்று பார்க்கின்றபோது பெண்களைவிட ஆண்களே அரசியலில் அதிகம் பங்கேற்கின்றனர். இதுபோன்றே சமூகத்தில் உயர்ந்த அந்தஸ்து உடையவர்களே அரசியலில் அதிகம் பங்கேற்கின்றனர்.

குழந்தைகளைப் பொறுத்தவரையில் ஒன்பது வயது முதலே அரசியல் குறித்த விழிப்புணர்வு ஏற்பட்டுவிடுகிறது. பள்ளிக்குச் செல்வதற்கு முந்தைய பருவத்தில் (Pre school period) ஆண்குழந்தைகள், சிறுவன்கள் குடும்பத்தை விட்டு வெளிப்புறச் சூழலுக்குத் தங்களைத் தயார்ப்படுத்திக் கொள்கிறார்கள். பெண் குழந்தைகள் நேரடியாக வீடு தொடர்பான நிகழ்வுகளுக்குள்ளேயே இருப்பதால் அரசியலைத் தவிர்த்துவிடுகின்றனர்.

சமூகத்திலுள்ள வகுப்புவாதப்பிரிவினை முறையும் காரணமாக அமைந்து விடுகிறது. உயர் அந்தஸ்திலுள்ள வகுப்பைச் சேர்ந்த பெற்றோர்கள் தங்கள் குழந்தைகளுக்கு அரசியல் முன்மாதிரியாக இருக்கிறார்கள்.

அரசியல் குறித்த தகவல்தொடர்பு பெற்றோர்களிடமிருந்து குழந்தைகளுக்கு வருவது பிரான்ஸ் நாட்டில் முப்பது சதவீதம். அமெரிக்காவில் எண்பது சதவீதம் ஆகும்.

எதைக் கற்கிறார்கள்:

1. சமூகத்தில் குடிமகனுடைய பங்கு என்ன? அதாவது ஒரு கட்சியில் பங்குகொள்வதன் நோக்கம், அக்கட்சியின் மேல் கொண்டுள்ள பற்று, கட்சியைப் பற்றித் தன்னுடைய கருத்து போன்றவற்றைத் தெரிதல்

2. நாட்டுக்கு விசுவாசமுள்ளவராக இருப்பது, மேலதிகாரிகளுக்கு

மதிப்புத் தருவது. அரசியல் சாசனச் சட்டங்களை ஏற்றுக்கொள்வது

3. அரசியல் அமைப்பு மற்றும் அதன் உறுப்பினராகச் செயல்படுவது குறித்துக் கற்றுக்கொள்வது

4. அதிகாரபூர்வமான ஆளுமை

குழந்தைகள் எனும்போது அவர்களுக்குப் பள்ளிப்பருவத்திற்கு முந்தையப் பருவத்திலேயே அரசியல் பற்றித் தெரிந்திருக்கிறது. முதலில் குழந்தைகளுக்கு அரசியல் பற்றிய நல்ல எண்ணங்கள்தான் இருக்கின்றன. இளைஞர் பருவத்தில்தான் அரசியல் கவர்ச்சி வருகிறது. குழந்தைகளுக்குப் பெரியவர்களிடமிருந்தும் தொடரியாக வருகிறது. குழந்தைகள் ஒன்பது வயதிலேயே ஏதாவது ஒரு கட்சியுடன் தொடர்பு வைத்துக் கொள்கிறார்கள்.

அரசியல் சமூகவயமாதலுக்கான காரணிகள்

1. ஆரம்பப் பள்ளிகளின் இறுதிப் பருவத்திலிருந்தே குழந்தைகள் அரசு அமைப்பு. அரசின் பரிமாணங்கள் பற்றியும் தெரிந்து கொள்கின்றனர்.

2. தகவல் தொடர்புச் சாதனங்கள். அறுபதுகளின் ஆரம்பத்தில் அமெரிக்கக் குழந்தை வாரத்திற்கு இருபது மணிநேரம் தொலைக்காட்சி பார்ப்பதில் செலவழிப்பதாகக் கூறப்படுகிறது.

3. குடும்பம் - பெற்றோர்

4. ஒத்தவயதுக்குழுவினர்

5. அண்டைவீட்டார்

போன்றவை சமூகவயமாதலுக்கான காரணிகளாக அமைகின்றன. (அரசியல் சமூகவயமாதல் என்கிற பகுதியின் துவக்கத்திலிருந்து இதுவரை கொடுக்கப்பட்ட கருத்துக்களனைத்தும் என்சைக்ளோபீடியா ஆப் சோசியல் சயின்ஸ் நூலிலிருந்து பெறப்பட்டவை)

இந்தியச்சமூகத்தில் குழந்தைகள் அரசியல் பற்றி அறிந்துகொள்வது மேலை நாட்டளவிற்குச் சாத்தியமில்லை என்றாலும் தங்கள் வழக்காறுகளில் அரசு, அரசமைப்பு, அரசு முறைகள் பற்றி வெளிப்படுத்துகின்றனர். அவை விளையாட்டுக்களிலும் பிரதிபலிக்கின்றன. அரசு, அரசமைப்பு என்று பெயர்களில்லா விட்டாலும் ராசா, மந்திரி, சேவகன், அரண்மனை (சான்று: வெத்தலைக்கட்டுபிடியாத விளையாட்டு, பூசணிக்காய் விளையாட்டு) போன்றவை மட்டுமல்லாது இப்போதைய சனநாயக அரசியல் கூறுகளையும்

விளையாட்டுக்கள் பிரதிபலிக்கின்றன. விளையாடும்பொழுது கற்றுக்கொள்ளும் அரசியல் சமூகவயமாதல் (Political socialisation) பண்புகள் பின்னாளில் சிறுவனுக்கு உள்ளேயிருந்து வருவது. அதை அவன் விளையாட்டுக்களின் மூலம்தான் அதிகமாகப் பெறுகிறான்.

இந்தியச் சமூகத்திலும் அரசியல் சமூகவயமாதலுக்குப் பெற்றோரும் ஒத்தவயதுக் குழுவினரும் காரணிகளாக அமைகின்றனர். பெற்றோர்கள் ஏதேனும் ஒரு அரசியல் கட்சியைச் சார்ந்தவர்களாக இருந்தால் குழந்தைகளுக்கு அப்பெற்றோர் முன்மாதிரிகளாக இருக்கிறார்கள். இது அனைத்துப் பெற்றோர்களுக்கும் பொருந்தாது. ஆகவே இந்தியாவில் ஒரு குழந்தை நேரடியாக அரசியலைத் தெரிந்துகொள்ளுதல் அல்லது கற்றுக்கொள்ளுதல் என்பது மிகக் குறைவே. ஆனால் பின்னாளில் தேவைப்படும் அரசியல் சமூக வயமாதலுக்கான பண்புகளை, தகுதியை விளையாட்டுக்களின் மூலம் பெற்றுவிடுகிறார்கள் என்பதை இப்பகுதி விளக்குகிறது.

இப்பகுதியில் முதலில் விளையாட்டுச்செயல்களும் அரசியல் செயல்பாடுகளும் ஒப்புமைப்படுத்தப்பட்டு, விளையாட்டுக்கும் அரசியலுக்குள்ள தொடர்பு எடுத்துக்காட்டப்படுகிறது. அதன் பின்னரே அரசியல் சமூகவயமாதல் விளக்கப்படுகிறது.

நாட்டுப்புற விளையாட்டுக்களின் இரு பிரிவுகளான பொது நிலை விளையாட்டுக்கள், அணி நிலை விளையாட்டுக்கள் ஆகிய இரண்டில் அணிநிலை விளையாட்டுக்களே அரசியல் கூறுகளுடன் அதிக ஒப்புமையுடையனவாக இருக்கின்றன. அணிநிலை விளையாட்டுக்களில் தான் முரண்பாடுகள் அதிகம். ஏனெனில் இவையே போட்டியை அடிப்படையாகக் கொண்டவை. இத்தகைய எதிர்மறைகளுக்கிடையில் முரண்பாடுகள் எதனால் வருகின்றன?, எப்படித் தீர்க்கப்படுகின்றன?, எப்படிச் சமரசம் செய்யப்படுகின்றன?, அதற்கான வழிமுறைகள் யாவை? ஆகியவையே விளையாட்டுக்களில் அரசியல் சமூகவயமாதலைப் புரிந்துகொள்வதற்கு உதவியாக இருக்கின்றன.

போட்டி என்பது எதிர்மறைகளைக் கொண்டது. இந்த எதிர் மறைகளைச் சமரசம் செய்துகொள்ளும் இடம் தான் விளையாட்டுக் களம். முரண்பாடுகள் விளையாட்டின் துவக்கத்தில் தோன்றி வளர்ந்து முடிவில் சமரசமடைகின்றன. விளையாட்டில் சமரசமடைதல் என்பது மீண்டும் மீண்டும் தொடர்ந்து விளையாடுவதாகும். அணிநிலை விளையாட்டுக்கள் விளையாட ஆரம்பித்து இடையில் சிற்சில கூறுகளுடன் ஆடப்பெற்று இறுதியில் வெற்றி அல்லது

தோல்வியுடன் முடிவு பெறுவதை அரசியலில் தேர்தல் நடைபெற்று வெற்றி அல்லது தோல்வியுடன் முடிவடைவதோடு ஒப்புமைப்படுத்த முடியும்.

விளையாட்டின் துவக்கம்

அணிநிலை விளையாட்டுக்கள் இரண்டு அணிகளாகப் பிரிவதுடன் தொடங்குகின்றன. இதற்கு உத்தி பிரித்தல் அல்லது கட்சி பிரித்தல் என்று பெயர். விளையாட்டு உறுப்பினர்கள் இரு அணிகளாகப் பிரிந்த பின் அவ்விரு அணியும் இரண்டு கட்சிகள் என்றும் அழைக்கப்படுகின்றன. பிறகு அணிக்கு ஒரு தலைவர் என்கிற முறையில் இரு அணிக்கு இருவர் தலைமைப் பொறுப்பு ஏற்கின்றனர். இவர்களிருவரும் பெரிய உத்திகள் என்று அழைக்கப்படுகின்றனர். பெரிய உத்தி என்கிற பெயர் இப்போது மாற்றம் பெற்றுத் தலைவர் (Leader) என்றே பயன்படுத்தப்படுகிறது. கட்சி, கட்சித்தலைவர் ஆகிய இரண்டு சொற்களும் அரசியலோடு தொடர்புடையவையே. இந்தப் பெரிய உத்தியினை அரசியலில் கட்சித் தலைவரோடும் மற்ற விளையாட்டு உறுப்பினர்களைக் கட்சித் தொண்டர்களோடும் ஒப்புமைப்படுத்தலாம்.

பெரிய உத்திகளாகத் தேர்ந்தெடுப்பவர்களுக்கென்று சில தகுதிகள் உள்ளன. அவை விளையாட்டு, அரசியல் இரண்டிலும் ஒத்துள்ளன. அதாவது தலைவர் மிகுந்த திறமை உடையவராக (விளையாட்டுத்திறமை, அரசியல் திறமை), உறுப்பினர்களைக் கட்டுப்பாட்டிற்குள் வைத்திருப்பவராக, அனைவருடனும் ஒற்றுமையாக, அனுசரணையுடன் இருப்பவராக, அனைவராலும் ஏற்றுக் கொள்ளப்பட்டவராக இருக்கிறார்.

அதிகாரம் அரசியலின் முக்கிய அம்சம். விளையாட்டுக்களில் தலைவர், விளையாடும் இடம், விளையாட்டுக்கருவிகள் போன்ற வற்றைப் பொறுத்தது. அரசியலிலும் தலைவர், தொகுதி, தேர்தல் வாக்குறுதிகள், சலுகைகள் இன்ன பிறவற்றைப் பொறுத்ததாகிறது.

உறுப்பினர்களுடைய செயல்பாடு குறித்துத் தலைவர் தீர்மானம் செய்கிறார் - நொண்டி விளையாட்டில் நொண்டி அடித்துச் செல்பவரை இடையிலே போதும் என்று திரும்ப அழைத்துக்கொள்ளுதல், புனைப்பெயர்கள் வைத்துக்கொண்டாலும் எதிரணியினர் கூப்பிடும்பொழுது தலைவர் கண் அசைக்கும் நபரே நொண்டியடித்துச் செல்லுதல் போன்றவை.

விளையாடும் இடமும் (குறிப்பிட்ட நபரின் வீடு, தெரு, மாடி....)

விளையாட்டுக் கருவிகளும் குறிப்பிட்ட நபர் அல்லது நபர்களுக்குச் சொந்தமாக இருந்தால் உடைமையாளர்களே அதிகாரம் உடையவர்கள். உடைமையாளர்கள் திறமையற்றவர்களாகவும் விளையாடத் தெரியா மலிருந்தாலும்கூட அவர்களே அதிகாரமுடையவர்கள். இதுவே பின்னாளில் அரசு உருவாக்கத் தோற்றத்திற்குக் காரணமான உடைமை அல்லது இன்மை, முதலாளி/தொழிலாளி என்கிற பிரிவினையைப் பிரதிபலிப்பதாக அமைகிறது. அதாவது உடைமையுடையவன் / அதிகாரமுடையவனின் பேச்சைக் கேட்க வேண்டிய இடத்தில் இல்லாதவன் இருக்கிறான் என்கிற நிலையைப் புரிந்துகொள்ளுதல் என்பது சிறுவர்களுக்கு விளையாட்டுக்களின் மூலமாகவே கற்றுக்கொள்ள முடிகிறது.

அடுத்ததாக ஏற்பு என்பது விளையாட்டு, அரசியல் இரண்டிற்கும் முக்கியமான ஒன்றாக இருக்கிறது. அதாவது தேர்ந்தெடுத்த தலைவனை, கட்சி அல்லது அணி உறுப்பினர்களை, கட்சியில் அல்லது அணியில் நடைபெறும் செயல்பாடுகள் என அனைத்தையும் ஏற்றுக்கொள்வதாகும். தலைவனைப் பின்பற்றி நடத்தல் என்பதே விளையாட்டுக்களில்தான் ஆரம்பமாகிறது.

அடுத்த நிலையில் விளையாட்டு, அரசியல் இரண்டிலும் திட்டமிடல் என்பதும் மிக முக்கியமானது. விளையாட்டில் முதலில் என்ன விளையாட்டு விளையாடுவது?, யாருடன்?, எப்படி?, எங்கே? என்பதையெல்லாம் முடிவு செய்த பின்னரே விளையாட்டு தொடங்கும். அரசியலிலும் முதலில் தங்களுடைய திட்டங்கள், தேர்தலில் போட்டியிடுமிடம், செயல்படும் முறை, பிரச்சாரம் போன்றவற்றையெல்லாம் தீர்மானித்த பின்னரே வேலையை ஆரம்பிப்பர்.

விளையாடப்படும் முறை

விளையாடப்படும் முறை தேர்தல் என்கிற நிகழ்வுடன் ஒப்பிடப்படுகிறது. இரண்டிலும் செயல்பாடுகள் தலைவரின் கண்காணிப்பில் உறுப்பினர்களால் செயல்படுத்தப்படுவது. விளையா டுகின்றபொழுது விளையாட்டு உறுப்பினர்கள் தங்களுக் கென்று சில புனைப் பெயர்களை வைத்துக் கொள்கின்றனர். அதுபோல அரசியல் கட்சித் தலைவர்கள் தங்கள் கட்சிக்கென்று அடையாளச் சின்னங்களை வைத்துக்கொள்கின்றனர். சான்றாகக் கபடி விளையாடுகின்ற அணியினருக்கு இன்று நிரந்தரமான பெயர்களாக ஏழு ரோஜா, எவர்பாடி கபாடிகுரூப், சில்வர்ஸ்டார், செவன்ஸ்டார் என்று புனைப்பெயர்கள் காணப்படுகின்றன. விளையாட்டு உறுப்பினர்

கள் புனைப்பெயர் வைத்து முடித்த பின் தங்கள் பெயர்களை இரண்டு அணியினரும் தெரிவித்துக்கொள்கின்றனர். அரசியலிலும் அடையாளச் சின்னம் பொதுமக்களுக்கு அறிவிக்கப்படுகிறது.

கவனம் என்பது இரண்டிலும் அவசியமான ஒன்றாகும். ஒருவருடைய இடம் அல்லது பொருள் அவருடைய கவனம் சிதறுகிற சமயம் மற்றவரால் ஆட்கொள்ளப்படுகிறது. சான்றாக நான்கு மூலைக்கல் விளையாட்டில் தரையில் வரையப்பட்டிருக்கும் நான்கு மூலைகளாகக் கருதப்படும் வட்டங்களில் ஒன்றிலிருந்து மற்றொன்றிற்கு மாறும்போது பட்டவரை மனதில் கொண்டே மாற வேண்டியிருக்கிறது. இல்லையெனில் பட்டவர் அவ்விடத்தைப் பிடித்துக்கொள்கிறார். இடம் என்பதை அரசியலின் பிரச்சாரத் தொகுதி எனக் கொள்ளலாம். ஒரு கட்சியானது பொது மக்களைக் கவருகின்ற வகையில் பிரச்சாரம் செய்து அவ்விடத்தில் வெற்றி பெறுகின்றது. மேலும் பிரச்சாரம் செய்தல் என்பதை விளையாட்டின் புனைப்பெயர் அறிவித்தல் என்பதனோடு அதாவது தேர்தல் வாக்கு மூலங்களை அறிவித்தல் என்பதோடு ஒப்பிடலாம்.

'வெளியேற்றுதல், வெளிநடப்புச்செய்தல்' ஆகியவை விளையாட்டு, அரசியல் இரண்டிற்கும் பொதுவானவை. விதிகளுக்குக் கட்டுப்பட்டு நடக்காத உறுப்பினரைக் கட்சி அல்லது விளையாட்டிலிருந்து வெளியேற்றுவதும், உறுப்பினர்கள் கட்சியில் அல்லது அணியில் தங்களுக்கு மதிப்பில்லையெனில் வெளியேறுவதும் பொதுவானவை.

'தந்திரம்' என்பது அடுத்த கூறாகும். விளையாட்டில் அணி பிரிக்கும்போது தலைவர் தனக்குப் பிடித்த உறுப்பினர் தன்னுடைய அணிக்கு வரவேண்டுமென விரும்பி அவரிடம் முதலிலேயே ஒரு புனைப்பெயரை வைத்துக்கொண்டு வரச்சொல்லி தன்னருகில் சேர்த்துக் கொள்கிறார். இதனை அரசியலில் பணம் கொடுத்து வாக்கினைப் பெறும் நிகழ்வோடு ஒப்பிடலாம்.

தலைவரின் பங்கு இரண்டிலும் அதிகம். தலைவரின் தீர்ப்பே இறுதியானது. தலைவரே உறுப்பினர்களிடையே சண்டை, குழப்பம் ஏற்படின் தீர்த்து வைக்கிறார். அது அனைவராலும் ஏற்றுக்கொள்ளப்படுகிறது. சில நேரங்களில் தலைவரின் ஒருதலைப்பட்சமான தீர்ப்பும் தரப்படுவதுண்டு. அப்போது அத்தீர்ப்பை விரும்பாத உறுப்பினர்கள் தனியே பிரிந்து தலைவரில் லாத பொதுநிலை விளையாட்டிற்குச் சென்று விடுகின்றனர். இது அரசியலில் இரு நிலைகளில் காணப்படுகிறது. ஒன்று அந்த உறுப்பினர் கட்சி மாற்றம் என்கிற நிலையில் வேறொரு கட்சிக்குச்

சென்றுவிடுகிறார், மற்றொன்று அவ்வுறுப்பினர் மக்களிடையே மிகுந்த செல்வாக்கு உடையவராக இருப்பின் தானே தனியாக ஒரு கட்சியினைத் தொடங்கிவிடுகிறார்.

விளையாடுகின்றபொழுது உறுப்பினரிடையே தீராத சண்டை ஏற்பட்டுக்கொண்டே இருப்பின் அவர்கள் முடிவாக அணிநிலை விளையாட்டையே விட்டுவிட்டுப் பொதுநிலை விளையாட்டிற்கு மாறிவிடுவர். இரண்டு என்பது ஒன்றாகிவிடும். இது அரசியலில் கூட்டணி அமைத்தல் என்பதுடன் ஒப்பிடத்தக்கது. அதாவது அணியில் ஒருவருக்கொருவர் பிடிக்காதவர்களாக இருந்தாலும் ஒன்றாகச் சேர்ந்து செயல்பட்டு வெற்றி பெறுவது போலக் கூட்டணியில் எதிர்கட்சியினர் பிடிக்காதவராயினும் அவருடன் சேர்ந்து ஆட்சி அமைப்பதாகும்.

தோல்வியை ஏற்றுக்கொள்ளுதல், ஏற்றுக்கொள்ளாமல் இருத்தல் ஆகிய இருநிலைகளும் விளையாட்டு, அரசியல் இரண்டிலும் உண்டு. ஒன்று தோல்வியை ஏற்றுக்கொண்டு மீண்டும் முயற்சி செய்து வெற்றி அடைதல் ஆகும். தோல்வியை ஏற்றுக்கொள்ளாத நிலை என்பது நன்றாக விளையாடும் உறுப்பினர் விளையாட்டு ஆரம்பித்தவுடன் 'தொடு' ஆகி வெளியேறிவிட்டால் அவரால் அதனை ஏற்றுக்கொள்ள முடியாது. அப்போது அவர் மீண்டும் விளையாட வேண்டும் என்று போராடுகிறார் அல்லது விளையாட்டிலிருந்தே வெளியேறி விடுகிறார். இதுவே அரசியலில் சிறிது மாற்றம் பெற்றுத் தோல்வியடைந்தவர். தோல்வியைத் தாங்காமல் வென்றவரின் மீது பல குற்றச்சாட்டுக்களைக் கூறி வழக்குத் தொடுப்பதாகிவிடுகிறது.

விளையாட்டின் முடிவாக வெற்றி அல்லது தோல்வி கிடைப்பது என்பது தேர்தலில் வெற்றி அல்லது தோல்வி ஏற்படுவதாகும். விளையாட்டில் வெற்றி/தோல்வி என்பது முடிவாகவே அமைகிறது. ஆனால் தேர்தலில் முடிவு என்பது ஒன்றின் ஆரம்பமாக அமைகிறது.

இதுவரை கூறப்பட்டவை அனைத்தும் விளையாட்டுக்களில் காணப்படும் அரசியற்கூறுகள். நாடகத்திற்கு முன்னோடி விளையாட்டுக்களே என்பது போல் அரசியலுக்கும் விளையாட்டுக்கள் முன்னோடியாக இருக்கின்றன. விளையாடுகின்ற சிறுவர்கள் அரசியல் கூறுகளை அறிந்து தங்கள் விளையாட்டுக்களில் பயன்படுத்தவில்லை. அவை விளையாட்டுக்களின் தோற்ற நிலையிலேயே கலந்து விட்டவை. காரணம் விளையாட்டுக்கள் குழு விளையாட்டுக்களாக இருப்பதும் போட்டியை அடிப்படையாகக் கொண்டவையாக அமைந்திருப்பதுமே ஆகும்.

விளையாட்டுக்கள் அரசியல் கூறுகளைப் பிரதிபலிப்பது ஒருபுறமிருக்க அரசியல் கூறுகளையே விளையாட்டில் போலச்செய்தல் ஆக விளையாடுகின்றனர். கால்தூக்கிக் கணக்கப்பிள்ளை விளையாட்டு என்பதில் தலைவர் அல்லது முதலாளி கூறுவதற்கெல்லாம் தலையாட்டிக் கொண்டு அவருக்குக் கால் பிடித்துக்கொண்டே இருக்கின்றார் கணக்கப்பிள்ளை. இது தலைவர் கூறுவதை எவ்வித எதிர்ப்புமின்றிக் கேட்டு நடக்கின்ற உறுப்பினரைக் கேலி செய்யும் வகையில் அமைந்த விளையாட்டு ஆகும் (தி. நடராசன் மதுரை).

தேர்தல் நேரங்களின்போது சிறுவர் தங்கள் விளையாட்டை விட்டுக் கட்சியினருக்காகத் தெருத்தெருவாகப் பிரச்சாரம் செய்கின்றனர். (தல்லாகுளம்) இச்சமயங்களில் இதுவே இவர்களின் விளையாட்டாக அமைகிறது.

அரசியல் சமூகவயமாதல் மேலை நாடுகளில் பெற்றோர்களாலே விரும்பப்படுகின்ற ஒன்றாகும். இந்தியச் சமூகத்தில் குழந்தைகளுக்கு மட்டுமல்ல பெரியவர்களுக்கும் அரசியல் விருப்பம் என்பது குறிப்பிட்டுச் சொல்லும்படியாக இல்லை. இன்றைக்கு இந்நிலை மாற்றம் பெற்றிருக்கிறது. ஆனாலும் விளையாட்டுக்களுக்கும் அரசியலுக்கும் தொடர்பிருக்கிறது என்பது உண்மையே. காரணம் இரண்டும் போட்டி என்பதை அடிப்படையாகக் கொண்டவை.

போட்டியை அடிப்படையாகக் கொண்ட முரண்பாடுகள் தோற்றம் பெறுவதும் அவை தீர்க்கப்படுவதும் என்கிற நிலையிலேயே விளையாட்டுக்களில் அரசியல் கூறுகளைப் புரிந்துகொள்வதற்கு முடிகிறது. அதன்படி விளையாட்டு என்கிற களத்தின் துவக்கத்தில் முரண்பாடுகள் தோன்றி விளையாடும்போது வளர்ந்து விளையாட்டின் முடிவில் தீர்க்கப்படுகிறது. தீர்த்தல் என்பது சமரசமாகும். சமரசம் என்பது விளையாட்டு தொடர்ந்து விளையாடப்படுவதே.

இந்த அடிப்படையிலேயே ஒருவர் எதிர்காலத்தில் அவருடைய வாழ்க்கைக் களத்தில் எதிர்ப்படுகிற சிக்கல்களை அல்லது முரண்பாடுகளைச் சமரசம் செய்து கொள்ள முடியும் அல்லது தேவைப்படின் தீர்க்க முடியும்.

--❖--

நாட்டுப்புற விளையாட்டுக்களும் பாலினமும்

பாலினம் என்ற சொல் பெண், ஆண் ஆகிய இருவரையும் உள்ளடக்கியது. பாலினப்பாகுபாடு என்பது இவ்விரு பாலினத்தையும் உயர்ந்தது, தாழ்ந்தது என்று பாகுபடுத்திப் பார்ப்பது.

பாலினப் பாகுபாடு என்ற கருத்து தமிழ்ச் சமூகத்தில் அடுக்களைக்கு ஒரு பெண்ணும் அம்பலத்துக்கு ஒரு ஆணும் பெற்றெடுக்க வேண்டும் என்று குழந்தைப் பிறப்பிலிருந்தே வேறுபடுத்தப்பட்டு தனித்தனி விதிகளாக உருவாக்கப்பட்டு நிலைபேறடைந்து விட்டது. இவ்விதிகள் எழுத்திலக்கியங்களில் மட்டுமின்றி வாய்மொழி இலக்கியங்களிலும் வெளிப்படையாகவும் மறைந்த நிலையிலும் காணப்படுகின்றன.

வாய்மொழி இலக்கியங்கள் (Oral literature) எழுத்திலக்கியங்கள் போலல்லாது இருபாலருக்கும் சொந்தமானவை. இவற்றில் பெண்கள் பங்கே அதிகம். 'வாய்மொழி வழக்காறுகள் அதிகமாகப் பெண்களை மையப்படுத்தியவையே, நமது பாடல்கள், கதைகள், விடுகவிகள் இன்னும் எண்ணற்ற வீட்டுக் கலைகளையும் காப்பாற்றிப் பண்பாட்டு டன் கலந்து அடுத்த தலைமுறைக்குத் தருகிறவர்கள் பெண்கள்தான்' (நாட்டுப்புறக்கதைகள் - பன்முகப்பார்வை : 1991:40) என்கிற டி.கே. சியின் கருத்து இதற்கு வலுச்சேர்க்கிறது. இத்தகைய வாய்மொழி வழக்காறுகளுள் விளையாட்டுக்களும் ஒன்று. விளையாட்டுக்கள் குழந்தை மற்றும் குமரப்பருவத்தை அடிப்படையாகக் கொண்டவை.

மனிதருக்கு அவருடைய எதிர்கால வாழ்க்கைக்குப் பயிற்சியளிக்கும் களமாக இருப்பது குழந்தைப்பருவமாகும். 'முழுவளர்ச்சியுற்ற மனிதனின் பயிற்சித் திறமைகளும் (Skills) நடத்தையின் முதிர்ச்சியும் குழந்தைப்பருவத்தில் ஈட்டப்பட்டவைகளாகும். ஆகவே வளர்ச்சியுற்ற மனிதனின் நடத்தையை முற்றும் ஆராய வேண்டுமானால் அவன்

குழந்தையாக இருந்தபோது வெளிப்பட்ட நடத்தையை ஆராய வேண்டும்' (மு.இராசமாணிக்கம்-1973: 2) என்கிற உளவியலாரின் கருத்துப்படி குழந்தைப்பருவத்தில் ஒரு குழந்தை தான் கற்பதையும் தனக்குக் கற்பிக்கப்படுவதையும் வாழ்நாள் முழுவதும் பாடமாகக் கொள்கிறது. குழந்தைப்பருவமும் நாட்டுப்புற விளையாட்டுக்களும் ஒன்றோடொன்று பின்னிப்பிணைந்தவை. ஆதலால் நாட்டுப்புற விளையாட்டுக்களில் பாலினம் பற்றிய விளக்கம் தேவையாகின்றது.

சிறு வயதிலிருந்தே பெண், ஆண் என்கிற பாலினக்கூறுகளும் பாகுபாடுகளும் மற்றும் பெண்ணைப் பெண்ணாகவே வார்த் தெடுப்பதில் விளையாட்டுக்கள் மட்டுமின்றி அவற்றோடு தொடர்பு டைய நம்பிக்கைகள், செயல்பாடுகளும்தான் என்பது இவ்வியலில் விளக்கப்படுகிறது.

பாலினம்: 'பாலினம் என்கிற சொல் ஆண், பெண் ஆகிய இருவரின் இயல்புகள், பண்புகள் ஒருங்கமைந்த நிலையைச் சுட்டுகிறது. இனரீதியாகப் பார்த்தால் முன்னரே வரையறுக்கப்பட்ட, கட்டமைக்கப்பட்ட செயல்பாடுகள், உடையணியும் முறைகள், பிறரிடம் காட்டும் மதிப்பு, மரியாதை மற்றும் சமுதாயத்தால் எதிர்பார்க்கப்பட்ட நடத்தைமுறைகள் போன்றவற்றைக் குறிக்கின்றது' என்று ரூத் பொட்டிகெய்மர் *(Ruth Bottigheimer)* தனது பாலினமும் நாட்டுப்புறக் கதைக் கூறல்களும் *(Folklore and Gender,1999)* என்கிற கட்டுரையில் கூறுகிறார்.

பாலினம் *(Gender)* என்பது பற்றி நிர்மலா ஜெயராஜ் பின்வருமாறு விளக்கம் தருகிறார் (பெண்ணியல்: *2004 - 21-22*).

> சமுதாயத்தில் உருவாக்கப்பட்ட தகுதியாகப் பாலினம் அமைகிறது. சமுதாய அடிப்படையில் ஆண், பெண் தகுதி வேறுபட்டுள்ளது. இருபாலருக்கும் விதிக்கப்பட்ட பங்கு நிலைகள், நடப்பு நிலைகள் இவையெல்லாம் ஒன்றுக்கொன்று மாற்றிக் கொள்ளத்தக்கவை. ஆண், பெண் இருபாலரும் எவ்வாறு உடை உடுத்தல், செயல்படுத்தல், சிந்தித்தல், அனுபவித்தல், கலந்து பழகுதல், விளையாடுதல் போன்றவற்றைச் சமூகமே வரையறை செய்கிறது. சமூகத்தால் வரையறுக்கப்பட்ட இத்தகைய பண்புகளும் நடத்தைகளும் ஆண்களையும் பெண்களையும் ஆண்மை என்றும் பெண்மை என்றும் குறிக்கப் பயன்படுகின்றன.

ஆதிக்க மனப்பான்மையும் போர்க்குணமும் ஆடவருக்குரிய

பண்புகளாய்ச் சமுதாயம் அங்கீகரித்துள்ளது. உணர்ச்சி வசப்படுதலும் அச்சமும் ஆண்மைக்குரியவை அல்ல. சமுதாய வழக்கப்படி ஆண் உணர்ச்சி வசப்பட்டுக் கண்ணீர் விட்டு அழுவது நகைப்பிற்குரியது. இதற்கு நேர்மாறாக மென்மை, அடக்கம், பணிவு, எளிதில் உணர்ச்சிவசப்படும் பண்பு ஆகியவை பெண்மைக்குரியதாகக் கருதப்படுகின்றன. தந்தைவழிச் சமுதாயத்தினின்று உருவாக்கப்பட்ட ஆண்மை அல்லது பெண்மையின் ஒடுக்குமுறைகள் பண்பாட்டுப் பொது விதிகளாக வரையறை செய்யப்பட்டு மரபு வழியாகக் கடைப்பிடிக்கப்பட்டு மீண்டும் மீண்டும் வலியுறுத்தப் படுகின்றன. இவை பண்பாட்டுச் சூழல்களுக்கும் காலத்திற்கும் ஏற்ப வேறுபடும் இயல்பின'.

இக்கருத்துக்களை அடிப்படையாகக் கொண்டே இவ்வியல் அமைகிறது.

பாலினப்பாகுபாடு

பொதுவாக நமது சமூகத்தில் ஓர் ஆண் குழந்தையின் பிறப்பைவிட ஒரு பெண் குழந்தையின் பிறப்பு சிறப்பற்றதாகக் கருதப்படுகிறது. இதுவே பாலினப்பாகுபாட்டிற்கு அடிப்படையாகும்.

பிறப்பை அடுத்ததாகக் குழந்தைகளுக்குப் பாடப்படும் தாலாட்டுப் பாடல்களும் ஆண் குழந்தைத் தாலாட்டு, பெண் குழந்தைத் தாலாட்டு எனப் பாலினப்பாகுபாட்டை உள்ளடக்கிப் பாடப்படுகின்றன. நாட்டுப்புற இலக்கியங்கள் மட்டுமல்லாது செவ்வியல் இலக்கியங்களும் அவற்றில் ஒன்றான பிள்ளைத்தமிழ் இலக்கியங்களும் இதற்கு விதிவிலக்கல்ல.

பெண் குழந்தைத்தாலாட்டு

'ஏலங்குளலாளே என்னென்ன கேட்டளுதே
ஆட்டி விளையாட அம்மாலை கேட்டளுதே
தட்டி விளையாட தங்கமணி கேட்டளுதே
ஓட்டி விளையாட உருண்டைமணி கேட்டளுதே
அத்தனையும் கொண்டு வந்தார் அம்மானார்'

ஆண் குழந்தைத்தாலாட்டு

'புலவர் கவிபாட - தம்பி
புரந்துமுடி தீர்த்தானே

சென்னபட்டணம் ஐக்கோடு - என் ஐயா நீ
செயிக்கப் பெறந்த கண்ணோ'

(நாட்டுப்புறப் பாடல்கள் ஒப்பாய்வு: 1982:115). இத்தாலாட்டுப் பாடல்களில் பெண் குழந்தை விளையாடுவதற்கு மாலை, மணிகளைக் கேட்பதாகவும் அதே நேரம் ஆண் குழந்தைத் தாலாட்டுப்பாடலில் அதன் அறிவும் வீரமும் சென்னை நகரத்தின் உயர்நீதிமன்றத்தைச் செயிக்க வந்தவனோ என்றும் பாடப்படுகிறது.

பாலினப்பாகுபாடு இவ்வாறு பிறப்பு, தாலாட்டில் தொடங்கிக் குழந்தைகளின் வளர்ப்பு முறையிலும் தொடர்கிறது. சாண் பிள்ளையானாலும் ஆண்பிள்ளை என்று சிறுவன் வளர்க்கப்படுகின்றான். அவனுக்கு அதிக சுதந்திரமும் முன்னுரிமையும் வழங்கப்படுகின்றன. அதோடு வழங்கப்படும் உணவின் அளவு, உணவு வழங்கப்படும் முறையில் கூடப் பாகுபாடு காணப்படுகிறது. முதலில் சிறுவன் அல்லது ஆண் உணவுண்ட பின்னரே சிறுமி அல்லது பெண்ணுக்கு உணவு வழங்கப்படுகிறது. சிறுவன் உணவுண்ணும் வரை அருகிலிருந்து பரிமாறும் பெற்றோர் சிறுமிக்கு அவ்வாறு செய்வது இல்லை. மேலும் சாதாரணமாகக் குழந்தையைக் கொஞ்சுவதில் கூடப் பாகுபாடு காணப்படுகிறது. ஆண் குழந்தையை ஐயா, ராசா, தங்கமே என்று கொஞ்சுகிற பெற்றோர், பெண் குழந்தையைப் பொட்ட, பொட்டச்சி என்றே கொஞ்சுகின்றனர்.

இவ்வாறு மனிதன் பிறப்பிலிருந்து இறப்புவரை அன்றாட வாழ்க்கை நிகழ்வுகளின் ஒவ்வொரு நிலையிலும் அதாவது சின்னச்சின்ன விஷயங்களிலும் பாலினப்பாகுபாடு காணப்படுகிறது. குழந்தைகளுக்கு இது பெரியவர்களாலேதான் கற்றுத்தரப்படுகிறது. பெரியவர்கள் இவ்வாறு வேறுபடுத்துவதற்குக் காரணம் ஆண் குழந்தை மட்டுமே தங்களை இறுதிவரைக் காப்பாற்றும் என்கிற நம்பிக்கையேயாகும்.

இங்ஙனம் பிறப்பு, தாலாட்டு, வளர்ப்புமுறை என்று ஒவ்வொரு நிலையிலும் காணப்படும் பாலினப்பாகுபாடு இதற்கடுத்த நிலையான விளையாட்டுக்களிலும் காணப்படுகிறது. முதலில் சிறுவர்கள் தாங்களாக விளையாடத்தொடங்குமுன் அவர்கள் பெரியவர்கள் முன்னிலையில் அவர்கள் தலையீட்டுடன் விளையாடுகின்றனர். பின் தாங்களாக விளையாடும் போது தாங்கள் புரிந்து கொண்டதற்கேற்ப விளையாடுகின்றனர். அதாவது சிறுமிகள் மட்டும் இணைந்து விளையாடுவது, வீட்டினுள் விளையாடுவது, சிறுவன்கள் மட்டும் இணைந்து விளையாடுவது, வெளியில் சென்று விளையாடுவது,

உடல்திறன் மிக்க விளையாட்டுக்களை விளையாடுவது போன்றவை.

நாட்டுப்புற விளையாட்டுக்களில் பாலினக்கூறுகள்

நாட்டுப்புற விளையாட்டுக்களில் காணப்படும் பாலினக்கூறுகளை இரண்டு நிலைகளில் விளக்கலாம்.

1. வெளிப்படையான நிலை *(Manifest)*
2. உள்ளார்ந்த நிலை *(Latent)*

வெளிப்படையான நிலை

வெளிப்படையான நிலை என்பது விளையாட்டுக்களின் பொதுவான நிலையைக் குறிக்கிறது. இது மேலார்ந்த நிலையில் அனைவருக்கும் புரியக்கூடியது. இது விளையாட்டுப்பெயர்கள், விளையாட்டுப் பொருட்கள், விளையாட்டுக்களின் அமைப்பு, விளையாடுமிடம், விளையாடும் நேரம், விளையாட்டில் பயன்படுத்தப்படும் சொற்கள், விளையாட்டில் பாடப்படும் பாடல்கள் போன்றவற்றைக் குறிக்கிறது.

விளையாட்டுப்பெயர்கள்

சிறுவர்கள் தாங்கள் விளையாடும் விளையாட்டு ஒவ்வொன்றுக்கும் ஒரு பெயரிட்டு அழைப்பதை வழக்கமாகக் கொண்டிருக்கின்றனர். இப்பெயர்களிலும் பாலினப்பாகுபாடு காணப்படுகிறது. சிறுமிகளின் விளையாட்டுப்பெயர்கள் பெண்களோடு தொடர்புடைய பெயர்களைக் கொண்டுள்ளன. அதாவது வீடு, குடும்பம், சமையல், சமையல் பொருட்கள், பாத்திரங்கள், காய்கறிகள், பூக்கள், பெண்களின் அணிகலன்கள் போன்றவற்றையே பெயர்களாகக் கொண்டுள்ளன. சான்றாக வீடுகட்டி விளையாடுவது, பாட்டி விளையாட்டு, அம்மா, அப்பா விளையாட்டு, சோறாக்கி விளையாடுவது, கூட்டாஞ்சோறு விளையாட்டு, பூசணிக்காய் விளையாட்டு, மோர் விளையாட்டு, பருப்புச்சட்டி, பூப்பறிக்க வருகிறோம். ஒரு குடம் தண்ணீ ஊத்தி ஒரு பூ பூத்தது, அக்கக்கா சிணுக்கரி, வளையல் விளையாட்டு, பொம்மை விளையாட்டு போன்ற விளையாட்டுக்களாகும். இவை, வீடு அகம், உள், அழகு, என்கிற நிலையில் அமைந்துள்ளன.

சிறுவன்களின் விளையாட்டுப்பெயர்கள் இதற்கு நேர்மாறாக இருக்கின்றன. இவை உடல் திறன், அறிவு, வீரத்தை அடியாகக் கொண்டு மரம் ஏறிக் குரங்கு, கம்பு தள்ளி விளையாட்டு, எறிபந்து, பிள்ளைப்பந்து, பிள்ளையார்பந்து, பச்சைக்குதிரை, கள்ளன் போலிஸ் விளையாட்டு, ஆடுபுலிஆட்டம், சடுகுடு, கிட்டி, பம்பரம் போன்ற உடல் அசைவுகளை மட்டுமே அடிப்படையாகக் கொண்ட

விளையாட்டுப்பெயர்களாக அமைந்திருக்கின்றன.

விளையாட்டுப்பொருட்கள்

சிறுமிகளின் விளையாட்டுப் பொருட்களாக வீட்டில் பயன்படுத்தப்படும் பொருட்களான அமரும் பலகை, சமையல் பாத்திரங்கள், செப்பு எனப்படும் மரத்தாலான சமையலுக்குரிய விளையாட்டுச்சாமான்கள் மற்றும் பெரியவர்களால் தேவையற்றதாக ஒதுக்கப்படும் பொருட்கள், புளியங்கொட்டை, சிரட்டை, பெருக்குமாற்றுக்குச்சி, உடைந்த வளையல் துண்டுகள், கூழாங்கற்கள், பொம்மைகள் போன்றவை பயன்படுத்தப்படுகின்றன. சிறுவன்களுக்கென்று அதிகம் விளையாட்டுப்பொருட்கள் கிடையாது. சிறுமிகளைப்போன்று சேகரித்து வைப்பதும் வழக்கிலில்லை. இருந்தாலும் கனமான பந்து குச்சி, கம்பு, வீதிகளில் கிடக்கும் கற்கள், தேய்ந்து போன சைக்கிள் டயர்கள், உடைந்த சைக்கிள் ரிம்கள் போன்றவை பயன்படுத்தப்படுகின்றன.

குழந்தைகள் விளையாட்டுப் பொருட்களைச் சேகரிப்பது பற்றிய பின்வரும் உளவியலார் கருத்து இதற்கு மேலும் வலுவூட்டுகிறது. 'குழந்தைகளுக்குப் பொருள்களைத் திரட்டுவது ஒரு விருப்பம் மிகுந்த விளையாட்டாகும். ஆண் குழந்தைகள் பத்து வயதிலும் பெண் குழந்தைகள் பதினொரு வயதிலும் பொருள்களை அதிகமாகச் சேர்க்கின்றனர். இது குறித்து ஏழு வயது முதல் பதினெட்டுவயது வரையிலுள்ளவர்களை ஆய்வு செய்து விட்லி *(Whitley)* என்பவர் தரும் முடிவு பின்வருமாறு. ஆண் குழந்தைகள் கோலிகள், பழைய சஞ்சிகைகள், கூப்பன்கள், தபால்தலைகள், நாணயங்கள், பள்ளிக்கூட வேலை மாதிரிகளையும், பெண் குழந்தைகள் காகித பொம்மைகள், இரப்பர் வளையல்கள், கடிதங்கள், புகைப்படங்கள், படங்கள், முத்து பவளம் போன்ற பொருட்களையும் சேகரிக்கின்றனர்' (மு. இராசமாணிக்கம் - *1973:92-93)*.

விளையாட்டின் அமைப்பு

விளையாட்டின் அமைப்பு என்பது அதன் செயல்களைக் குறிப்பதாகும். இங்கு செயல்கள் என்பன அசைவுகள் ஆகும். பாலின அடிப்படையில் இவற்றை அசைவு மிகுந்தவை, அசைவு குறைந்தவை என்கிற இரு நிலைகளில் விளக்க முடியும். இங்கு அசைவு குறைந்தவை என்கிற சொல் ஓரிடத்திலேயே நின்று, நடந்து, அமர்ந்து என்பதைக் குறிப்பதாகும். பாடுதல், உரையாடுதல், மிகக் குறைவாக ஓடுதல், குதித்தல் போன்றவை அசைவு குறைந்தவையாகக்

கருதப்படுகின்றன.

சான்றாக: சிறுமிகளின் விளையாட்டுக்களான வளையல் விளையாட்டு அமர்ந்த நிலையிலும் பூப்பறிக்க வருகிறோம், ஒரு குடம் தண்ணீர் ஊத்தி போன்ற விளையாட்டுக்கள் குறைவான ஒட்டத்தையும் கொண்ட அமைப்புடையதாக இருக்கின்றன. சிறுமிகளின் விளையாட்டில் தண்ணீர் இறைக்கும் விளையாட்டு உடல்திறன் உடையதாகக் காணப்பட்டாலும் அது சார்புடையதாகவே இருக்கிறது.

ஒரு சிறுமியின் காலில் தான் மற்றொரு சிறுமியின் கால் நின்ற நிலையில் போடப்படுகிறது. தனித்த ஒருவர் தாங்கிக் கொள்வதைவிட விளையாடும் அனைவருமே ஒருவரையொருவர் சார்ந்து கால்களைத் தாங்கிக் கொள்கின்றனர். ஓடிப்பிடித்து விளையாடினாலும் ஒரு கட்டம் வரைந்து அக்கட்டத்திற்குள் மட்டுமே விளையாடுவர். கோட்டை மிதிப்பதோ தாண்டுவதோ கூடாது. கோட்டை மிதித்தாலே தோல்விதான். ஆனால் சிறுவன்களின் விளையாட்டில் கோட்டைத் தாண்டவேண்டும். தாண்டினால்தான் வெற்றி என்று விளையாட்டு அமைப்பே பாகுபாட்டுடன் அமைந்துள்ளது

சிறுவன்களின் விளையாட்டுக்கள் முழுக்க முழுக்க அசைவு மிகுந்தவையாக இருக்கின்றன. வேகமாக ஓடுதல், தாண்டுதல், குதித்தல், ஏறுதல், (சுவர், மரம்) போன்ற செயல்களே அதிகம். மேலும் இவர்களது விளையாட்டில் விளையாட்டிற்கான இட எல்லையே கிடையாது. ஊர் முழுமையும் விளையாட்டு இடம்தான். அதனால்

1. மரம் ஏறிக்குரங்கு விளையாட்டில் பட்டவர் கையில் அகப்படாமல் மரம் மரமாக ஏறி இறங்குவது.

2. கம்பு தள்ளி விளையாட்டில் ஊர் முழுக்கக் கம்பினைத் தள்ளிக்கொண்டு செல்லுவது போன்று உடல் அசைவுகளுக்குச் சிறுவன்கள் விளையாட்டுக்களில் இடம் அதிகம்.

விளையாடும் இடமும் நேரமும்

விளையாட்டுக்களை விளையாடும் இடத்தையும் நேரத்தையும் அடிப்படையாகக் கொண்டு முறையே அக விளையாட்டுக்கள், புற விளையாட்டுக்கள் என்றும் பகல்நேர விளையாட்டுக்கள், இரவுநேர விளையாட்டுக்கள் என்றும் பிரிக்க முடிகிறது. இதில் அக விளையாட்டுக்கள் முழுக்க முழுக்க சிறுமிகள், பெண்களுக்குரியன.

வீட்டினுள் மற்றும் வீட்டின் சுற்றுப்புறத்தோடு சிறுமிகளின் விளையாட்டு எல்லை முடிவடைந்து விடுகிறது. வீட்டின் சுற்றுப்புறம் என்றாலும் விளையாட்டின் எல்லையானது குறிப்பிட்ட அளவுடையதாகவே சொல்லப்படுகிறது.

கண்ணாமூச்சி விளையாட்டு என்றால் சிறுமிகள் விளையாடும் தெருவில் நான்கு வீடுகளுக்குள் மட்டும்தான் ஒளிந்து கொள்ள வேண்டும் என்றும் கல்லா மண்ணா விளையாட்டில் இந்த இடத்திலிருந்து இந்த இடம் வரையிலுள்ள கல்லில் மட்டும்தான் ஏறி இறங்க வேண்டும் என்றும் விளையாட்டின் துவக்கத்திலேயே விளையாட்டு எல்லை குறிப்பிடப்படுகிறது.

இவ்வெல்லைக் குறிப்பீடு சிறுமிகளால் அவர்கள் அறியாமலேயே குறிப்பிடப்படுகிறது காரணம் வெளி விளையாட்டுக்கள் சிறுமிகளுக்குரியதல்ல என்று அவர்களது மனதில் பதிவானதேயாகும். ஆனால் ஊரிலுள்ள நீர் நிலைகள், மைதானம், ஊரிலுள்ள இடங்கள் அனைத்தும் சிறுவன், ஆண்களுக்குரியவை. இந்த இடங்களுக்குச் சிறுமிகள் சென்றால் பெரியவர்கள் மட்டுமின்றி சிறுவன்களும் விரட்டிவிடுவர்.

இடத்தைப் போன்றதே நேரமும். இரவு நேர விளையாட்டுக்கள் சிறுமிகளுக்குக் கிடையாது. விதிவிலக்காக இரவு நேரத்தில் விளையாடினால் அது ஒளியுடைய நாளாக இருக்கும். அது இருபாலரும் விளையாடும் விளையாட்டாகவும் இருப்பதை பௌர்ணமி அன்று நிலா வெளிச்சத்தில் ஊரிலுள்ள குறிப்பிட்ட இனத்தைச் சார்ந்த ஆண், பெண் இருபாலரும் இணைந்து விளையாடுவோம் (கட்டச்சி, 33: வண்ணாம்பாறைப்பட்டி) என்கிற கூற்றிலிருந்து அறியமுடிகிறது.

திருமண உறவு முறையுடையவர்களே இதனை விரும்பி விளையாடுகின்றனர். ஆனால் பௌர்ணமி நிலா வெளிச்சத்தில் சிறுவர் விளையாடும் விளையாட்டை நிலாப்பூச்சி விளையாட்டு என்று தனியொரு விளையாட்டாக இரா.பாலசுப்பிரமணியம் கூறுகிறார் (தமிழர் நாட்டு விளையாட்டுக்கள்:1980).

விளையாட்டில் பயன்படுத்தப்படும் சொற்கள்

இரு குழுக்களாகப் பிரிந்து விளையாடும் அணிநிலை விளையாட்டுக்களில் விளையாடுகின்றவர்கள் இரண்டு அணிகளாகப் பிரிவதற்கு உத்திபிரித்தல் முறையை பயன்படுத்துகின்றனர். அப்பொழுது விளையாடுபவர்கள் தங்களுக்குப் புனைப்பெயர் வைத்துக்கொண்டு வருகின்றனர். இதில் சிறுமிகள் மலர், பழம்,

காய் மரம் போன்ற பெயர்களை வைத்துக்கொண்டு வருகின்றனர். சான்றாக

'மல்லிகைப்பூவே வேணுமா? தாமரைப்பூவே வேணுமா?
பட்டே வேணுமா? சிட்டே வேணுமா?
தண்ணில மிதக்குற தாமரையே வேணுமா?
வெண்ணில கிடக்குற வேப்பம் பூவே வேணுமா?

என்று சிறுமிகள் பெயர் வைத்துக் கொள்கின்றனர். ஆனால் சிறுவன்கள்

வானத்த வில்லா வளைச்சவன் வேணுமா?
மணலைக் கயிறா திரிச்சவன் வேணுமா?
கேமரா வேணுமா? வீடியோ வேணுமா?
லாரா வேணுமா? சச்சின் வேணுமா?' என்று பெயர் வைத்துக் கொள்கின்றனர்.

இச்சான்றுகளில் சிறுமிகள் பயன்படுத்தும் சொற்கள் தாமரை, வேம்பு, மல்லிகை என்று பூக்களின் பெயர்களையும் தண்ணீர், வெந்நீர், பட்டு, சிட்டு என்று அழகும் மென்மையும் பொருந்தியதாகவும் சாதாரணமாக அனைவரும் பயன்படுத்தக் கூடியனவாகவும் இருக்கின்றன. மேலும் தண்ணீரில் மிதக்கும் தாமரை என்று அழகியல் உணர்வும் கசப்பைத் தரும் வேப்பம்பூ வெந்நீரில் கிடக்கின்றது என்று சுவையுணர்வும் வெளிப்படுகிறது.

ஆனால் சிறுவன்கள் பயன்படுத்துகின்ற சொற்கள் வீரம் பொதிந்ததும் கற்பனையாகவுமாக வானத்தை வில்லாக வளைத்தவன், மணலைக்கயிறாகத் திரித்தவன் என்றும் நடப்பு விஷயங்களை (Current matters) இணைத்தும் சொற்களைப் பயன்படுத்துகின்றனர். அதாவது சச்சின், லாரா என்று விளையாட்டு வீரர்களையும் ஆய்வாளர் கேமராவைக் களப்பணியில் பயன்படுத்தியதால் கேமரா, வீடியோ என்றும் அவ்வப்பொழுது பார்ப்பவற்றையும் (Presence of mind) இணைத்துச் சொற்களாகப் பயன்படுத்துகின்றனர்.

உள்ளார்ந்த நிலை

உள்ளார்ந்த நிலை என்பது விளையாட்டுக்களின் அகநிலையைக் குறிப்பது. இது விளையாட்டு விளையாடப்படும் முறை, விளையாட்டு நபர்கள், இவர்களின் செயல்பாடுகளான சண்டைகள், பேச்சுக்கள், நடத்தை முறைகள், பார்வையாளர்கள் தலையீடு இன்ன

பிறவற்றை உள்ளடக்கியது. கள ஆய்வின் உற்று நோக்கல் முறையே இதற்கான சரியான விளக்கங்களைத் தரமுடியும். மேற்கூறியவற்றை அடிப்படையாக வைத்து விளையாட்டுக்களின் அகநிலை குறித்துக் கீழ்க்கண்ட நிலைகளில் விளக்கப்படுகிறது.

- விளையாட்டுக்களில் உடலியலும் உளவியலும்
- விளையாட்டுக்களில் சமூகவியல்

உடல், உள்ளம், சமூகம் ஆகிய மூன்றும் ஒன்றோடொன்று இணைந் தவையே. எனினும் இவற்றில் சமூகவியலை மட்டும் பிரித்துப் பார்க்க முடிகிறது. சமூகத்தைச் சார்ந்து வாழும் மனிதனின் உடல், உள்ளம் ஆகிய இரண்டையும் விளையாட்டுக்களைப் பொறுத்தவரையில் ஒருசேர விளக்குவதே பொருத்தமானதாக இருக்கிறது.

உள்ளம், உடல், சமூகம் என்று விளையாட்டுக்களை விளக்குவதற்கு முன் பாலினத்தை அடிப்படையாகக் கொண்ட பாலின ஒற்றுமை, பாலின முரண்பாடு பற்றிய பொதுவான செய்திகள் விளையாட்டுக்களில் காணப்படுவது இங்கு தொகுத்துத் தரப்படுகின்றன.

பாலினக்கூறுகள் அடிப்படையில் விளையாட்டுக்கள் சிறுவன் மட்டும் விளையாடுவது, சிறுமி மட்டும் விளையாடுவது, இரு பாலரும் இணைந்து விளையாடுவது என்று மூன்றாகப் பிரிக்கப்படுகின்றன. ஆனால் இன்றைய நிலையில் சிறுவன்கள் விளையாட்டுக்களில் ஒரு சிலவற்றைத் தவிர மற்றவற்றைச் சிறுமிகளும் விளையாடுகின்றனர். ஆனாலும் அவற்றைத் தாங்களாக மட்டும் (ஒருபாலராக) விளையாடுகின்றனர். சான்றாகக் கபடி விளையாட்டு இன்றைக்குச் சிறுமிகளால் மட்டும் விளையாடப்படுகிறது. ஆனால் சிறுமிகளுக்கே உரிய விளையாட்டுக்களைச் சிறுவன்கள் மட்டும் விளையாடுவது இல்லை. அதற்குச் சிறுமியர் விளையாட்டுக்கள் போட்டித்தன்மை குறைந்தவையாக, சிக்கலில்லாததாக, எளிமையாக, உடல் அசைவுத் தன்மை குறைந்ததாக இருப்பது காரணமாக இருக்கிறது.

ஒருபாலினர் விளையாட்டை எதிர்ப்பாலினர் தாங்களாக மட்டும் விளையாடுவது என்பது ஒரு புறமிருக்க எதிர்ப்பாலினரைத் தங்களுடன் விளையாட அனுமதிப்பது என்பது அடுத்த நிலையிலுள்ளது. ஒருபாலினர் விளையாட்டில் எதிர்ப்பாலினரை விளையாட அனுமதிப்பதே இல்லை. இது பற்றி விளையாட்டுக்களில் உடலியல் உளவியல்கூறுகள் என்கிற பகுதியில் விளக்கப்படுகிறது.

சில விளையாட்டுக்கள் இருபாலராலும் இணைந்து விளையாடப்படுகின்றன. சிறுவனுடன் விளையாடச் சிறுமி தயாராக இருப்பதைப் போலச் சிறுவன் தயாராக இருப்பதில்லை. இதனைச் 'சிறுமிகளுடன் இணைந்து விளையாடச் சிறுவன் வெட்கப்படுவான். ஆனால் சிறுவர்களுடன் இணைந்து விளையாடுவதை ஒரு சிறுமி கௌரவமாகக் கருதுவாள்' என்கிற லியா விர்டினன் (The activity of the yard group) கருத்து வலியுறுத்துகிறது. காரணம் ஆண் உயர்வு என்கிற சமூகக் கருத்துக்கட்டமைப்பேயாகும்.

இருபாலரும் இணைந்து விளையாடும் விளையாட்டுக்களில் விளையாடுமிடம், விளையாட்டுக்கருவிகள், ளையாட்டின் செயல்பாடு களைப் பொறுத்தே பாலின ஆதிக்கம் (Dominance) அமைகிறது.

சிறுமிகள் விளையாட்டில் விளையாடும் இடமும் விளையாட்டுக் கருவிகளும் சிறுமிகளுக்குச் சொந்தமானவை. எப்பொழுதும் வீட்டினுள்ளும் வீட்டைச் சுற்றியுள்ள இடங்களில் மட்டுமே விளையாடும் சிறுமிகள் இவ்விடங்களைத் தமக்குரியனவாக உரிமை கொண்டாடுகின்றனர். ஆகவே சிறுமிகள் விளையாட்டுக்களில் சிறுவனின் நிலை மற்றும் செயல்பாடு சிறுமிகளால் நிர்ணயம் செய்யப்படுகிறது. அப்பா, அம்மா, விளையாட்டில் அப்பாவாக விளையாடும் சிறுவன் அம்மாவான சிறுமி குறிப்பிடும் நேரத்தில்தான் வேலைக்குப் போய் வரவேண்டும். கடைக்குச் சென்று காய்கறியோ வேறு பொருள்களோ வாங்கி வரச் சொன்னால் மறுக்காமல் சென்று வரவேண்டும். சாப்பாடு தரும் போதுதான் சாப்பிட வேண்டும். தூங்கச் சொல்லும் போதுதான் தூங்க வேண்டும் என்று அப்பாவாகிய சிறுவனின் ஒவ்வொரு செயலும் அம்மாவாகிய சிறுமியால் தீர்மானிக்கப்படுகின்றன.

குடும்பத்தில் எப்பொழுதும் பெண் மட்டுமே வேலை செய்வதையும் ஆண் அதிகாரம் செய்வதையும் பார்த்துக் கொண்டிருக்கும் சிறுமி ஆணும் வேலை செய்ய வேண்டும், பெண் அதிகாரம் செய்ய வேண்டும் என்கிற தன் விருப்பத்தை விளையாட்டில் வெளிப்படுத்துகிறாள். இங்கு சிறுமிகளே அதிகாரம் உடையவர்கள். சிறுமிகள் விளையாட்டில் அவர்களைவிட வயதில் சிறிய சிறுவன்களே சேர்த்துக் கொள்ளப்படுவதால் சிறுமிகள் கூற்று ஏற்றுக்கொள்ளப்படுகிறது. இன்னும் சிறுமியே விளையாட்டில் அப்பாவாக விளையாடினாலும் அம்மாவாகிய சிறுமி சொல்லியபடிதான் கேட்க வேண்டும்.

சில விளையாட்டுக்களில் பெண்களுக்கேயுரிய குணங்கள் சிறுமிகளுக்கு முதன்மையைப் பெற்றுத் தருகின்றன. சான்றாகச் சிலை

விளையாட்டு என்கிற விளையாட்டில் விளையாடுபவர்கள் சிலை போன்று உடல் அசைவின்றிச் சிறிதுநேரம் நிற்க வேண்டும். இதில் உடல் அசைவின்றிப் பொறுமையாக சிறுவனால் நிற்க முடியாதா கையால் சிறுமியே முதன்மை பெறுகிறாள். இங்கு பொறுமையே அவளுக்கு முதன்மையைப் பெற்றுத்தருகிறது.

அடுத்ததாக விளையாட்டு என்பதே போட்டித்தன்மை நிறைந்தது தான் என்றாலும் பாலின அடிப்படையில் பார்க்கும் போது போட்டித் தன்மையில் நெகிழ்வு இருப்பதை அறிய முடிகிறது. எதிர்ப்பாலினத்தை வெல்ல வேண்டும் என்கிற வெற்றி முனைப்பே இதற்குக்காரணம். அதாவது இருபாலரும் இணைந்து விளையாடும் விளையாட்டுக்களில் சிறுமிகள் தங்களுக்குள் ஒற்றுமையாகவும் ஒருவருக்கொருவர் துணையாகவும் *(Support)* இருக்கின்றனர். அதாவது விரட்டிவரும் சிறுவன் ஓடுகின்ற சிறுமியைத் தொட்டு விட்டாலும் அவள் இல்லை என மறுக்க மற்றவர்களும் அவளுடன் ஒத்துப்போகின்றனர். எலியும் பூனையும் விளையாட்டில் எலியாக இருக்கும் சிறுமியைப் பூனையாக இருக்கும் சிறுவன் பிடித்துவிடாமல் சிறுமிகளனைவரும் ஒற்றுமையாகச் சேர்ந்து தடுக்கின்றனர். அப்பொழுது சிறுவன் பின் தங்குகிறான். இதுவே இருபாலருக்கும் இடையில் சண்டை ஏற்படுவதற்கும் காரணமாகின்றது.

சிறுமிகள் எதிர்ப்பாலினருடன் விளையாடும் போது தங்களுக்குள் ஒற்றுமையாய் இருப்பதைப்போல் தாங்கள் மட்டும் விளையாடும் போது ஒற்றுமையாக இருப்பதில்லை. சிறுவன் (ஆண்) மேல் இருந்த போட்டி மனப்பான்மை சிறுமியிடம் (பெண்) இடம் மாறிவிடுகிறது. இங்கு தான் என்கிற எண்ணம் தலைதூக்கி விடுகிறது. அதாவது உத்தி பிரித்தலில் அணித்தலைவியாக யார் இருப்பது? என்பதில் தொடங்கி யார் முதலில் விளையாட்டைத்தொடங்குவது?, எப்படி விளையாடுவது? வெற்றி பெறுவது என்பது வரையிலும் போட்டி மனப்பான்மையே காணப்படுகிறது. அதிகஆசை, எளிதில் திருப்தியடையாமை, எதிலும் தானே முதன்மையாக இருக்க வேண்டும் என்கிற எண்ணம் ஆகியவை போட்டி மனப்பான்மைக்குக் காரணங்களாகின்றன. அதனாலேதான் சிறுமிகள் விளையாட்டில் விதிமுறைகள் அதிகமாகக் காணப்படுகின்றன.

சிறுமிகளுக்கு விளையாடலாம் என்கிற எண்ணம் ஏற்பட்டு அனைவரும் ஓரிடத்தில் கூடியவுடன் முதலில் அவர்கள் கூறும் வாக்கியம் எல்லாரும் ரூல்படிதான் (விதிமுறை) விளையாடணும், கள்ளாட்டை, அழுகுணியாட்டம் கூடாது. இப்பவே சொல்லிட்டேன்

என்பதாகும். விதிமுறைகளுக்கே அதிக முக்கியத்துவம் தரப்படுவதும் சிறுமியர் விளையாட்டுக்களில்தான். 'நாட்டுப்புறக் கதைகளில் பாலின முரண்பாடு ஒரே பாலினருக்கிடையில் தான் (மாமியார் - மருமகள், அண்ணன் - தம்பி) ஏற்படுகிறது' (கிஷோர் பட்டாச்சார்யா - *1995:302)* என்ற கருத்து விளையாட்டுக்களுக்கும் பொருந்துகிறது. இதை இன்னும் கொஞ்சம் விளக்கமுடியும். சிறுமிகள் விளையாடும் அணிநிலைவிளையாட்டுக்களில் *(Grouping games)* ஓர் அணியில் திறமையாக விளையாடுபவர்கள் அதிக எண்ணிக்கையில் இருந்தாலும் அந்த அணித்தலைவருக்கு திருப்தி ஏற்படுவதில்லை. எதிரணியிலிருக்கும் திறமைசாலியின் மீதே நோக்கமாக இருக்கிறார். ஆகவே விளையாட்டு தொடங்கியதும் திறமைசாலியையே தொடு *(OUT)* ஆக்கிவிடுகிறார்.

சிறுமிகள் விளையாட்டில் 'நான்-தான்' என்கிற உணர்வு அதிகமாகக் காணப்படுகிறது. சான்றாக,

1. அணித்தலைவி யாருடைய புனைபெயரை அழைத்தாலும் தானே முதலில் நொண்டியடித்துச் செல்வதாகத் தனது அணியினரிடம் விளையாட்டு துவங்கும் முன்னரே சொல்லி வைத்து விடுகிறார்.

2. விளையாட்டு துவங்கும் முன்னரே நாங்கள் தான் முதலில் ஓடுவோம், உட்காருவோம், நொண்டி அடிப்போம் என்று செயல் பாடுகள் ஒரு அணியினரால் அறிவிக்கப்படுகின்றன.

3. தில்லாக்கு விளையாடலாம் என்று முடிவெடுத்தவுடன் ஒருவர் ஐ ஃபர்ஸ்ட் *(I First)* என்று வேகமாகக் கத்திவிடுகிறார்.

வளையல் சேர்த்தல், சொட்டாங்கல், பல்லாங்குழி, தாயம் போன்ற விளையாட்டுக்களிலும் இதே நிலைதான். ஏனெனில் தாயம் தவிர்த்த ஏனைய விளையாட்டுக்களில் முதலில் விளையாட்டைத் தொடங்குபவருக்கே வெற்றி வாய்ப்பு அதிகமாயிருக்கிறது. திறமையாக விளையாடுகின்ற நபர் தொடர்ந்து வெற்றி பெற்றுக் கொண்டே இருப்பார். மற்றவர்களுக்கு அல்லது எதிராளிக்கு விளையாடும் வாய்ப்பே கிடைக்காது. அதனால் தில்லாக்கு, சொட்டாங்கல் போன்றவற்றில் ஒரு கட்டை அல்லது ஒரு பழம் வென்றுவிட்டால் அது முடிந்ததும் மற்றவருக்கு அடுத்த வாய்ப்பைத் தந்துவிட வேண்டும் என்கிற விதிமுறையும் சிறுமிகள் விளையாட்டில் காணப்படுகிறது. இதனைப் பின்வரும் பாடல் உறுதிப்படுத்துகிறது.

'நடுக்கட்டெ வச்சேன் திடுக்கிட்டாள் தோழி
குட்டிச் சுவரே கூழாங்கல்லே

எனக்கு ஒரு ஆட்டந்தா'

(பல்வகைப் பாடல்கள் -1984:29)

விளையாட்டுக்களில் உடலியல், உளவியல் கூறுகள்

மனிதனின் உடல் என்பது மனிதனை இன்னார் என அடையாளம் காட்டித் தருவது. தமிழன், இந்தியன், அமெரிக்கன் எனப் பொதுவாகவும் மொழி, இனம், சமயம், சாதி, குலம் என்கிற பல்வேறு தளங்களில் தனித்தனியாகவும் வெவ்வேறான அடையாளங்களைத் தருகிறது. அதாவது சகல பௌதீகம் மற்றும் பௌதீகம் சாராத உளவியல், பொருளியல், சமூகவியல் கூறுகள் அனைத்தையும் உள்ளடக்கிய ஒன்றினையே சுட்டுகிறது. வெறும் உயிரியல் உடலையோ, தனிமனித மையத்தையோ, பொருண்மைப்படுத்துவதாக உடல் என்பது சுட்டியது. அது ஏதாவது ஒரு சமூகப் பண்பினைக் குறைந்த பட்ச அடையாளமாகக் கொண்டிருக்கும் (தமிழ்ச்சிந்தனை மரபு-2001:118) என்று பிலவேந்திரன் உடல் பற்றியதொரு விளக்கத்தைத் தருகிறார்.

அனைத்துப் பண்பாட்டிலும் ஆண், பெண் உடல்களுக்கு இடையேயான உறவு ஏற்றத்தாழ்வு நிறைந்ததாகவே இருந்து வந்துள்ளது. தமிழ்ச்சூழலில் ஆண்-பெண் உடல் முறையே ஆதிக்கம் / பணிதல் என்கிற பொது நிலையில் ஏற்றத்தாழ்வு கொண்டதாக இருக்கிறது.

இவ்விரண்டில் 'ஆண் உடல் உயிரோட்டமுடையது. தற்சார்பு டையது, தனித்து இயங்கக்கூடியது. அதே நேரம் இது தன்னைப் பற்றியுள்ள பெண் உடலுக்கு உயிரூட்டி இயங்கச் செய்யும் தன்மையுடையது. பெண் உடல் சார்புத்தன்மை உடையது. தனித்த இருப்போ, இயங்குத் தன்மையோ இல்லாதது, உயிரற்றது. இந்த விளக்கம் ஆண்/பெண் ஆகிய இரண்டு உயிரியல் மற்றும் பௌதீக உடல் என்பதை மட்டும் அடிப்படையாகக் கொண்டது. ஆனாலும் இதையும் உள்ளடக்கிய குடும்பம், சமூகம் என்பவற்றில் ஆண் உடலானது வீரம், வலிமை, பொருள் ஈட்டுதல், செல்வம் உடைமை, தானம், ஆளுமை, ஒப்புரவு, துறவு போன்ற விதிகளுடையதாக நமது இலக்கியங்கள் கூறுகின்றன. இது போல பெண் உடல் மெல்லுடல், தாய்மை, மாதவிடாய் போன்ற உடலியல் பண்புகளோடு மட்டுமல்லாமல் சிறுவயதிலிருந்து சாகும் வரையிலான நிலைகளில் கன்னிப்பெண், மனைவி, தாய், விதவை மற்றும் அச்சம், மடம், நாணம், பயிர்ப்பு என்னும் சமூகப் பண்பாடுகளை மேற்கொண்டு ஆண் உடலின் கட்டுப்பாட்டுக்குள்ளேயே வாழ வேண்டியுள்ளது.

இதையே ஆண், பெண் உடல்களுக்கு இடையிலான ஏற்றத்தாழ்வான உறவுநிலை, ஆண்டான்-அடிமை, இறைவன்-அடியவர் ஆதிக்கம் செய்கிறவர் அடங்கிப் போகிறவர் என்ற ஒரு பொது வாய்ப்பாட்டுச் சட்டகத்தன்மை கொண்டது' (பஞ்சாங்கம்.க - *1994*) என்று கூறிவிடலாம்.

இதுவரை கூறப்பட்டவை உடல் என்பது பற்றிச் சமூகமும் பண்பாடும் கட்டமைத்திருக்கிற கருத்துக்கள் ஆகும். இக்கருத்துக்கள் குழந்தையிலிருந்து மனிதனுக்குப் பல்வேறு நிலைகளில் நேரடியாகவும் மறைமுகமாகவும் மனதில் பதியவைக்கப்படுகின்றன. குழந்தைக்குப் பதிய வைத்தல் என்பது நேரடியாகவும் மறைமுகமாகவும் நடைபெறுகிறது. குழந்தை தான் பார்ப்பதை வைத்தே தன் சமூகத்தையும் பண்பாட்டையும் புரிந்து கொள்கிறது.

'ஆணின் உடல் ஒரு குறியீடுபோல் செயல்படுகிறது. அவ்வுடலின் சினம், ஆதிக்கம், அந்தஸ்து போன்றவற்றை அறியும் குழந்தை அதன் பெருமதிப்பைப் புரிந்து கொள்கிறது. கலாச்சாரங்கள் வேறானாலும் குழந்தை மனம் உடலை வைத்தே நபரை மதிப்பிடுகிறது. எப்போதும் ஆணுடல் வீட்டிற்கு வெளியே இருக்கிறது. கொடிய ஆபத்தான செயல்களில் ஈடுபடுகிறது. பெண்ணுடல் வீட்டிற்கு உள்ளே இருக்கிறது. வீட்டினரின் வளர்ச்சி, பாதுகாப்பு போன்றவற்றைக் கவனிக்கிறது. இவ்வாறு குழந்தைகள் உடலை வைத்து ஏற்படுத்தும் எண்ணமே வளர்ந்து சமூகங்களையும் நாகரீகங்களையும் தீர்மானிக்கிறது' (தேவதத்தா *2005:42*) என்கிற திருச்சந்திரனின் கருத்து குழந்தைக்கு உடல் பற்றிய கருத்து உருவாக்கத்திற்கும் பாலினப் பாகுபாட்டிற்கும் அடிப்படை குடும்பமே என்பதை உணர்த்துகிறது.

இவ்வாறு தானாகப் புரிந்து கொள்வதோடு சமூகத்தில் ஒரு உடலை மற்றொரு உடல் தொடுவதற்கும் இயங்குவதற்கும் விதிக்கப்பட்டிருக்கும் பல்வேறு தடைகளையும் அறிகிறது. சிறுமியும் சிறுவனும் தங்கள் உடல் குறித்த மேற்கூறிய கருத்துக்களை அறிந்து வைத்திருப்பதோடு அது தொடர்பான கட்டுப்பாடுகளை மீறுவதுமில்லை. இது அவர்களுடைய சமூக நடத்தைகள் அனைத்திலும் கடைப்பிடிக்கப்படுகின்றன.

சமூக நடத்தைகளுள் ஒன்றான விளையாட்டுக்களிலும் உடல் சார்ந்த கருத்தியல் முக்கிய இடம் வகிக்கின்றது. இதோடு உடல் தொடர்பான தடை நிலையை விளையாட்டுக்களின் பல்வேறு நிகழ்வுகளில் காணமுடிகிறது. உடல்திறன் மற்றும் அறிவுத்திறன் கொண்ட வன்மை விளையாட்டுக்கள் சிறுவனுக்குரியதாகவும்

பொழுதுபோக்கு விளையாட்டுக்கள் சிறுமிக்குரியதாகவும் நமது சமூகத்தில் பாகுபடுத்தப்பட்டிருக்கின்றன.

இருபாலரும் இணைந்து விளையாடுவதற்குச் சமூகம் பல கட்டுப்பாடுகளை விதித்திருக்கிறது.

1. சிறுமிகள் பையன்களோடு சேர்ந்து விளையாடக்கூடாது. குறிப்பிட்ட வயதிற்கு (எட்டு வயதிற்கு) மேல் சிறுமிகள் பையன்களோடு சேர்ந்து விளையாடினால் சிறுமிகளின் மூக்கு விழுந்துவிடும், காது அறுந்துபோகும், வயிற்றில் கைமுளைத்துவிடும் (தாயம்மாள்:48: மதுரை) என்று கட்டுப்பாடுகளுடன் பயமுறுத்தலும் சேர்க்கப்பட்டிருக்கிறது.

2. ஆபத்தை விளைவிக்கக் கூடிய மரமேறுதல், குதித்தல் தாண்டுதல், வேகமாக ஓடுதல், கம்பு, குச்சி வைத்து விளையாடுதல் போன்ற விளையாட்டுக்களைச் சிறுமிகள் விளையாடக்கூடாது. இவ்வாறு விளையாடிச் சிறுமிகளுக்கு ஏதேனும் ஊனம் ஏற்பட்டால் அதுவே அவர்களுடைய திருமணத்திற்குத் தடையாகிவிடும் என்பதே தடைக்கான காரணம்.

3. வலிமை என்பது ஆண்களுக்கேயுரியது என்று கூறப்பட்டு வந்தது. ஆனால் விளையாட்டுக்களைப் பொறுத்தவரை இது உடலை மட்டும் பொறுத்தது அல்ல. சில செயல்களும் குணங்களும் வலிமையைத் தருவனவாக விளையாட்டில் ஆதிக்கத்தைத் தருகின்றன. அதாவது பெண் மென்மையானவள், பொறுமையானவள், சில செயல்களை மட்டுமே பெண்ணால் செய்யமுடியும் என்பது போன்ற சமூக மதிப்புகளைப் பெண்ணின் உடலமைப்பைக் கொண்டே வரையறுத்தனர். ஆனாலும் சில விளையாட்டுக்களைப் பெண்கள், சிறுமிகளினால் மட்டுமே விளையாட முடிகிறது. இதற்குக் காரணம் பெண்களின் பொறுமை ஆகும். எனவே பண்பாட்டு அடிப்படையிலான பொறுமை பெண்ணின் உடல் ரீதியான வகைப்பாடாக நிலை நிறுத்தப்பட்டுள்ளது.

சான்றுகள்:

1. நொண்டி விளையாட்டில் ஒரு காலை மடக்கி மற்றொரு காலினால் நொண்டியடித்துச் செல்வது சிறுமிகளால் மட்டுமே முடியும். அதே போன்று குறிப்பிட்ட எல்லை வரையறுத்துக் கொண்டு அதனுள் மட்டுமே ஓடுவதும் விளையாடுவதும் சிறுமிகளால் மட்டுமே முடியும். எல்லைக்குள், கோட்டுக்குள் கட்டுப்பாட்டிற்குள் வாழ வேண்டும் என்று சிறுவயதிலிருந்து பெண்

பழக்கப்படுத்தப்படுகிறாள். பாலினப்பாகுபாட்டை இக்கட்டுப் பாடுகள் மேலும் வலியுறுத்துவதாகத்தான் இருக்கின்றன.

2. தில்லாக்கு, பாண்டி விளையாட்டில் நொண்டியடித்துக் கொண்டே குறிப்பிட்ட எல்லைக்குள் தில்லாக்கைச் செதுக்குதல் (தள்ளுதல்) மற்றும் கை, கால், பாதம், தலை, முதுகு போன்ற இடங்களில் தில்லாக்கை (உடைந்த சிறிய ஒட்டுத்துண்டு) வைத்துக்கொண்டு அது கீழே விழாமல் பொறுமையாக நொண்டியடித்துச் செல்லுதல் போன்றவை சிறுவனால் முடியாதாகையால் சிறுமிகளே முதன்மை பெறுகின்றனர்.

3. தண்ணீர் இறைக்கும் விளையாட்டில் ஒரு காலை ஊன்றிக் கொண்டு மற்றொரு காலை அடுத்தவரது நீட்டப்பட்ட கால்களின் மேல் போட்டுக் கொண்டு அதாவது ஒரு சிறுமியின் காலை மற்றொரு சிறுமி தாங்குவது சிறுமிகளால் மட்டும் பொறுமையாக விளையாடக் கூடியதாகும். இவ்விளையாட்டை விளையாடுவது சிறுமிகள் மட்டுமே என்பதால் ஒருவருக்கொருவர் தாங்கிக் கொள்ள முடிகிறது.

விளையாடும் சிறுவர்களுக்கு ஆண், பெண் உடற்கூறுகள், உடலைத் தொடுதல், விலக்குகள் போன்ற சமூகக்கட்டுப்பாடுகள் பற்றிய புரிதல் இருக்கிறது. தண்ணீர்; இறைக்கும் விளையாட்டில் சிறுமிகளுடைய ஒரு கால் அவர்களது இடுப்பளவிற்குப் பக்கவாட்டில் தூக்கப்பட்டு அந்தரத்தில் நிறுத்தப்படுகிறது. மற்றொரு சிறுமியின் கால் முதல் சிறுமியின் கால் மீது நீட்டப் பெறும்பொழுது அச்சிறுமியின் அடிவயிற்றின் மீது படுகிறது. ஆகவேதான் சிறுமிகள் சிறுவனை இவ்விளையாட்டில் சேர்த்துக் கொள்வதில்லை. கச்சைகட்டி என்கிற ஊரில் ஒரு சிறுவன் இவ்விளையாட்டிற்குத் தானும் வருவதாகக் கூறிய பொழுது மற்றொரு சிறுமி எதுக்கு எங்க சாமானப் பாக்கவா (பெண் உறுப்பு) என்று கூறித் (ஒன்பது வயதுச் சிறுமி) தடுத்துவிட்டாள்.

'கபடி' விளையாட்டு பெண்கள் விளையாட்டு அல்ல. ஆனால் இன்று சிறுமிகள் ஊர்ப்புறங்களில் இவ்விளையாட்டை விளையாடுகின்றனர். மன்னாடி மங்கலம் என்கிற ஊரில் சிறுமிகள் சிறுவன்களோடு இணைந்து விளையாடுவதற்குத் தயாராக இருந்தபோது சிறுவன்கள் மறுத்து விட்டனர். நவநீ என்கிற சிறுவன் 'விளையாடும்போது கை, கால்ல படும் காலைப் புடிச்சு இழுக்கணும் உங்களுக்கு கூச்சமா இருக்காதா? நாங்க தனியா விளையாடுறோம், அவங்க தனியா விளையாடட்டும்' என்று கூறினான். இதைக்கூறும்போது அவன்

முகத்தில் அவ்வளவு கூச்சம் காணப்பட்டது. அவனது வயது எட்டு.

விலக்குகள்

சமூகம் உடல்ரீதியாக விதித்திருக்கும் கட்டுப்பாடுகள் இன்றைக்கு விளையாட்டுக்களில் தளர்ச்சியுற்றும் மாற்றங்களை உள்ளடக்கிய தாகவும் காணப்படுகின்றன. சிறுமிகள் அதற்காகச் சில உத்திகளைக் கையாளுகின்றனர். இதற்குக் காரணம் சமூக மாற்றமேயாகும். அதாவது வீடு என்கிற அகத்தைத் தாண்டிப் பெண்கள் வெளியே வந்திருப்பது, கல்வி கற்றிருப்பது, கல்விக்கூடத்தில் இருபாலரும் இணைந்து கல்வி கற்பது, பெண்கள், சிறுமிகளின் நடை, உடைகளில் ஏற்பட்டிருக்கும் மாற்றங்கள், தகவல் தொடர்புச் சாதனங்களின் தாக்கம், நகரமயமாதல், இருபாலரும் சமம் என்கிற இயக்கப்போக்கு போன்றவை சிறுமிகளின் இத்தகைய போக்கிற்குக் காரணமாக அமைகின்றன.

சான்றாக ஆண்கள் (சிறுவன்கள்) மட்டும் விளையாடும் கபடி விளையாட்டை இருபாலரும் இணைந்து நீண்ட வாக்குவாதத்திற்குப் பிறகு ஒரு கிராமத்தில் ஆய்வாளருக்கு விளையாடிக் காண்பித்தனர். வாக்குவாதத்தின் இறுதியில் சிறுமிகள் சுடிதார் - பேண்ட் போட்டுக்கொண்டு இவ்விளையாட்டை விளையாடிக் காண்பித்தனர். சுடிதார் ஆடையமைப்பு ஆடவரின் ஆடையை ஒப்ப இருப்பதால் சிறுவன்கள் மனதளவில் பெண்களோடு விளையாடுகிறோம் என்கிற எண்ணம் இல்லாமல் விளையாடியதாகக் கூறினார்கள். இத்தகைய ஆடை மாற்றம் மனத்தளவில் படிந்து போன ஆண் - பெண் என்ற பால்பேதத்தை ஈடுசெய்யும் உத்தியாகப் பயன்படுத்தப்பட்டுள்ளது.

பச்சைக்குதிரை தாண்டுதல் விளையாட்டை இன்றைக்கு இருபாலரும் இணைந்து விளையாடுகின்றனர். ஒருவர் தன் இரண்டு கைகளினால் இரண்டு கால் கட்டை விரல்களைத் தொட்டபடி குனிந்து நிற்க மற்றவர்கள் ஒருவர் பின் ஒருவராக அவரைக் குறுக்கே தாண்டி மற்றொருபுறம் குதிக்க வேண்டும். இன்று சிறுவனைத் தாண்டிச் சிறுமியும் சிறுமியைத் தாண்டிச் சிறுவனும் குதிக்கின்றனர். இது கொஞ்சம் அரிதாக விளையாடப்படுகிறது. காலமாற்றமே இதற்குக் காரணமாகிறது.

இதுபோன்றே அதிகமான மற்றும் கடினமான உடல் அசைவு அல்லது இயக்கம் சிறுமிகளுக்குத் தேவையில்லை அவர்கள் அவ்வாறு இயங்கவும் கூடாது என்கிற சமூகம் விதித்தக் கட்டுப்பாட்டை சிறுமிகள் மாற்றுவழிகளில் மடைமாற்றம் செய்து கொள்ளுகிறார்கள். சான்றாக

1. பச்சைக்குதிரை விளையாட்டைச் சிறுமிகள் மானாமதுரை என்கிற ஊரில் டப்பா டான்ஸ் என்கிற விளையாட்டாக விளையாடுகின்றனர். ஒரு சிறுமியைக் கால்களை நீட்டி அமரச்செய்து மற்றவர் தன் கால்களை மாற்றியும் தன் உடம்பை முன்னும் பின்னுமாகத் திருப்பியும் 'டப்பா டான்ஸ் டிப்பா டீன்ஸ்' என்று வேகமாகக் கூறிக்கொண்டே குதிக்கின்றார். இது மென்மையான எளிதில் வளைந்து கொடுக்கக்கூடிய பெண்ணின் உடலமைப்புக்கே முடியக்கூடிய ஒன்று. கடினமான வளையாத உடலமைப்புடைய சிறுவனால் இதை விளையாட முடியவில்லை. இதில் சிறுமியால் தன் இரு கால்களையும் அகல விரித்து மற்றொருவரைத் தாண்டினால் அவளது தாய்மை (பெண்மை) உறுப்புக்குப் பங்கம் ஏற்பட்டுவிடும் என்பது அவளது மனதில் சமூகத்தால் பதிய வைக்கப்பட்டிருக்கிறது. அதனால் சிறுமி தனது உடலமைப்புக்கும் சமூகம் தனக்கிட்டிருக்கும் கட்டுப்பாட்டிற்கும் ஏற்றவாறு தன் விளையாட்டை அமைத்துக் கொள்கிறாள். மாற்றிக்கொள்ள முடியாத உடலமைப்பு இவ்விளை யாட்டில் கவனத்தில் கொள்ளப்படுகிறது.

2. 'கொட்டான் கொட்டான்' என்கிற சிறுவன்களின் விளையாட்டு இன்றைக்குச் சிறுமிகளால் விளையாடப்படுகிறது (நல்லூர்). கொட்டான் கொட்டான் விளையாட்டில் விளையாடும் அனைவரும் பிடிபட்ட சிறுவன் தலையில் கொட்டுகின்றனர். சிறுவன்கள் கொட்டும் பொழுது உண்டாகும் வலியைச் சிறுமிகள் தாங்கிக்கொள்ள முடியாதாகையால் சிறுமிகளைச் சிறுவன்கள் விளையாட்டில் சேர்த்துக் கொள்வதில்லை. ஆனால் இன்றைக்குச் சிறுமிகள் தலையில் கொட்டுதல் என்பதற்குப் பதிலாக முதுகில் அடித்தல் என்று தங்களுக்கேற்றபடி மாற்றிக் கொண்டு தாங்கள் மட்டும் விளையாடுகின்றனர்.

3. ஆண்கள் விளையாடும் சூதாட்டமான 'ரம்மி' என்கிற விளையாட்டைப் போன்றதே சிறுமிகள் விளையாடும் சேமீஸ் விளையாட்டாகும். *Same is* என்கிற ஆங்கிலச்சொல்லின் மொழி பெயர்ப்பே இது. சூதாட்டமும் அதோடு தொடர்புடைய மற்றும் சூதாட்டத்தைப் போன்ற அமைப்புடைய விளையாட்டுக்களும் சமூகத்தால் விலக்கி வைக்கப்பட்டுள்ள விளையாட்டுக்கள் ஆகும். காரணம் நாம் அறிந்ததே, சொத்துரிமையை அடியாகக் கொண்டு சூதாடித் தமது நாட்டையும், உரிமையையும் இழந்து மிகுதியாகத் துன்பப்பட்ட பாண்டவர்களையும் சபையில் அனைவரும் பார்க்க மானத்திற்காகப் போராடிய பாஞ்சாலியின் நிலையையும் மக்கள் மறக்காததனாலேயே சூதாட்டத்தை விளையாடக்கூடாது என்று தடை விதித்திருக்கின்றனர். ஆகவே சிறுமிகள் இவற்றை நிறங்களை அடிப்படையாகக் கொண்ட விளையாட்டாக மாற்றிவிட்டனர்.

சமூகத்தால் எப்பொழுதும் பெண்களும் சிறுமிகளும் கட்டுப்படுத்தப்பட்டே வளர்க்கப் படுவதால் அவர்களுடைய மனநிலை விளையாட்டுக்களில் வெளிப்படுத்தப் படுகிறது. இக் கட்டுப்பாட்டிற்குத் தங்களது விளையாட்டுக்களில் மறைமுகமாக எதிர்ப்பைத் தெரிவிக்கின்றனர். சான்று பாட்டி விளையாட்டு.

சிறுமியர் : பாட்டி பாட்டி என்ன தேடுற?

பாட்டி : ஊசி தேடுறேன் ஊசியக் காணோம்.

சிறுமியர் : உத்து உத்துப் பார்த்துக்க.

பாட்டி : பாசியக் காணோம்.

சிறுமியர் : பாத்துப் பாத்துப் பொறக்கிக்க.

பாட்டி : வடிச்ச கஞ்சி கொட்டிப்போச்சு.

சிறுமியர் : வழிச்சு வழிச்சு நக்கிக்க.

இறுதியில் பாட்டியாக நடிப்பவர் கம்பினை எடுத்துக்கொண்டு விரட்டிக்கொண்டு செல்ல மற்றவர்கள் ஓடுகின்றனர். இவ் விளையாட்டில் பாட்டிக்குக் கண் தெரியாதது, ஓட முடியாதது, விரைவாக வேலை செய்ய முடியாதது போன்ற செயல்கள் வெளிப்படுத்தப்பட்டு கேலி செய்யப்படுகின்றன. இதனால் சிறுமிகள், குழந்தைகள் தாங்கள் மனதளவில் திருப்தியடைகிறார்கள் என்றும் கூற முடிகிறது. அதாவது பொதுவாகக் கூட்டுக்குடும்பங்களில் மற்ற உறுப்பினர்களை விடப் பாட்டியே முதன்மை வகிக்கின்றாள். சிறுவர் மட்டுமின்றி வீட்டிலுள்ள பெரியவர்களும் பாட்டிக்கு அடங்கியவர்களே. வீட்டில் பாட்டியின் கட்டுப்பாடுகளைக் கேட்டும்

பார்த்தும் கொண்டிருக்கும் சிறுவர்கள் தங்கள் சுதந்திர உலகமான விளையாட்டுக்களில் மனதிலுள்ள வெறுப்பை, எண்ணங்களை வெளிப்படுத்துகின்றனர். அதுவே பாட்டியைச் செயலாலும் பேச்சாலும் எதிர்ப்பது ஆகும்.

அடிமனதில் ஆழமாகப் பதிந்துபோன எதிர்ப்புணர்வு விளையாட்டில் வெளிப்படுத்தப்படுகிறது. உரையாடும் சொற்களும் அவ்வுணர்வினை வெளிப்படுத்துமுகமாகவே அமைகின்றன. இதனைஃப்ராய்டு 'குழந்தை விளையாட்டில் அது தனக்கு மகிழ்ச்சியளிக்காத, தான் அஞ்சுகிற கூறுகளையும் தன் விளையாட்டில் சேர்த்துக் கொள்வதையும் இணைத்துப் புரிந்து கொள்ள முயன்ற ஃபிராய்டு, தான் எதிர்கொள்ள அஞ்சுகிற அல்லது எதிர்த்துத் தோற்றுப் போன நிகழ்ச்சிகளையும் குழந்தை தான் விளையாட்டில் - அவற்றை எதிர்கொள்ள, ஆற்றலை வளர்த்துக் கொள்ள, மனம் கையாளும் ஓர் உத்தியே' என்று கூறுகிறார் (இலக்கியமும் உளவியலும் - *2000:33*).

கற்பனைத்தோழமை

சிறுமிகளுக்கான கட்டுப்பாடு அதிகமாக இருப்பதால் அவர்களது செயல்பாடுகள் பல நேரங்களில் தனிமையானதாக இருக்கின்றன. அவர்களுடன் விளையாடுவதற்கு ஒரு துணை இல்லாததாலும் கட்டுப்பாடுகளாலும் மனதளவில் பாதிக்கப்பட்டுத் தங்களுக்கென ஒரு கற்பனைத்தோழமையை உருவாக்கிக்கொண்டு அதனுடன் விளையாடுகின்றனர். இது உளவியலாளரால் பின்வருமாறு விளக்கப் படுகிறது.

> 'குழந்தைகள் பள்ளிக்கூடம் செல்லும் வயதை எய்துவதற்குச் சில மாதங்களுக்கு முன்பே தங்களை ஒத்த வயதுடைய குழந்தைகளைக் கூட்டாளிகளாகத் தேர்ந்தெடுக்கின்றனர். ஆனால் எல்லாக் குழந்தைகளுக்கும் அவர்கள் விரும்பியது போல் கூட்டாளிகள் கிடைக்கவில்லையெனில் அப்படிப்பட்ட கூட்டாளிகளைக் கற்பனை செய்து அவர்களோடு விளையாடு வர் எனக் கூறும் உளவியலார் இந்தக் கற்பனைத் தோழமை உருவாவதற்கு மேலும் சில காரணங்களையும் முன் வைக்கின்றனர். அவை பெற்றோர்களுக்கும் குழந்தைகளுக்கும் உள்ள தொடர்பில் மனநிறைவின்மை, சூழ்நிலையில் ஏற்படும் அனுபவத்தில் உள்ள மனநிறைவின்மை, பாதகமான சமுதாய, பொருளாதார விளக்கங்கள் போன்றவையாகும்' (உளவியல் துறைகள் - *1973:78*).

குழந்தைகள் தங்களது கற்பனைத்தோழமைக்கும் ஒருபெயர் சூட்டியிருப்பர். அவர்களை உண்மைக் கூட்டாளிகளாகவே நம்புவர். இந்தக் கற்பனைத்தோழமைக்குக் குழந்தைக்கு இல்லாத ஆற்றலும் தைரியமும் மனத்துணிவும் உண்டு. குழந்தைக்கு மறுக்கப்படும் உரிமைகள் கற்பனைத்தோழமைக்குத் தரப்படும். குழந்தையின் விருப்பங்கள் கற்பனைத்தோழமையின் மூலம் நிறைவேற்றப்படும். கற்பனைத் தோழமை மற்றும் குழந்தை ஆகிய இருவருக்கு மட்டுமேயான உலகில் குழந்தையே ஆதிக்கம் மிகுந்ததாக இருக்கிறது.

கற்பனைத் தோழமையைத் தனக்கு அடங்கியிருக்கும்படி செய்து தானே வெற்றியுடைதாக இருக்கிறது. இங்ஙனம் குழந்தைகள் எதையும் செய்வதற்குரிய ஆற்றலுடைய தோழமை, மற்றும் தான் இழந்துவிட்டதாக உணர்ந்த எல்லாவிதமான தொடர்புகளையும் பெறுகின்ற உற்ற தோழமை என இரு நிலைகளில் கற்பனைத் தோழமையைப் பெறுகின்றனர். இந்த கற்பனைத் தோழமையை உளவியலர் கற்பனை விளையாட்டு அல்லது பகற்கனவு (Imaginary play or Day dreaming) என்கின்றனர். இது குழந்தையினுடைய மூன்று வயதில் தொடங்கி ஐந்து வயது வரையிலும் தொடரும் என்கின்றனர். இது 'நாடகத்தன்மை உடையதாகவும் வீரமானதாகவும் மனம் போன போக்குடையதாகவும் மற்றும் தினசரி வாழ்க்கையிலிருந்து பெரிதும் வேறுபட்டதாகவும் இருக்கும்' (Child Development, 1978:298).

இது பற்றி ஃப்ராய்டு 'தனக்கென ஒரு உலகைப் படைத்துக் கொள்ளும் குழந்தை தன் விளையாட்டில் உண்மையான அக்கறையுடன் ஈடுபடுகிறது. அதன் மூலம் உண்மை உலகில் தனக்கு இயலாத, வெற்றி கொள்ள முடியாத கூறுகளை வெற்றி கொள்ளும் விருப்பப் புனைவுகள் மூலம் இன்பம் பெறுகிறது. புற உலகில் பெற்ற அனுபவங்களையும் பொருட்களையும் தன் கற்பனை உலகிற்கு ஏற்ப மாற்றிப் படைத்துக் கொள்கிறது என்கிறார்' (Introductory lectures on Psychoanalysis: 1976).

குழு விளையாட்டிற்குள் நுழைவதற்கு முன் சிறுமி கற்பனைத் தோழமையுடனான விளையாட்டில் அதிகம் ஈடுபடுகிறாள். வீட்டிலுள்ள அமரும்பலகை, பொம்மை போன்றவற்றை வைத்துக் கொண்டு அதனைக் குழந்தையாகப் பாவித்து, தாய் தனக்குச் செய்யும் நீராட்டுவது, உணவூட்டுவது, பாலூட்டுவது, அலங்கரிப்பது போன்ற செயல்களைத் தன்னுடைய பொம்மைக்குத் தான் செய்து மகிழ்கிறாள். மரத்தாலான இப்பொம்மைக்கு மரப்பாச்சி என்று பெயர். அதோடு வீட்டிலிருக்கும் நீளத்துண்டு (Towel) அல்லது

நீளமான துணியைத் தாவணியாக, சேலையாக அணிந்தும் தன்னைப் பெரிய மனுசியாகப் பாவித்துக் கற்பனையாக விளையாடுகிறாள்.

தன் கற்பனைத் தோழமையுடன் பேசியும் கொஞ்சியும் கெஞ்சியும் அடித்தும் அரட்டியும் என்று அதனோடு தனக்கென ஒரு உலகத்தை உருவாக்கிக்கொள்கிறாள். இவ்வுலகில் எப்பொழுதும் விளையாடிக்கொண்டே இருக்கலாம், பள்ளிக்குச் செல்லவேண்டிய தில்லை, வேண்டும் நேரத்தில் இனிப்பு சாப்பிடலாம் என்று சிறுமியின் நனவு வாழ்க்கையில் நிறைவேறாத ஆசைகள் நிறைவேற்றம் பெறுகின்றன.

இன்றைக்கு இவ்விளையாட்டு இருபாலரிடமும் காணப்படுகிறது. காரணம் இருபாலருமே வெளியில் மற்ற குழந்தைகளுடன் இணைந்து விளையாடுவது என்பது குறைந்து விட்டதனாலாகும். பெற்றோர்களும் வெளியில் சென்று விளையாட அனுமதிப்பதில்லை. ஒரு குழந்தைக்கு அதற்கு வேண்டிய விளையாட்டுக் கருவிகளனைத்தும் பெற்றோரால் அக்குழந்தைக்கென தனியே வாங்கித்தரப்படுகின்றது. அக்குழந்தையின் தோழமை அக்கருவிகள்தாம்.

விதவிதமான கார், பஸ், ஏரோப்ளேன் போன்ற கருவிகளை வைத்துக் கொண்டு பஸ் ஓடுவதாக, ஓட்டுவதாக, விபத்து நடப்பதாகக் கற்பனை செய்து குழந்தை விளையாடி மகிழ்கிறது. மற்ற குழந்தைகளுடன் கலந்து பழகுவதற்கு வாய்ப்பின்றிப் போகிறது. வீடியோ கேம்ஸ் என்கிற ஒரு தொழில்நுட்பம் குழந்தைகளை வீட்டோடு முடக்கிவிட்டது. ஒரு எலக்ட்ரானிக் சாதனத்தோடு போட்டியிட்டு அதை வெல்ல வேண்டும் என்கிற எண்ணமே மேலோங்கிக் காணப்படுகிறது. வெற்றியும் கிடைக்கிறது. அதனால்தான் இன்றைய குழந்தைகளுக்கு விட்டுக் கொடுக்கும் மனப்பான்மை இல்லாதது, பிறருக்கு உதவும் எண்ணம் இல்லாதது, சரியோ, தவறோ தான் நினைத்ததைச் சாதிக்கும் எண்ண, பிடிவாதம், முரட்டுத்தனம் போன்ற குணங்கள் அதிகமாகக் காணப்படுகின்றன. அதற்குக்காரணம் சக பிள்ளைகளுடன் இணைந்து விளையாடாததேயாம்.

இன்றைக்கும் இருபாலரும் வீட்டினுள் தனியாவோ, கற்பனைத் தோழமையுடனோ, விளையாட்டுக்கருவிகளை வைத்துக்கொண்டோ விளையாடினாலும் சிறுமிக்குரிய விளையாட்டுப்பொருட்களாகப் பொம்மை, செப்புச்சாமான்கள் என்று பெண்பாலுக்குரியனவாகவும் சிறுவனுடைய விளையாட்டுப்பொருட்களாக கார், பஸ், ஏரோப்ளேன், பந்து என்று ஆண்பாலுக்குரியனவாகவும் இருக்கின்றன. யார் எந்தப் பொருளை வைத்து விளையாடுவது என்பதில் அதிக மாற்றமில்லை. இது பற்றி முன்னரே விளக்கப்பட்டுள்ளது.

இத்தகைய கற்பனைத்தோழமையே இதற்கடுத்த நிலையில் குழு விளையாட்டுக்களாக அப்பா அம்மா விளையாட்டு, டாக்டர் விளையாட்டு, டீச்சர் விளையாட்டு, ட்யூசன் விளையாட்டு, பொம்மை விளையாட்டு எனப் பல்வேறு விளையாட்டுக்களாகப் பரிணமிக்கின்றது. இன்றைக்கு எல்லாக் குழந்தைகளும் பள்ளி முடிந்து வீட்டிற்கு வந்தவுடன் மாலை முழுவதும் விளையாட்டு என்று விளையாடுவதற்குப் பதிலாக தனிப்படிப்புப் (Tuition) படிக்கச்சென்று விடுகின்றனர். அதனால் அதையும் விளையாட்டாக்கிவிட்டனர். இதனை உளவியலார் இணைத்துருவாக்க விளையாட்டு (Constructive play) என்கின்றனர்.

இணைத்துருவாக்கம் என்பது விளையாட்டுக்களில் முக்கியமான பங்கு வகிக்கிறது. குழந்தை முதலில் தான் பார்க்கும் பொருள்களை எல்லாம் வெறும் பொருளாக மட்டுமே பார்க்கிறது. பின்னரே அவற்றைத் தனித்தனியாகவும் இணைத்தும் பொருத்தமாகவும் பயன்படுத்தத்தெரிந்து கொள்கிறது. இப்புரிதலே விளையாட்டுக்களிலும் வெளிப்படுகிறது. அன்றாடம் தன் வாழ்க்கையில் தான் பார்க்கும் நிகழ்வுகளையெல்லாம் விளையாட்டுக் களாக்குகிறது.

குடும்ப நிகழ்வுகள்	-	அம்மா அப்பா விளையாட்டு, பொம்மை விளையாட்டு
மருத்துவமனை நிகழ்வுகள்	-	டாக்டர் விளையாட்டு
பள்ளிக்கூட நிகழ்வுகள்	-	டீச்சர் விளையாட்டு
இன்றைய சமூகக்கல்வி முறையான தனிப்படிப்பு நிகழ்வுகள்	-	ட்யூசன் விளையாட்டு

இவ்வாறு நிகழ்வுகளை இணைத்து விளையாட்டாக உருவாக்கும் இணைத்துருவாக்க விளையாட்டு குறித்த உளவியலாரின் பின்வரும் கருத்து இக்கள ஆய்வுத் தரவிற்கு மேலும் வலுவூட்டுகிறது.

'குழந்தைகள் இவைகளையெல்லாம் குறிப்பிட்ட நோக்கத்தோடுதான் உபயோகிக்கின்றனர். குழந்தைப் பருவத்தில் நடைபெறுகின்ற இத்தகைய விளையாட்டுக்கள்தான் அவர்களைப் பிற்கால வாழ்க்கையில் குறிப்பிட்ட துறையில் வல்லுநர்களாக்க வழிவகுக்கின்றன என்று கூறும் உளவியலறிஞர்கள் இவ்விளையாட்டிலும் பாலின அடிப்படையிலானதொரு கருத்தை முன் வைக்கின்றனர். அதாவது பெண் குழந்தைகளின்

இணைத்துருவாக்க விளையாட்டுக்கள் எதையும் நேர்த்தியாக உருவாக்குவதை அடிப்படையாகக் கொண்டதாகும். படம் வரைதல், தைத்தல், நெய்தல், பின்னல், பூ வேலைப்பாடுகள், ஓவியம் போன்றவை பெண் குழந்தைகளின் இணைத்துருவாக்க விளையாட்டுக்களாகும்' (உளவியல் துறைகள்,*1973:90*).

அடுத்ததாகப் பெண்களைத் தாழ்ந்தவர்கள், ஆண்களை உயர்ந்தவர்கள் என்று சமூகம்தான் பிரித்திருக்கிறது. இருப்பினும் அது அறியாத பருவத்திலேயே பொருள் விளங்கியும் விளங்காமலும் சிறுவனுடைய மனதில் பதிந்துவிடுகிறது. அதனால்தான் சிறுவன் சிறுமியின் விளையாட்டைத் தான் மட்டும் விளையாடவோ, அவளுடன் சேர்ந்து விளையாடவோ மறுக்கிறான். இது இன்றைக்கும் கிராமங்களில் காணப்படுகிறது.

சிறுவன் மறுத்தல் என்பதுடன் ஒருபடி மேலே சென்று 'பெண்களுடன் சேர்ந்து விளையாடினால் என்னை பொம்பள - பொம்பள என்று எல்லோரும் கேலி செய்வார்கள் நான் விளையாட மாட்டேன்' என்றும் கூறுகிறான். (நவநீதன்: 8 மன்னாடிமங்கலம்). சிறுவனைப் பொம்பள என்று கேலி செய்வதில் சிறுவன்களோடு சிறுமிகளும் சேர்ந்து கொள்கிறார்கள். சிறுமிகளும் அச்சொல்லைப் பொருள் விளங்காமல் பயன்படுத்துகிறார்கள் என்றுதான் கூறமுடிகிறது. இதற்குக் காரணம் சமூகம்தான் என்றாலும் இக்கருத்தாக்கம் குழந்தைப்பருவத்திலேயே அவர்கள் மனதில் புகுத்தப்படுகிறது என்பதே முக்கியம். ஏழு வயதிற்குள் குழந்தைக்குக் கற்றுத் தரப்படுவதனைத்தையும் அக்குழந்தையால் எளிதில் மறக்க முடியாது என்கிற உளவியலாரின் கூற்றை இங்கே பொருத்திப் பார்த்தால் இது போன்ற எண்ணங்கள் குழந்தையின் எதிர்காலத்தை வழிநடத்தும் வழிவகையும் புரியும்.

அடுத்து விளையாட்டுக்களில் காணப்படும் உப்புக்குச் சப்பாணி என்கிற ஒரு பாத்திரம் குறிப்பிடத்தக்கது. விளையாட்டுத்திறமை குறைந்தவர்கள் மற்றும் வயதில் சிறியவர்கள் விளையாட்டுக்குச் சேர்த்துக் கொள்ளப்படுகின்ற பொழுது உப்புக்குச் சப்பாணி என்கிற பெயரில் சேர்த்துக் கொள்ளப்படுகிறார்கள். அதாவது விளையாட்டின் வெற்றி தோல்வி இவர்களின் செயல்பாட்டை வைத்து நிர்ணயிக்கப்படமாட்டாது. இதற்குப் பின்வருவனவற்றைக் காரணமாகக் கூறமுடியும்.

*1.*குழந்தைகளிடம் காணப்படும் இரக்கக்குணம்.

2. தங்களுடன் விளையாட வேண்டுமென விரும்பி வந்திருக்கின்ற வர்களில் யாரையும் விட்டுவிடக்கூடாது என்கிற பரந்த மனப்பான்மை.

3. அனைத்திற்கும் மேலாக விளையாடுகின்ற நபர்களில் வயதில் பெரியவர்களாயிருப்பவர்களின் தங்கை மற்றும் தம்பியரே உப்புக்குச் சப்பாணியாக இருப்பர். அதாவது வீட்டில் பெற்றோர்கள் வேலையாயிருக்கும் போது சிறிய குழந்தைகளைக் கவனித்துக் கொள்வது பெரிய குழந்தைகளின் வேலை. இல்லையெனில் அவர்களால் விளையாட முடியாது. பெற்றோர்கள் அவர்களை விளையாடவும் அனுமதிக்கமாட்டார்கள். ஆகவே அவர்களையும் வயதில் சிறிய குழந்தைகளையும் அழைத்துச் செல்லுவதோடு அவர்களால் விளையாட்டிற்குத் தடங்கல் ஏற்படாமலிருக்க அவர்களையும் விளையாட்டிற்குச் சேர்த்துக் கொள்கின்றனர். அவர்களே உப்புக்குச் சப்பாணி ஆவர். இது இருபாலருக்கும் உள்ள உடன்பாட்டு விதியாகும்.

உப்புக்குச் சப்பாணியில் பால் பேதத்திற்கு எவ்வித இடமுமில்லை (Genderless). இவ்வாறு உடல்ரீதியாக இருபாலருக்கும் தெரிந்திருக்கும் விசயங்கள் சமூகத்தால் சொல்லித்தரப்பட்டிருந்தாலும் அவர்கள் மனதில் ஆழமாகப் பதிந்திருப்பதால்தான் விளையாட்டுக்களில் அப்படியே வெளிப்படுத்தமுடிகிறது. ஆகவே இக்கருத்துக்கள் முழுக்க முழுக்க மனதோடு, உளவியலோடு தொடர்புடையவையே ஆகும். இங்குக் குறிப்பிடும் மனம் சார்ந்த பதிவுகள் குமரப்பருவத்தில் சுரப்பிகளிலிருந்து விளையும் உளவியல் கூறுகள் அல்ல. குமரப்பருவத்திற்கு முந்தைய மனப்பதிவுகளே பின்னர் பாலினப் பாகுபாட்டின் கூறுகளை வளர்க்கின்றன. வேறுபடுத்துகின்றன. ஏற்றத் தாழ்வை விளைவிக்கும் காரணிகளாகின்றன.

4. விளையாட்டின்போது தனது தங்கை அல்லது தம்பியை அழைத்துக் கொண்டு செல்பவர்கள் பெரும்பான்மையாகச் சிறுமிகள் மட்டுமே சிறுவனல்ல என்பதையும் கவனத்தில் கொள்ளவேண்டும். குழந்தையைப் பராமரிப்பது என்பது முதலில் தாய், பிறகு சிறுமி (பெண்) என்கிற எண்ணமே மனதில் பதிய வைக்கப் பட்டிருக்கிறது எனக் கூறமுடியும்.

விளையாட்டுக்களில் சமூகவியல் கூறுகள்

மனிதன் தன் இனத்துடன் இணைந்தும் பிணைந்தும் வாழும் இயல்புடையவன். அவன் கூடிக்கலந்து வாழ்வதில் சமூகம் உருவாகிறது. தனிமனித வாழ்வுக்கும் சமூக வாழ்வுக்கும் நிரம்ப

வேறுபாடுகள் உள்ளன. ஒருவன் தனியாகச் சிந்திப்பதற்கும் சமூகமாகச் சிந்திப்பதற்கும் வேறுபாடு இருக்கிறது. அத்தகைய வேறுபாடுகள் ஏற்படுவது இயல்பு. அவையே சமூக ஏற்றத்தாழ்வுகளுக்கு வித்தாக அமைகின்றன. இவையே சமுதாயச் சிக்கல்களுக்கும் காரணம். சிக்கலற்ற சமுதாயம் அமைவது கடினமாயினும் கூடிய வரையிலும் குழப்பமின்றி அமைதியான வாழ்க்கையை மனிதன் வாழ வேண்டும். சமூகத்துடன் கூடி வாழ்வதற்கு வேண்டிய அறிவை வழங்க வேண்டும். அவ்வாறின்றிக் கூடிவாழும் குணமின்றியும் பிறரிடம் இணக்கம் காண மறுப்பவனும் சமூகத்தால் வெறுத்து ஒதுக்கப்படுவான். இத்தகைய கூடிவாழும் குணமே சமூகவயமாதல் எனப்படுகிறது. சமூகவயமாதல் அதாவது கூடி வாழ்தல் என்பது சமூகச் சட்டதிட்டங்களுக்கு ஏற்றபடி இயைந்து வாழ்வதாகும். இச்சட்ட திட்டங்கள் பால், இனம், சாதி இன்னபிறவற்றிற்கு ஏற்ப மாறுபட்டுக் காணப்படும். இந்த மாறுபாடுகளுக்குத்தக மனிதர்கள் வாழ வேண்டும்.

சமூகம் மனித இனத்தை ஆண், பெண் என்ற இரு பிரிவாகக் கொண்டு அவரவருக்கென்று தனித்தனிச் சட்டதிட்டங்களை வகுத்திருக்கிறது.

'ஆண் என்றால் அப்படித்தான் இருப்பான்'

'பெண் என்றால் இப்படித்தான் இருக்கவேண்டும்'

என்று கருத்துக் கட்டமைப்புகளை ஏற்றத்தாழ்வுடன் வகுத்திருக்கிறது. ஆண் குழந்தைப்பேற்றின் அவசியத்தைப் புறநானூறுப்பாடல் ஆண்கள் தங்கள் வாரிசைப் பெற்றெடுத்த பிறகுதான் இறக்க உரிமையுடையவர்கள் என்று கூறுகிறது. 'வடக்கு நோக்கி உண்ணாவிரதம் இருந்த கோப்பெருஞ்சோழனோடு வடக்கிருக்க முயன்ற தனது நண்பர் பொத்தியாரை நோக்கிப் புகழ்சால் புதல்வன் பிறந்தபின் வா' (புறம்:222) என்று கூறுவதன் மூலம் இதனை அறியமுடிகிறது.

இவ்வாறு இறந்தோருக்குரிய கடன்களைச் செய்யவும் விழாக்களை நடத்தவும் ஆணே உரிமை பெற்றவன். கல்வி பெறவும் பொருளீட்டவும் குடும்பத் தலைமைப் பொறுப்பேற்று வழிகாட்டவும் ஆணே உரிமை பெற்றவன் என்கிற கருத்தே சமூகத்தில் ஆணை உயர் பிறவியாகக் கருதும் நிலையை ஏற்படுத்தியது. மேலும் முதுமைப் பருவத்தில் பெற்றோரைக் காப்பவன் ஆணே என்கிற நம்பிக்கைக் கட்டமைப்பு ஆண் குழந்தையை அனைவரும் விரும்பக் காரணமாயிற்று. ஆணின்

நலத்தில் சமுதாயத்தின் நலன் அடங்கியுள்ளதால் அவனுடைய வலிமையும் நலமும் போற்றப்பட வேண்டும். ஆணுக்கு அடங்கியும் கட்டுப்பட்டும் பெண் நடக்க வேண்டும் என்பது போன்ற எழுதாச் சட்டங்களால் சமூகத்தில் ஆண் குழந்தை வரவேற்கப்படுகிறது.

பெண்கள் மிகக் கட்டுப்பாட்டுடன் ஒழுக்கம் தவறாது ஆண்களுக்கு அடங்கி முனைப்பின்றி வாழ்ந்தால்தான் சமூகக்கட்டுக்கோப்பு சிதையாது சிறப்பாக இருக்க முடியும் என்று ஆண்கள் நினைத்துப் பெண்களைப் பலமற்ற பிறவிகள் என்று கருதும் நிலைக்குப் பின் தள்ளி, தாங்கள் மேலாண்மை கொண்டு முன்போகும் வழியில் சமுதாய வழக்க முறைகளை அமைத்துக் காத்துள்ளனர். அத்தகைய சமுதாய அமைப்பு முறைகளைப் பெண்களும் மதித்துத் தங்களுடைய இயல்பான திறமைகளை அடக்கிக் கட்டுப்பாட்டுடன் வாழ்ந்துள்ளனர். இவையே மரபுமுறைகளாகிவிட்டன.

இந்த மரபுமுறைகள் நடைமுறைப்பழக்கங்களாக, வாழ்க்கை இயல்புகளாக விளங்கிவிடுகின்றன. அவற்றை மீறிச்செல்ல மனநிலை எளிதாக இடம் கொடுப்பதில்லை. பெண்கள் இத்தகைய மரபு முறைகளைத் தங்கள் உயிருக்கு மேலாகக்கருதிக் காத்து வந்துள்ளனர். உண்மையில் தங்களுக்கு உரிமையாக இருக்க வேண்டியதைக்கூட மரபுமுறைப்பழக்கத்தால் மறந்து வாழ்ந்துள்ளனர். தங்கள் மேல் விதிக்கப்பட்டுள்ள சட்டங்களைப் பற்றிச் சிந்திக்க முடியாத அளவிற்கு அவை அவர்கள் எண்ணங்களில் ஊறிப்போயிருக்கின்றன. அது மட்டுமல்லாமல் அவர்களுடைய ஒவ்வொரு செயலிலும் மரபுக்கட்டுக்கள் வெளிப்படுத்தப்படுகின்றன.

மனிதனுடைய வாழ்க்கை நடைமுறையில் ஒன்றாகக் கலந்திருப் பவை நாட்டுப்புற விளையாட்டுக்கள். சமூகத்தால் உருவாக்கப்பட்ட ஆண், பெண் பற்றிய கருத்துக் கட்டமைப்பு இவ் விளையாட்டுக்களில் பல்வேறு நிலைகளில் காணப்படுவது இனி விளக்கப்படுகிறது.

சிறுவன் விளையாட்டு வலிமையை நிறுவுவதாகவே அமையும் என்பது முன்னர் பெறப்பட்ட முடிவு.

சல்லிக்கட்டு, மாட்டுவண்டிப் பந்தயம், சிலம்பம் போன்றவை ஆண்களின் வலிமையை மட்டுமே அடிப்படையாகக் கொண்டவை. சல்லிக்கட்டும் இளவட்டக்கல் என்கிற விளையாட்டும் திருமணத்தை முன்னிலைப்படுத்தியவை. சல்லிக்கட்டு பண்டைய இலக்கியங் களிலும் காப்பியங்களிலும் 'ஏறுதழுவுதல் என்கிற பெயரில் வீர விளையாட்டாகக் குறிக்கப்பெறுகிறது. 'இன்னநிறக் காளையை

அடக்குபவன் இன்னவளை மணக்கலாம் என்கிற அறிவிப்புடன் ஏறுதழுவுதல் நடந்ததாக முல்லைக்கலி கூறுகிறது. சிறுமியர்கள் ஏழு காளைகளைச் சிறுவயதிலிருந்து வளர்ப்பது போலவும் உரிய பருவம் வரும்போது அவ்வேற்றை அடக்கும் ஆடவரை மணப்பது போலவும் நடித்துக் குரவைக் கூத்தாடுகின்றனர் என்று சிலப்பதிகார ஆய்ச்சியர் குரவை குறிப்பிடுகிறது' (தமிழர் பண்பாட்டில் விளையாட்டுக்கள், 1983:63-64).

இது போன்றே இளவட்டக்கல் என்பதும் திருமணத்தை முன்னிலைப்படுத்தியதாகும். '100 கிலோ எடை கொண்ட இக்கல்லினைத் தலைக்கு மேல் உயரத் தூக்கி நிறுத்துபவருக்கே பெண்ணைத் திருமணம் செய்து கொடுப்பர். மறவர் இனத்தவர் மணவினை கொள்வதற்கு இவ்விளையாட்டினைப் பயன்படுத்துவர். முறைப் பெண்ணைத் திருமணம் செய்வதற்கும் விரும்பிய பெண்ணைத் திருமணம் செய்வதற்கும் இத்திறன் சோதிக்கும் விளையாட்டு தேர்வுநிலையாக உள்ளது. ஒரு பெண்ணைப் பலரும் விரும்புவர். அப்போது இளவட்டக்கல்லைத் தூக்குபவருக்கே அப்பெண் மணமுடித்துக் கொடுக்கப்படுவாள்' என்று இரா. பாலசுப்பிரமணியம் கூறுகிறார் (தமிழர் நாட்டு விளையாட்டுக்கள், 1980:52).

'இன்றைக்கும் ஊர்ப்புறங்களில் இக்கல் காணப்படுகிறது. பயன்பாடு இல்லாவிட்டாலும் இதற்குரிய மரியாதை தரப்படுகிறது. சில ஊர்களில் இக்கல்லை மிதித்தவர்களுக்கு அபராதமும் விதிக்கப்படுவதாக தினமலர் நாளிதழ் செய்தி கூறுகிறது'. (தினமலர்: 15.01.2007) இங்ஙனம் தமிழ்ச்சமூகத்தில் சல்லிக்கட்டும் இளவட்டக்கல்லும் ஓர் ஆணின் வாழ்க்கையைத் தீர்மானிக்கும் அளவிற்கு முக்கியத்துவம் வாய்ந்தவை. இவ்விளையாட்டில் வென்றவர்களையே பெண்கள் விரும்பி மணந்து கொள்வர். அதாவது சமூகத்தின் அடிப்படை நிறுவனமான குடும்பம் என்பதை நிர்ணயிப்பதாக இவ்விளையாட்டுக்கள் அமைந்துள்ளன.

கட்டுப்பாடு

ஆணின் விளையாட்டுக்கும் செயல்பாட்டுக்கும் புற அமைப்புகள் தடைவிதிப்பதில்லை. ஆனால் பெண்ணுக்கு அவ்வாறில்லை. அவளது செயல்பாடு ஒவ்வொன்றையும் இச்சமூகம் உன்னிப்பாகக் கவனிக்கிறது. கேள்வி கேட்கிறது. தடை விதிக்கிறது. பொழுதுபோக்கு நிகழ்வாகக் கருதப்படுகிற விளையாட்டுக்களில் கூடச் சிறுமிக்குத் தடைகள் பல விதிக்கப்பட்டுள்ளன.

சமூகத்தில் பெண்களுக்காக விதிக்கப்பட்ட கட்டுப்பாடுகள் ஏராளம். இவையாவும் எழுதப்படாத சட்டங்களே. சில சட்டங்கள் வாய்மொழி வழக்காறுகளாகவும் எழுத்திலக்கியங்களாகவும் உருமாறி நிற்பவை. பெண்ணைச் சுற்றியுள்ளவர்கள் அடிக்கடி அவளை இடித்துரைப்பவை. இவை குழந்தைப்பருவத்திலிருந்தே அதன் எண்ணத்தில் திணிக்கப்படுகின்றன. குழந்தையின் புரிதல் பற்றிய கவலை திணிப்பவர்களுக்குக் கிடையாது. திணிக்கப்படும் எண்ணங்கள் யாவும் அவளைக் கட்டுப்படுத்துபவையே. அதாவது பெண் குழந்தையானால் குறைவாகவே உணவு தர வேண்டும். இல்லாவிடடால் வயிறு பருத்து அசிங்கமாகிவிடும். எப்போதும் உடையணிவித்தே இருக்க வேண்டும், இப்படித்தான் படுக்க வைக்க வேண்டும் என்று கட்டுப்பாடுகள் அறிவுறுத்தல்களாக ஆரம்பிக்கின்றன.

இத்தகைய கட்டுப்பாடுகளை மூன்று நிலைகளில் விளக்கலாம்.

1. பெண்ணை மட்டும் மையப்படுத்தியவை.
2. ஆணை மட்டும் மையப்படுத்தியவை.
3. பெரியவர்களை மையப்படுத்தியவை.

முதல்நிலையில் பெண் என்பவள் இப்படித்தான் இருக்க வேண்டும் என்று அவளை மட்டும் மையப்படுத்திக் கூறும் கட்டுப் பாடுகள் இரண்டாம்நிலையில் ஆணை அளவுகோலாகக் கொண்டு பெண்ணுக்கு விதிக்கப்படும் கட்டுப்பாடுகள். அதாவது பெண் ஆணைச்சார்ந்தே இருக்கவேண்டும். ஆணின் அதிகாரத்திற்குக் கட்டுப்பட்டவள் போன்றவை.

இதைத் தொல்காப்பியம்

'தற்புகழ் கிளவி கிழவன் முற்கிளத்தல்

எத்திறத்தானும் கிழத்திக்கில்லை' (தொல்: *1125)*

'தன்உறு வேட்கை கிழவன்முன் கிளத்தல்

எண்ணும் காலை கிழத்திக்கு இல்லை' (தொல்:*1063)*

என்று கூறுகிறது. அகத்திணையின் தலைவியாகப் பெண் இருந்தாலும் அவளால் தன் உணர்வுகளை வெளிப்படுத்த முடியாது. வெளிப்படுத்தவும் கூடாது. இன்றைக்கும் இக்கூற்றில் அதிகம் மாறுபாடு இல்லை.

மூன்றாம் நிலையில் பெண் தன் பெற்றோர், உறவினர், திருமணமான பின் கணவரின் பெற்றோர் மற்றும் அவரது உறவினர்களிடமும் எப்படி நடந்து கொள்ள வேண்டும் என்பது போன்ற கட்டுப்பாடுகள். இக்கட்டுப்பாடுகள் திருமணத்திற்குமுன் பெண்ணிற்கு வீட்டிலுள்ள பெரியவர்களால் திட்டமிடப்படாத பயிற்சியாகவே (Informal training) தரப்படுகின்றன. பின்தூங்கி முன் எழுவாள் பத்தினி நாணம் இல்லாத பெண் நாயினும் இழிந்தவள் அடக்கம் பெண்ணுக்கு அழகு என்றும் அறிவுறுத்தப்படுகிறது.

இங்ஙனம் மற்றவர்களுக்குக் கட்டுப்படவேண்டும் என்பது பல நிலைகளில் கூறப்பட்டாலும் கட்டுப்பாடு பெண்ணை மட்டுமே நோக்கமாகக் கொண்டது. இனி விளையாட்டுக்களில் இது வெளிப்படும் விதம் குறித்துக் காண்போம்.

1. விளையாட்டுக்கள் மகிழ்ச்சியைத் தருபவை. சுதந்திர உணர்வு வழங்குபவை. இத்தன்மை கொண்ட விளையாட்டுக்களில்கூடப் பெண்களுக்கென்று கட்டுப்பாடுகளைச் சமூகம் விதித்திருக்கிறது. இக்கட்டுப்பாடுகள் தான் ஒரு பெண் என்பதை எந்த நிலையிலும் பெண்ணானவள் மறந்துவிடாதிருக்கும்படிச் செய்வன.

2. பெண்கள், சிறுமிகள் எப்பொழுதும் வீட்டிலும் வெளியிலும் விளையாடினால் பெரியவர்களின் மேற்பார்வையில்தான் விளையாட வேண்டும். மேற்பார்வை என்பதை அடிப்படையாகக் கொண்டே சிறுமிகள் விளையாட்டுக்கள் சிலவற்றில் தாச்சி என்கிற பெரியவர் ஒருவரைத் தலைமையாகக் கொண்டு விளையாடும் கண்ணாமூச்சி, பருப்புச்சட்டி, கண்கட்டி விளையாடுதல் போன்ற விளையாட்டுக்கள் விளையாடப்படுகின்றன.

3. ஆபத்தை விளைவிக்கக்கூடிய விளையாட்டுக்களான மரமேறுதல், குதித்தல், தாண்டுதல், வேகமாக ஓடுதல், கம்பு வைத்து விளையாடுதல் போன்றவற்றைச் சிறுமிகள் விளையாடக்கூடாது. இவ்வாறு விளையாடி உடம்பில் ஊனம் ஏற்பட்டுவிட்டால் அது அவர்களுடைய திருமணத்திற்குத் தடையாகிவிடும் என்று அவர்கள் சுதந்திரம் திருமணத்துடன் தொடர்புப்படுத்தப்பட்டுத் தடுக்கப்படுகிறது.

குடும்பம்

ஒரு பெண் பிறந்து வளர்ந்து பொறுப்பை உணர்ந்து கொள்ளும் பள்ளிதான் தாய்வீடு. அங்கு தான் பயின்ற படிப்பைச் செயல்முறையில் செய்திட அவளுக்கு வாய்ப்பளிக்கும்

அலுவலகந்தான் குடும்பம் என்று பெண்ணுக்கும் குடும்பத்துக்குமான தொடர்பு விளக்கப்படுகிறது. இதையே பஞ்சாங்கம் தனது நடையில் பின்வருமாறு குறிப்பிடுகிறார். 'இந்தியச் சமூகத்தில் பெண் குழந்தை வரப்போகிற ஒரு கணவனுக்காக வாழப்போகிற ஓர் அடிமை!. அதற்காகத்தான் தயாரிக்கப்படுகிறோம் என்கிற மனோபாவத்தை அப்பெண் சிறுமியாக இருக்கும் போதே அடையும்படியாகக் குடும்பத்தின் நிர்வாக அமைப்புகள் அமைந்துள்ளன' (பெண்-மொழி-படைப்பு,2007).

அடுக்களைக்கு ஒரு பெண்ணும் அம்பலத்துக்கு ஒரு ஆணும் என்பது பழமொழி. அடுக்களை என்பது குடும்பத்தையே குறிக்கிறது. குடும்பம் பெண்ணிற்குரியது என்பதே மரபாகச் சொல்லப்பட்டு வருகிறது. இந்தக் குடும்பமே 'குழுமணத்திலிருந்து தோன்றிய குடும்பமானது ஆண் பெண் வேலைப் பிரிவினையைப் பாகுபாடு செய்தது. பெண் என்பவள் குழந்தை உற்பத்திச் சாதனமாகவும் வீட்டைப் பராமரிப்பவளாகவும் மட்டுமே இருக்க வேண்டும் என்ற முறையில் ஆண் தலைமைச் சமுதாயம் முடிவு செய்கின்றது. இதன் விளைவே பெண்களுக்கு விதிக்கப்படும் கடுமையான கட்டுப்பாடு களாகும்'(நாட்டுப்புறக்கதைகள் பன்முகப்பார்வை, *1991:62)* என்று பெண்ணை அடிமையாக்கக் காரணமாகியது.

'பெண்கள் குழந்தை பெற்று பாலூட்டி வளர்த்துப் பராமரிப்பு வேலையில் ஈடுபட்டு வருவதனால், அவர்களின் வாழ்க்கையின் பெரும்பகுதி வீட்டோடு முடிந்துவிடுகிறது' உ.சுப்பிரமணியம், *1993:91)* என்பதற்கேற்ப பெண்களால் எந்த நிலையிலும் பொழுது போக்கிலும் அழுகையிலும் சிரிப்பிலும் குடும்பம் என்கிற எண்ணத்தை விட்டு வெளியில் வரமுடிவதில்லை.

குழந்தையிலிருந்தே இந்த எண்ணம் பதியவைக்கப்படுகிறது. இதற்குக் 'குழந்தைகள் எதிர்கால வாழ்க்கையில் என்ன வேலை செய்தாலும் எந்தப் பதவியை அடைந்தாலும் கல்வி கற்றாலும் செல்வம் ஈட்டினாலும் கல்யாணம் செய்து கொண்டு பிள்ளை, குட்டிகளுடன் வாழ்வதை மாத்திரம் பெரியவர்கள் முன்னாலேயே நினைப்பூட்டுகிறார்கள். குடும்ப பாரத்தைக்கண்டு அஞ்சாமலிருக்க இளம் பிராயத்திலிருந்தே அந்த நினைவை ஊட்டி, அதில் ஒரு கௌரவ புத்தி உண்டாகும்படியாகச் செய்ய வேண்டுமென்று நினைத்திருக்கக்கூடும் (கி.வா.ஜ,*1952:39)* என்று காரணம் கூறப்படுகிறது. குடும்ப நிகழ்வுகளான சமையல், திருமணம், பூப்புச்சடங்கு போன்ற குடும்பத்தோடு தொடர்புடைய செயல்கள

னைத்தும் விளையாட்டுக்களில் வெளிப்படுத்தப்படுகின்றன.

குடும்பம் பற்றிய செய்திகள் சிறுமிகள் விளையாட்டுக்களில்தான் அதிகமாகக் காணப்படுகின்றன. சிறுமிகள் குழுவாக இணைந்து விளையாடாமல் தனித்துப் பேசிக்கொண்டு (கற்பனைத்தோழமை) விளையாடும் பொழுதே குடும்பம் பற்றிய சிந்தனைகளை இணைத்துக் கொள்கின்றனர். சிறுமிகள் எப்பொழுதும் வீட்டினுள்ளேயே இருப்பதனால் வீட்டில் பெரியவர்களின் செயல்களையும், நடத்தைகளையும், பேச்சு முறைகளையும் அருகிலிருந்து பார்த்துக் கொண்டேயிருக்கின்றனர். ஆகையினால் அவர்கள் விளையாட்டு, சமையல், சாப்பாடு, குடும்பப்பராமரிப்பு என்பதுடன் முடிந்துவிடுகிறது. சான்றாக,

1. சிறுமியர் விளையாட்டில் செப்பு வைத்து விளையாடுதல் என்பது அனைவருக்கும் தெரிந்ததொரு விளையாட்டாகும். குழுவாகவும் தனியாகவும் இது விளையாடப்படுகிறது. குடும்பத்தில் சமையலுக்குத் தேவையான அனைத்துப் பாத்திரங்களும் அடுப்பில் தொடங்கி இட்லிச்சட்டி, தோசைக்கல், கரண்டிகள், பானைகள், சட்டிகள், குடம், தட்டுகள் என்று அனைத்துப் பொருட்களும் மரம், கல், மற்றும் உலோகத்தால் உருவாக்கப்பட்டிருக்கிற சாமான்களை விளையாட்டுக் கருவிகளாகச் சிறுமிகள் பயன்படுத்துகிறார்கள். மேற்கூறிய மூன்றில் மரத்தால் செய்யப்பட்டு வர்ணம் தீட்டப்பட்ட பொருள்களுக்குச் செப்புச் சாமான் என்று பெயர். அதனாலேயே இந்த விளையாட்டுக்குச் செப்பு வைத்து விளையாடுதல் என்ற பெயரும் உண்டு. இன்றைக்குச் சில்வர், ப்ளாஸ்டிக் போன்றவற்றிலும் செப்பு விளையாட்டுச் சாமான்கள் கிடைக்கின்றன.

2. சிறுமிகள் செப்பாலாகிய விளையாட்டுச் சாமான்களை வைத்துக் கொண்டு தங்களுக்குக் கிடைக்கும் மணல், இலைகள், பூக்கள், குச்சிகள், செங்கல், நீர் போன்றவற்றை வைத்துக் கொண்டு விளையாடுகின்றனர். இங்கு விளையாட்டுப்பொருட்களும் கருவிகளும் பெண்ணால் புழங்கப்படும் பொருள்களாகும். அதோடு குடும்பம், குடும்ப நிர்வாகம், உணவுப்பங்கீடு போன்றவை தாய் சார்ந்தது என்பதையே இவ்விளையாட்டு உணர்த்துகிறது. மேலும் இவ்விளையாட்டு முழுவதும் பெண்ணின் ஆளுமையே அதிகமாகக் காணப்படுகிறது. இதில் சிறுமிகள்

'மணலே - சோறாகவும்,
செங்கல்லைப் பொடித்து நீரில் கரைத்து - குழம்பாகவும்
முருங்கைக் கீரையை - கீரையாகவும்

முருங்கைப்பூ மலர்வதற்கு முன் - வாழைப்பழமாகவும்

முருங்கைக் குச்சிகளை - விறகாகவும்

நீரை - குடிநீராகவும், எண்ணெய்யாகவும்

தரையில் மணலைப் பரப்பி ஓரிடத்தில் சிறிதளவு நீரை ஊற்றிக் கிடைக்கும் ஈரமான கெட்டியான மண்ணே இட்லியாகவும் பணியாரமாகவும்

வண்ணக்காகிதங்களை - ஆடைகளாகவும்'

உருமாற்றிக் கொண்டு விளையாடுகின்றனர். சிறுமிகளே ஆண் பாத்திரங்களையும் (அப்பா, அண்ணன், தம்பி போன்றவை) ஏற்று விளையாடுகின்றனர். சில நேரங்களில் பொரிகடலை, சர்க்கரை, தேங்காய், அரிசி போன்ற உண்மையான உணவுப்பொருட்களும் விளையாட்டில் பயன்படுத்தப்படுகின்றன.

இதில் அம்மாவாக இருப்பவர் - நீங்களெல்லாம் பள்ளிக்கூடம் போயிட்டு வருவீங்களாம். நான் சோறாக்கி வச்சுருப்பேனாம். நான் கூப்பிடும் போதுதான் வரணும் (விளாங்குடி, மதுரை) என்று குழந்தைகளாக இருப்பவர்களிடம் கூறுவதிலிருந்து விளையாட்டு தொடங்குகிறது. தாயாக இருப்பவர் வயதில் பெரியவராக இருக்கிறார். அதனால் மற்றவர்கள் கீழ்ப்படிந்து நடக்கிறார்கள்.

ஒரு குடும்பம் மட்டுமல்லாது இரண்டு குடும்பங்கள் அருகருகில் குடியிருப்பது போன்றும் விளையாட்டு விளையாடப்படுகிறது.

ஒருவர் - வாங்கக்கா சொகமாயிருக்கீங்களா?

பக்கத்து வீட்டுக்காரர் - சொகந்தான், நீங்க?

ஒருவர் - ஆங், இருங்க காபி போட்டுத் தாரேன்.

பக்கத்து வீட்டுக்காரர் - இப்பதான் குடிச்சுட்டு வாறேன்.

வேண்டாங்கா. நான் சோறாக்கப்போறேன். (கோ.புதூர். மதுரை). என்று அருகில் குடியிருக்கும் இரு குடும்பத்துப் பெண்களுக்குள் நிகழும் உரையாடல்களும் விளையாட்டில் இடம் பெறுகின்றன. அத்துடன் வீட்டிற்கு வருகின்ற விருந்தினர்களுக்குச் செய்யப்படும் விருந்தோம்பலும் இணைக்கப்படுகிறது. பின்னர் கடைக்குச் சென்று காய் வாங்கி வருவதாகக் கூறிவிட்டு அம்மா செல்கிறார். சிறிது தூரத்தில் கடை வைத்து நடத்தும் மற்றவரிடம் சென்று,

அம்மாவாக இருப்பவர்	- வாழக்கா என்ன விலை?
கடைக்காரர்	- ஒரு ரூபா
அம்மாவாக இருப்பவர்	- கொஞ்சம் குறைச்சுக்கங்க
கடைக்காரர்	- சரி 50பைசாவுக்கு தாங்க

என்கிறதொரு உரையாடலுடன் காய் வாங்கிக் கொண்டு இறுதியில் கறிவேப்பிலை, கொத்தமல்லியையும் மறக்காமல் வாங்கிக் கொண்டு வருகிறார். பின்னர் அனைவருக்கும் சமையல் செய்து உணவு வழங்குகிறார். சிறுவர்களைக் கடைக்குக் காய் வாங்குவதற்கு அனுப்பும்போது வீட்டிலிருப்போர் மறக்காமல் கறிவேப்பிலை வாங்கிவரச் சொல்வர் அல்லது கறிவேப்பிலை மட்டுமே கடையில் வாங்கிவரச் சொல்வர். இங்கு விளையாட்டில் அதுவே பிரதிபலிக்கிறது. பிறகு ராத்திரி வந்திருச்சு. எல்லோரும் தூங்குங்க. விடிஞ்சதும் நான் எழுப்புவேன் என்று கூறிவிட அனைவரும் தூங்குகின்றனர் (விளாங்குடி, 20.5.94).

தாயின் பணிகளும் கடமைகளும் போலச் செய்தல் முறையில் சிறுவர் விளையாட்டில் மீண்டும் மீண்டும் நினைவுறுத்தப்படுகின்றன. பல்வேறு சமயங்களில் நடைபெறும் நிகழ்ச்சிகள் அதாவது விருந்தோம்பல், கடைக்குச் செல்லுதல், சாமான்கள் வாங்குதல், சமையல், தூக்கம் போன்ற வெவ்வேறு நேரங்களில் நடக்கும் நிகழ்ச்சிகள் அனைத்தையும் ஒரே நேரத்தில் விளையாட்டில் சிறுமியர் இணைத்து விடுகின்றனர்.

மற்ற விளையாட்டுக்களைப் போன்று இயல்பாகச் செப்பு விளையாட்டைச் சிறுமியர் முழுமையாக விளையாடிக்காட்டவில்லை. ஆதலால் சில தகவல்கள்களும் சேகரிக்கப்பட்டு மேற்கோள்களை

அடிப்படையாகக் கொண்டும் விளக்கம் தரப்பட்டுள்ளது.

சோறு சமைத்து விளையாடல் என்ற தலைப்பில் சமையல் குறிப்புகள் பற்றிய சிறுமியர் பாடலை மா.வரதராசன் குறிப்பிடுகிறார்.

'அரிசியைக் குத்து முன்னே
அரித்துக் கழுவு பின்னே
உலையி லரிசி போடு
உடனே மேலே மூடு
கொதியில் வெந்தபின் எடுத்து
கொட்டி ஆற்றி எடுத்து
கத்திரிக் காயை அரிந்து
காரம் புளிப்பு தெரிந்து
உப்பு மசாலும் போட்டு
ஒத்தி ருக்கக் கூட்டு
வெந்த பின்னே தாளித்து
விரித்து இலையைப் போட்டு
எல்லாருங் கூடிப் புசிப்போம்
இன்பமாகக் களிப்போம்'

இப்பாடல் சிறுமிகள் விளையாடும் போது பாடும் விளையாட்டுப் பாடல். ஆனால் நுணுக்கமான சமையல் வேலை தெரிந்த பெரியவர்களின் சமையல் குறிப்பு போன்று அமைந்துள்ளது கவனிக்கத்தக்கது.

வருது வருது வெத்தலப்பெட்டி வருது என்கிற விளையாட்டில் விளையாட்டினிறுதியில் தலைக்குமேல் கைகளைக் கோர்த்து நின்ற இருவரும் தரையில் கைகளை வைத்தபடி அமர்ந்துவிடுவர். இது வீடு இடிந்துபோனதாகச் சொல்லப்படுகிறது. இந்த இடிந்து போன வீட்டைக் கட்டுவதற்குக் கூட தேங்காய், அரிசி, உளுந்து, பயிறு போன்ற வீட்டுச் சமையல் சாமான்களே தேவைப்படுகின்றன. இவ்விளையாட்டின் இறுதியில் கைகளுக்குள் பிடிபடும் சிறுமியிடம் (சிறுவனாக இருப்பினும்) பாய்சுத்து, நெல்லுகுத்து, அரிசி புடை, பனியாரம் சுடு, மாவாட்டு என்று வீட்டு வேலைகளைச் செய்யச் சொல்லிப் பின்னர் விட்டுவிடுகின்றனர்.

வீட்டுப்பணிகள் காலங்காலமாகப் பெண்களுக்கு உரியவை. ஆண்களின் பணிகளுக்கு ஒப்பாக அவை கருதப்படாவிடினும் வீட்டின் இயக்கத்துக்கு இப்பணிகளே அடிப்படைகளாம். சமூகம்

ஆக்கப்பூர்வமாக இயங்குவதற்கு இவை தேவை. இதற்குப் பெண்களின் பங்கே முக்கியம் என்பதை இவ்விளையாட்டு உணர்த்துகிறது.

திருமணம்

திருமணமாகிப் புகுந்தவீடு செல்லும் பெண்ணுக்கு அறிவுரை கூறுமுகமாக திருமணப்பாடல் ஒன்றை கி.வா.ஜ. (திருமணப்பாடல்கள் - 1984) தொகுத்துத் தந்திருக்கிறார். ஆணாதிக்கத்தின் மறுவடிவமாக இப்பாடல் காணப்படுகிறது. இது பெண்ணின் திருமணச்சடங்கில் பாடப்படுவதாகும்.

'தாலிகட்டிய கணவனே தெய்வமாகத்
தவறாமல் அவன்சொல்லும் வழிநிற்க வேணும்
மாமியார் நாத்திகளை மகிழ்விக்க வேணும்
மாறுசொல் லாமல்அவர் சொல்கேட்க வேணும்
- -
அலட்சியமாய்ப் பேச உடல் எடுக்காதே
வீட்டுச்சங்கதிகளை வெளியில் சொல்லாதே
வெட்கங்கெடப் பிறர் நகைக் கலையாதே
- -
இவ்வாறு நடந்திடின் குடும்பவிசயங்கள்
எந்நாளும் குறையாமல் ஈடேற நல்ல
புத்திரப் பேறுடன் போகபா(க்)கியங்கள்
பொற்பூசணங்களும் புகழுடன் பெறுவாய்'.

'அகமுடையான், பெண்டாட்டி, கல்யாணம், தாலி என்ற விசயங்கள் குழந்தையுலக அகராதியில் கிழவிகளால் முதல் முதலில் புகுத்தப்படுவன என்பது. ..யாராவது சிறுபையனும் சிறுபெண் குழந்தையும் இருந்தால் அகமுடையான் பெண்டாட்டி என்று சொல்லிப் பரிகாசம் செய்யும் வழக்கத்தை நம்நாட்டுக் கிராமத்தவர்கள் இன்னும் வைத்துக் கொண்டிருக்கிறார்கள்' எனத் திருமணம் பற்றிய செய்திகள் பெரியவர்களாலேயே குழந்தைகளுக்குச் சொல்லித் தரப்படுகின்றன என்று கி.வா.ஜ (1952:34) கூறுவது கருத்திற்கொள்ளத்தக்கது.

திருமணம் மட்டுமல்லாது திருமண உறவுடையவர்களைப் பற்றிய அறிமுகமும் புரிதலும் குழந்தைகளுக்குப் பெரியவர்களால் சொல்லித் தரப்படுகின்றது. காலங்காலமாகச் சொத்துரிமையைப் பாதுகாக்கவும்

உறவுகளைப் பலப்படுத்துவதோடு பெரியவர்களின் பிற்கால வாழ்க்கைப் பாதுகாப்புக்காகவுமே உறவுமுறை அடிப்படையிலான திருமணம் பின்பற்றப்பட்டு வருகிறது. அதாவது உறவுமுறையை நிர்வகிப்பது திருமணத்தின் மிக முக்கிய நோக்கமாகப் பல சமூகக் குழுக்களில் கருதப்படுகிறது. திருமணத்தின் மூலமாக இரத்த சம்பந்த உறவுமுறையும் நிலைத்திருக்க முடியும். சாதிக்குழுக்களும் இனக்குழுக்களும் திருமணங்களில் மட்டுமல்லாது உறவுமுறையினரின் முக்கியத்துவத்தைப் பரப்புகின்றன. பெரியவர்கள் குழந்தைப் பருவத்திலேயே இதைப் பதிய வைத்து விடுகின்றனர். அதுமட்டுமல்ல விளையாட்டுப் பருவத்தில்கூடத் திருமண உறவுப் பெயர்களைச் சரியாகச் சொல்லுகிறார்களா என்பதும் கண்காணிக்கப்படுகிறது.

இதற்குச் சான்று வெத்தலக்கட்டு பிடியாத விளையாட்டு

1. இதில் கைகளுக்கிடையில் பிடிபட்ட நபரிடம் உன் முறைமைக்காரப் பெயரைச் சொல்லு என்று மற்றவர்கள் கேட்க அவர் கூறும் பெயரைக் கேட்பதற்கும் திருத்துவதற்கும் பெரியவர்கள் தயாராகயிருக்கிறார்கள். குழந்தைகளுக்கு முறையுடைய வரையும் அவரது பெயரையும் சொல்லத் தெரியாவிட்டால் சொல்லித் தருகிறார்கள் (இது முன்னரும் விளக்கப்பட்டது).

2. இந்த விளையாட்டின் இறுதியில் காணப்படும் நெருக்கு மச்சான் நெருக்கு என்ற பகுதியில் கைகளுக்கிடையில் அகப்படும் அனைவரும் ஒருவரையொருவர் நெருக்கிக் கொண்டு இறுதியில் கீழே விழுகின்றனர். இதிலும் 'முனியனும் முனியன் பெண்டாட்டியும் வந்திருக்காங்க' 'பரஞ்சோதியும் பரஞ்சோதி புருசனும் வந்திருக்காங்க' என்று முதலில் சொல்லப்பட்ட திருமண உறவுடைய நபர் பிடிபட்டவரின் கையில் மண் உருவில் வருகிறார். மேலும் 'நெருக்கு

மச்சான் நெருக்குல பொம்பளைகள நல்லா இடிக்கலாம்னே ஆம்பளைக எல்லாம் இந்த விளையாட்ட ஆசையா விளையாடுவாக' (கட்டச்சி, 35, வண்ணாம்பாறைப்பட்டி, 18.5.96) என்பதிலிருந்து பெரியவர்களும் இந்த விளையாட்டை விரும்பி விளையாடுகின்றனர் என்று தெரிகிறது. ஆண், பெண் என்கிற பாகுபாடின்றி இணை உணர்வுடன் செயல்படும் போக்கு இவ்விளையாட்டில் இடம் பெற்றுள்ளது.

3. சொட்டாங்கல் பாடலொன்றில் திருமணமாகாத பெண் தன் திருமண ஏக்கத்தை வெளிப்படுத்துகிறாள். சொட்டாங்கல் சிறுமிகள் மற்றும் திருமணமாகாத பெண்களாலேயே அதிகம் விளையாடப்படும் விளையாட்டு.

'ராரிக்கோ நான் பிறந்தேன்
என்னத்துக்கோ நான் பிறந்தேன்
மலயாளத்து ராசாவுக்கு
மாலையிட நான் பிறந்தேன்'

(தமிழர் நாட்டுப் பாடல்கள், 25:1)

ஓரி உலகெல்லாம்,
உலகெல்லாஞ் சூரியன்
சூரியன் தங்கச்சி
சுந்தர வள்ளிக்கு மாயக் களச்சிக்கு
நாள கலியாணம் (ரத்தினம்-62:புதூர்:12.5.96)

4. பொம்மைக் கல்யாணம் என்ற விளையாட்டு சிறுமிகளால் விளையாடப்படுவதாகும். தையற்கடையில் வெட்டப்பட்டுத் தேவையற்றதாகக் கீழே விழும் சிறிய துண்டுத் துணிகளைச் சேகரித்து அவற்றில் ஆண், பெண் மற்றும் குழந்தை பொம்மைகள் செய்து அவற்றிற்குத் திருமணம் செய்து வைத்துச் சிறுமிகள் விளையாடுகின்றனர். அறுந்துபோன பாசிமணிகள் அணிகலன்களாகவும் அழகான பெரியதொரு பாசிமட்டும் ஒரு சிறிய நூலில் கோர்க்கப்பட்டு அதுவே தாலியாகவும் பயன்படுத்தப்படுகின்றது. திருமணம், தாலிகட்டுதல், பெண், மாப்பிள்ளை அழைப்பு போன்றவை மட்டுமே பிரதானமாக வைத்து விளையாடப்படுகிறது (முத்துக்குட்டி: 64: தல்லாகுளம்,18.6.95). பொம்மைக்கல்யாணம் விளையாட்டு விளையாடப்படும்போது பாடப்படும் பாடல்கள் சிலவற்றை நாட்டுப்புறப் பாடல்களைத் தொகுத்த ஆசிரியர்கள் வெளியிட்டிருக்கின்றனர்.

'பொம்மைக்குக் கல்யாணம் புரியவே வேணும்
கம்மல் ஜிமிக்கிக் கைக்குப் பொன் மாட்டில்
செம்மைப் பட்டாடை சிவப்புச் சித்தாடை
அம்மணி வாங்கி அருளடி எனக்கே'

(பல்வகை விளையாடல்கள் - *1984:63)*

மா.வரதராசன், நா.வானமாமலை போன்றோரும் பொம்மைக் கல்யாணம் பற்றிய பாடல்களைத் தொகுத்துள்ளனர். பொம்மைக் கல்யாணம் மட்டுமல்லாது 'கல்யாணம் என்றால் குழந்தைக்கு ஒருவகை குதூகலம் உண்டாகும்படி செய்திருக்கிறார்கள் இந்த நாட்டில். அதனால்தான் குழந்தைப்பாட்டுக்களில் காக்காய் கல்யாணம், குருவிக் கல்யாணம், தவளைக்கல்யாணம் எல்லாம் வருகின்றன' என்றும் வேறு பல கல்யாண விளையாட்டுப்பாடல்களையும் அவை விளையாடப்படுவதற்கான காரணங்களையும் கி.வா.ஜ. (குழந்தை உலகம் - *1952:37)* குறிப்பிடுகிறார்.

திருமணம் பெண்ணினுடைய வாழ்க்கையில் அவசியமாகவும் முக்கியமாகவும் கருதப்படுகிறது. பத்து வயசாகுமுன்னே பறயன் கையிலானும் புடிச்சுக் குடுக்கவாணாமா என்கிற பழமொழி பெண்ணின் வாழ்வில் திருமணம் பெறுமிடத்தை உணர்த்துகிறது. திருமணம் மிகவும் மகிழ்வான நிகழ்ச்சி. கிராமங்களில் ஒரு வீட்டில் நடைபெறும் திருமணம் கிராமத்தவர் அனைவராலும் ஒருங்கிணைந்து மகிழ்வுடன் கொண்டாடப்படுகிறது. பெரியவர்களிடையே சண்டை என்றாலும் சிறுவர்களுக்கு எவ்விதத்தடையுமில்லை. திருமண வீட்டில்தான் பெரியவர்கள் சிறுவர்களைத் தவறு செய்தாலும் தண்டிப்பதில்லை. ஆகவே திருமணம் சிறுவர்களால் மிகவும் மகிழ்ச்சியோடு ஏற்றுக் கொள்ளப்படுகிறது.

திருமண வீட்டிலும் சிறுவன்கள் இணைந்து விளையாடுவர். சிறுமிகளோ மணப்பெண்ணை அலங்கரிப்பதையும் சடங்கு நிகழ்வுகளையும் அருகிலிருந்து பார்க்கின்றனர். சிறுமிகளைத் திருமணத்திற்கு அழைத்துச் செல்லும் பெரியவர்களும் திருமணம் தொடர்பான விளக்கங்களைச் சொல்லித்தந்து பயிற்சியளித்து விடுகின்றனர். அதோடு சிறுமியிடம் நாளைக்கு உன் கல்யாணத்துக்கும் இப்படித்தான் சோடிக்கணும் என்று கூறிச் சிறுமிக்குத் திருமணம் பற்றிய எதிர்பார்ப்பையும் எண்ணத்தையும் உருவாக்கிவிடுகின்றனர். இதனாலேயே சிறுமிகளால் வேடிக்கைத் திருமணம் செய்தல் என்றொரு விளையாட்டும் விளையாடப்படுகிறது. பொண்ணு

மாப்பிள்ளை விளையாட்டு என்றும் இதற்குப் பெயர். பெண் கேட்டல், பெண் மறுத்தல், பெண்ணுக்குப் பொன் தருகிறேன் என்று கேட்டல், அப்போதும் மறுத்தல், இறுதியில் ஒப்பல், திருமணம், திருமணச் சச்சரவுகள், பெண்ணை அலங்கரித்தல், கேலி செய்தல் போன்ற திருமண நிகழ்ச்சிகள் விளையாட்டாக்கப்படுகின்றன.

இஞ்சிலே பிஞ்சிலே பெண்ணுண்டோ - சிறு
எலுமிச்சங் காயிலே பெண்ணுண்டோ
இஞ்சிலே பிஞ்சிலே பெண்ணில்லை - சிறு
எலுமிச்சங் காயிலே பெண்ணில்லை

என்று பொண்ணு மாப்பிள்ளை விளையாட்டுப் பாடல் ஒன்றை ஆறு. இராமநாதன் கூறுகிறார். இவ்வாறு திருமணம், திருமண உறவு பற்றிய கருத்துக்கள் சிறுவயதிலேயே சிறுவர்களின் எண்ணத்தில் பதிக்கப்படுவதால் வளர்ந்த பிறகும் தங்கள் எண்ணங்களை மாற்ற முடிவதில்லை. மாற்றுக்கருத்துக்களை வெளிப்படுத்தவும் முடிவதில்லை. திருமணம் பற்றிய கருத்துக்களை வெளியிடப் பெண்களுக்கு உரிமையில்லை.

அசாமிய நாட்டுப்புறக்கதைகளில் பாலினக் கருத்துருவாக்கம் பற்றி ஆராய்ந்த அறிஞர் சில முடிவுகளைத் தருகிறார் (*Folklore and Gender: 1999*). அவை

1. சிறப்பாகக் குடும்பத்தை நிர்வகிக்கத் தெரிந்தவளே அவளின் கணவனால் ஏற்கப்படுகின்றாள்.

2. பெண்கள் திருமணம் பற்றிய தங்கள் கருத்துக்களை வெளிப்படுத்தக்கூடாது.

3. மனைவியின் விசுவாசம் கேள்விகளுக்கு அப்பாற்பட்டது. ஆனால் கணவர்கள் ஒழுக்கமற்றவர்களாயிருப்பர்.

நாட்டுப்புறக்கதைகளில் இக்கருத்துக்கள் வெளிப்படுத்தப் படுகின்றன என்பதோடு இவை சிறுவயதிலேயே ஊட்டப்பட்டு வளர்ந்ததும் ஏற்கனவே உருவாக்கப்பட்ட கருத்துக்கள் நடைமுறைப் படுத்தப்படுவதற்கு வலியுறுத்தப்படுகின்றன என்பதே உண்மை.

திருமணம் ஆண், பெண் இருபாலருக்கும் உரிய கூட்டிணைப்பு எனினும் திருமணம் உரிய காலத்தில் நடைபெறாவிடில் அதில் பாதிக்கப்படுபவள் பெண்ணே. எனவே திருமணம் பெண்ணை மையமிட்ட நிகழ்ச்சியாகவே விளையாட்டிலும் இடம் பெறுகிறது.

சுற்றத்தாரின் பங்கேற்பு, மகிழ்ச்சி கொண்டாட்டம் இவையெல்லாம் திருமணம் சமூக அங்கீகாரம் பெறுவதற்கான காரணங்களாம்.

பெண் பூப்படைதல்

பெண்ணின் வாழ்க்கையில் திருமணத்தை விடப் பூப்படைதல் முக்கியமானதாகக் கருதப்படுகிறது. பெற்றோர், உறவினர் அனைவராலும் எதிர்பார்க்கப்படும் நிகழ்வு இதுவாகும். பெண் பூப்படையும் நாளை ஆவலோடு எதிர்பார்க்கின்ற சொட்டாங்கல் பாடல் ஒன்று இங்கு தரப்படுகிறது.

'ஈரிரெண்டு எடுக்கவோ எளந்தம் எடுக்கவா
கொழுந்து சமையவோ கொட்டுச் சத்தம் கேட்கவோ'

(திருமலை:62: திருவைகுண்டம்:13.1.94)

சிறுமிகள் விளையாட்டில் தோல்வியடைந்தவருக்குச் சடங்கு வைக்கப்படுகிறது. திரிதியம்மா திரிதிரி விளையாட்டில் தோல்வி அடைந்த பெண்ணிற்குச் சடங்குவைத்தல் என்ற நிகழ்ச்சி நடத்தப் படுகிறது.

பெண்கள் பூப்படைந்தால் அவர்களுக்குச் செய்யப்படும் சடங்கு நிகழ்வுகளில் ஒன்று ரொட்டி வைத்தல் ஆகும். அரிசிமாவைக் கொண்டு சிறு சிறு ரொட்டிகளைத் தயாரித்திருப்பர். இந்த ரொட்டி களோடு கொஞ்சம் பொரியையும் சேர்த்துப் பூப்படைந்த பெண்ணின் தலை, தோள்கள், கைகள், கால் பாதங்களில் வைத்துப்பின் அவற்றை எடுத்து அப்பெண்ணின் பின்புறமாக எறிந்துவிடுவர். இவ்வாறு மூன்று முறை செய்வர். இது கண்ணேறு கழிப்பிற்காகச் செய்யப்படுவதாகக் கூறப்படுகிறது. இச்சடங்கு நிகழ்வே விளையாட்டில் தண்டனையாகத் தரப்படுகிறது.

சில ஆண்டுகளுக்கு முன்பு வரையிலும் நமது சமூகத்தில் பூப்படைந்த பெண்ணை வீட்டைவிட்டு வெளியில் செல்ல அனுமதிப்பது இல்லை. திருமணம் முடிந்தபிறகு கணவனுடன்தான் வெளியில் செல்ல முடியும். வீட்டினுள் இருப்பதை விரும்பாத சிறுமிகள் ஆனால் அதை வெளியில் காட்டமுடியாத காரணத்தால் விளையாட்டில் தண்டனையாக ஆக்கிவிட்டனர்.

பல்லாங்குழியில் தாலிகட்டி விளையாடும் விளையாட்டு என்கிறதொரு வகை காணப்படுகிறது. இது மதுரைப்பகுதியில் கட்டும் பாண்டி எனப்படுகிறது. இவ்வகை விளையாட்டின்போது பல்லாங்குழிப் பலகையின் ஓரங்களில் உள்ள நான்கு மூலையிலும்

உள்ள குழிகளில் மூன்று முத்துக்கள் மட்டும் சேர்ந்திருந்தால் அதைச் சமைஞ்சிருச்சு என்று கூறுகின்றனர். குழிகளில் முத்துக்களைப் போட்டு விளையாடிக் கொண்டே வருகின்றபோது மூலைக்குழியுடன் முத்து முடிவடைந்தால் அதனை அக்குழியின் விளிம்பில் வைத்துத் தாலிகட்டிவிட்டேன் என்று கூறி அக்குழியினைத் தான் முத்து சேர்க்கும் குழியாகத் தனக்குச் சொந்தமாக்கிக் கொள்கின்றனர். இவ்விளையாட்டில் ஒருவர் இரண்டு குழிகளை மட்டுமே கட்ட வேண்டும் என்பதும் விதியாக இருக்கிறது (நடுக்கல்லூர்: திருநெல்வேலி: *23.7.94)*

பெண்கள் பூப்படைந்து வீட்டிலிருக்கும் நாட்களில் பல்லாங்குழி, தாயம் போன்ற விளையாட்டுக்கள் விளையாடப்படுகின்றன. பெண்கள் பூப்படைந்த ஒரு வாரத்திற்குத் தனியாகச் சிறுகுச்சு (சிறிய தனிவீடு) வீட்டில் இருப்பது வழக்கம். அப்போது அவரோடு ஒத்த வயதுடைய ஏனைய சிறுமியருடனும் பெரியவர்களுடனும் பல்லாங்குழி விளையாடுகின்றனர். பூப்புநாட்களில் தனியாகப் பிறரைத் தொடாமலிருக்கும் பெண்கள் தங்களது பொழுதினைப் பல்லாங்குழி ஆட்டம் ஆடிப்போக்குகின்றனர். கிராமத்தில் அனைவரின் வீட்டிலும் இவ்விளையாட்டிற்கான கருவிகள் இல்லை. கருவிகளின் இருப்பிடம் பூப்படைந்த பெண்ணின் வீடாகவே இருப்பதை (நடுக்கல்லூர்) திருநெல்வேலி மாவட்டக் களஆய்வில் அறிய முடிந்தது.

பெண்கள் மாதவிலக்கு நாட்களிலும் இவ்விளையாட்டினை விளையாடுகின்றனர். பெண்கள் மாதவிலக்கு நாட்களில் அவர்களுக் கென்று தரப்படும் தனி அறையில் அல்லது இடத்தில் இருப்பர். வீட்டிற்குள் வருதலோ, பொருட்களைத் தொடுதலோ இல்லை. பிறரைத் தொடுவதும் கூடாது என்கிற கட்டுப்பாடு காணப்படுகிறது. ஆகவே இத்தகைய நாட்களில் பெண்கள் பல்லாங்குழி விளையாட்டு விளையாடுகின்றனர். இன்றைய காலத்தில் இது வழக்கத்திலில்லை.

சிறுமியர் தங்களைச் சுற்றி நடப்பதை முதலில் பார்த்து மனதில் பதியவைத்துப் பின்னர் அதை விளையாட்டாக்குகின்றனர் என்பதை விட அவர்களாகப் பார்ப்பது மட்டுமின்றி அவர்களைச் சில சடங்கு நிகழ்வுகளில் பங்கேற்க வைப்பதாலும் அத்தகைய பங்கேற்றலே விளையாட்டாகிறது.

பெண் பூப்படைந்த வீடுகளில் சடங்கு நிகழ்வுகளின் ஒரு பகுதியாகப் பூப்படைந்த பெண்ணின் திருமண உறவுடைய ஆணை அவன் சிறுவனாக இருந்தாலும் பெண்ணின் அருகில் அமரவைத்துப்

பெரியவர்கள் ஆசிர்வாதம் செய்கின்றனர். மேலும் திருமணச் சடங்குகளில் மணமக்களுடன் சிறுவர்களே அதிகம் அருகிலிருந்து நிகழ்வுகளைக் கண்காணிக்கின்றனர். இவை மிகவும் மகிழ்ச்சியான சடங்குகளாக இருப்பதால் சிறுவர்கள் எளிதாகக் கற்றுக் கொண்டு விளையாட்டாக்குகின்றனர். வளமைக்கோட்பாட்டின் அடிநாதமாகப் பெண் என்ற கருத்தியலின் செயல்விளக்கம் போன்று இவ்விளையாட்டு அமைகின்றது.

குழந்தைப்பேறு

திருமணமான பெண்ணிற்குக் குழந்தைப்பேறு அமைவது வளமையின் குறியீடாகும். அது அவளுடைய மகிழ்ச்சியோடு தொடர்புடையது. மேலும் சமூகத்தில் பெண்ணின் மதிப்பிற்குத் தலையாய காரணமாகிறது. அதாவது அதிகமான குழந்தைப் பேறுடையவள் சமூகத்தில் முதன்மைப்படுத்தப்பட்டு குழந்தைப் பேறில்லாதவள் முற்றிலுமாக ஒதுக்கப்படுகிறாள். குழந்தைப்பேற்றிலும் ஆண், பெண் பாகுபாடு ஏற்படுத்தப்பட்டு ஆண் உயர்நிலைக்கும் பெண் தாழ்நிலைக்கும் தள்ளப்படுகிறாள்.

குழந்தைப்பேறின்மை பெண்ணின் வாழ்வையே பாதிக்கின்ற ஒன்றாக இருக்கிறது. குழந்தையில்லாக் குறையினை ஒரு தாய் சொட்டாங்கல் பாடலின் மூலம் வெளிப்படுத்துகிறாள்.

1. ஓரி உலகெல்லாம் உலகெலாந் தன்னிலே
   தண்ணிக்கரையிலே தாழ்ந்த மணலிலே
   பிள்ளைக் கழுதாளாம்.
2. ஓரி உருக்குருவி உய்யா மணிக்குருவி
   தங்கம் தனிக்குருவி தாயில்லா பூக்குருவி
   பூக்குருவி வாசலிலே பெண் பிறந்தா லாகாதோ?
3. அக்கக்கா பாவாட ஆனந்தக்கா பாவாட
   ரோலமாடத் தெருவிலே கொண்டுவந்து விக்குது
   வாங்கப் பணமிருக்கு வச்சுடுத்தப் பிள்ளயில்ல.

(கமலம்: 58: திருநெல்வேலி: 20.7.94)

பல்லாங்குழி விளையாட்டினிறுதியில் தோற்கவிருப்பவருக்குக் குழிக்கு ஐந்து முத்துக்கள் இல்லாமல் ஒன்று அல்லது இரண்டு முத்துக்கள் மட்டும் இருந்தால் அவர் புள்ளத்தாச்சி (pregnant) என அழைக்கப்பட்டு அவருக்குப் பரிதாபப்பட்டுக் கடனாக ஒரு

குழிக்குத் தேவையான ஐந்து முத்துக்களைக் கொடுத்து மீண்டும் விளையாட வாய்ப்பு தரப்படுகிறது. அந்த முத்துக்களை வைத்துக் கொண்டு அவர் விளையாட்டில் தொடர்ந்து விளையாடலாம். வெற்றி பெறவும் முடியும்.

பல்லாங்குழி விளையாட்டின் பசுவும் பாண்டியும் எனப்படும் வகையில் ஒரு குழியில் நான்கு முத்துக்களிருந்தால் அவற்றைப் பசு என்று அந்தக் குழிக்குரியவர் சொந்தமாக்கிக் கொள்வார். நான்கு முத்துக்கள் கொண்ட பசு என்பது குஞ்சு (புள்ளத்தாச்சி) என்ற பெயரிலும் அழைக்கப்படுகிறது (பழனியம்மாள்: 55: செக்காணூ ரணி: 4.4.95).

நாலு மூலைக்கல் என்ற விளையாட்டின் ஒரு வடிவத்தில் (Version) விளையாட்டு ஆரம்பத்தில் விளையாடும் நால்வரும் தங்களுக்குரிய கல்லை நடுவிலுள்ள வட்டத்திலிருந்து பத்துத்தடவை எடுத்துப்போட வேண்டும். இது ஒரு மாதம், இரண்டு மாதம் என்று பத்து மாதங்கள் வரை என்கிற எண்ணிக்கையில் போடப்பட்டு பின்புதான் விளையாட்டு ஆரம்பமாகிறது (பாபு: 10: கொடிக்குளம்: 8.8.97). இதே விளையாட்டு மற்றொரு பகுதியில் பிள்ளவச்சு விளையாட்டு என்றழைக்கப்படுகிறது. நான்கு கற்களையும் நான்கு குழந்தைகளாக பாவித்து விளையாடுவதோடு நாலு பிள்ளையும் காப்பாத்தனும். அதுதான் விளையாட்டு என்று கற்களைக் காப்பாற்றுவதே முக்கியமானதாக்கப்படுகிறது (புளியங்குளம், மதுரை, 4.4.95).

வளமை

பெண் கட்டுப்பட்டவளாக இருக்க வேண்டும் என்று நினைக்கின்ற சமூகம் குடும்பத்தை, சந்ததியைப் பெருக்குபவள், வளமைக்குரியவள் என்ற உயர்வினையும் தருகிறது. சந்ததியைப் பெருக்குபவள் என்று வியப்புடனும் அச்சத்துடனும் பார்த்துப் பெண்ணைத் தெய்வமாக்கி வணங்கிய காலம் மாறிச் சந்ததியைப் பெருக்குவதற்கு மட்டுமே உரியவள் என்ற நிலைமை உண்டாகியது. இதுவே விளையாட்டுக்களில் வெளிப்படுத்தப்படுகிறது.

1. பூசணிக்காய் விளையாட்டில் பெண் வளமைக்குரியவளாகக் காட்டப்படுகிறாள். ராசா வேலைக்காரனிடம் பூசணிக்காய் பறித்துவரச் சொல்லும் போது வேலைக்காரன் விளைந்தகாயா? என்று ஒவ்வொரு பிள்ளையின் தலையாகத் தட்டிப்பார்த்து இறுதியில் வயதில் பெரிய சிறுமியை வெளஞ்சகாய் என்று தீர்ப்பளிக்கிறான். இவ்விளையாட்டில் பூசணிக்காய் விளைவதற்குப் பூமியில் குழி

தோண்டுவதிலிருந்து இறுதியில் பூசணிக்காய் பறிப்பது வரையிலான செய்திகள் காணப்படுகின்றன.

குழிதோண்டல், விதைவிதைத்தல் போன்ற வளர்ச்சி நிலைகளைப் பெண் குழந்தையின் வளர்ச்சி நிலையோடு ஒப்பிட முடியும். ஒரு பெண் பிறந்து பல பருவங்களைக் கடந்து திருமண வயதை அடையும் வரையுள்ள பருவ வளர்ச்சியை உள்ளார்ந்த நிலையில் குறிப்பாகக் கொண்டு இவ்விளையாட்டு விளையாடப்படுகிறது. ராசா பூசணிக்காயைத் தூக்கிக் கொண்டு செல்லுவதைப் பெண்ணினுடைய திருமணத்துடன் ஒப்பிடலாம். விளையாட்டில் விளைந்த காய் என்று சிறுமி மட்டுமே குறிப்பிடப்படுவதால் விளைதல் வளமையைக் குறித்துப் பெண்ணுடன் தொடர்புபடுத்தப்படுகிறது. விளைந்த காய் என்பது பெண் திருமண வயதை, இனப்பெருக்கத்திற்குரிய வயதை அடைந்துவிட்டாள் என்பதைக் குறிக்கிறது.

திருமணச்சடங்கில் விளையாடப்படும் விளையாட்டில் பல்லாங்குழி முக்கியப்பங்கு வகிக்கிறது. இதற்குக் கல்யாணப்பாண்டி என்றே பெயர். விரைவில் முடிந்துவிடும் ஆட்ட வகை இதுவாகும். கல்யாணப் பாண்டியில் மணப்பெண்ணே வெற்றி பெற வேண்டும் என்று அனைவரும் விரும்பு கின்றனர். இவ் விளையாட்டில் மணப்பெண் வெற்றி பெறுகிறாளோ இல்லையோ கூடியிருப்பவர்கள் ஏதேனும் குறுக்கு வழியிலாவது மணப்பெண்ணை வெற்றிபெறச் செய்து விடுவர். மணப்பெண்ணின் வெற்றி மக்கட் பெருக்க வெற்றியோடு தொடர்புப்படுத்தப் படுகிறது. பல்லாங்குழியில் வெற்றி பெற்றதைப் போல வாழ்க்கையிலும் குடும்பச்செழிப்பிற்கு உதவியாக மக்களைப் பெற்று வெற்றி பெறுவாள் என்று நம்புகின்றனர்.

இந்தியாவில் தமிழகத்தில் மட்டுமல்லாது ஆப்பிரிக்க நாட்டிலும் துக்லர் என்கிற இனத்தவர்கள் அவர்கள் திருமண நாளில் புதுமணமக்கள் ஒலி என்கிற பல்லாங்குழி ஆட்டத்தை ஆடுவதாக திராவிட - ஆப்பிரிக்க பல்லாங்குழி ஆட்டங்களை ஒப்பீடு செய்த பேரா. தாயம்மாள் அறவாணன் கூறுகிறார் (பல்லாங்குழி, 1982:103).

'பெண்ணை வளமையின் குறியீடாகப் பார்ப்பது என்பது புராதனச் சமூக வளர்ச்சியிலிருந்தே காணக்கிடப்பதாகும். மனித சமூக வரலாற்றில் இரு வகையான உற்பத்திகள் செல்வாக்குச் செலுத்தியதாக எங்கல்ஸ் குறிப்பிடுகிறார். ஒரு பக்கம் வாழ்க்கையின் அடிப்படைத் தேவைகளான உணவு, உடை, வீடு ஆகியவற்றையும் அவற்றைப் பெறுவதற்குத் தேவையான கருவிகளையும் உற்பத்தி செய்வது, மற்றொரு பக்கத்தில் மனிதர்களையே உற்பத்தி செய்வது அதாவது

மனித இனத்தைப் பெருக்கி வருவது. புராதன மனிதர்களின் வளர்ச்சி இவ்விருவகை உற்பத்தியையும் சார்ந்திருந்தது. இதன் விளைவாகவே பயிர்களை உற்பத்தி செய்யும் விளைநிலத்தைப் பெண்ணாகவும் மனித இனத்தை உருவாக்கும் பெண்ணை விளைநிலமாகவும் உருவகித்தனர். மேலும் வேறுபட்ட பொருள்களுக்கிடையில் காணப்படும் சில பண்புக்கூறுகளின் ஒத்த தன்மையினை அடிப்படையாகக் கொண்ட ஒப்புமை விதியின்படி *(Principle of Analogy)* நிலத்தின் செயல்பாடும் பெண்ணின் செயல்பாடும் பொருத்திப் பார்க்கப்பட்டு இருவகைச்செழிப்பின் சின்னமாகவும் பெண் கருதப்பட்டாள். மானிடச்செழிப்பைத் தோற்றுவிக்கும் பெண், தாவரச் செழிப்பை அதிகரிக்கச்செய்யும் ஆற்றல் வாய்ந்தவளாகவும் கருதப்பட்டாள் (ஆ.சிவசுப்பிரமணியன்: *1999:49-51*) இவ்வாறே பெண் வளமையின் குறியீடாக்கப்பட்டாள்.

'காலங்காலமாக வளமை பெண்களுக்குரியது என்று கருதப்பட்டு வருகிறது. வளப்பம் பெண்களோடு தொடர்புடையது. ஆகையாலும் வேளாண்மைத்தொழிலை முதன் முதலில் கண்டுபிடித்தவர்களாகையினாலும் பெண்களே வளம் பற்றிய மந்திரச் செயல்களுக்கும் உரியவராயினர். பெண்கள் மனித இனப்பெருக்கத்திற்கு உற்பத்திச் சாதனம்' என்பதற்கேற்ப (கிருட்ணசாமி: *1981:175*) விளையாட்டுக் களிலும் பெண் மக்கட் பெருக்கத்திற்கு உரியவளாகக் காட்டப் படுகிறாள்.

தோல்வி

பூசணிக்காய், பல்லாங்குழி போன்ற விளையாட்டுக்களில் வளமை அடிப்படையில் வெற்றிக்குரியவளாகக் காட்டப்படுகிற பெண் ஆண்கள் மட்டும் விளையாடும் விளையாட்டில் தோல்விக்குரியவளாகக் காட்டப்படுகிறாள். பிள்ளைப்பந்து விளையாட்டில் ஒருவர் மேல் பந்தைச் சரியாக எறிய முடியாதவர் அல்லது எறியப்படும் பந்து தன்மேல் படாமல் தப்பிக்கத் தெரியாதவருடைய குழியில் சிறிய கல் ஒன்றைப் போட்டு அந்த நபரைப் பிள்ளை பெற்றவனாக அதிலும் பெண் பிள்ளை பெற்றவனாக மற்றவர்கள் கேலி செய்கின்றனர்.

முதலில் பத்துப் பெண் பிள்ளைகள் பெற்றவன் தோல்வி யடைந்தவனாக விளையாட்டிலிருந்து வெளியேற்றப்படுகிறான். இந்த விளையாட்டில் பந்தைச் சரியாக எறியத்தெரியாதவன், சரியாக ஓடத்தெரியாதவன் பிள்ளை பெற்றவனாக அதிலும் பெண் பிள்ளை பெற்றவனாகவும் தோல்வியடைந்தவனாகவும் கருதப்பட்டு வெளியேற்றப்படுகிறான். மற்ற சிறுவன்களால் பொம்பளப்புள்ள

பெத்த என்று கேலி செய்யப்படுகிறான். பெண்ணைப் பெற்றவன் வாழ்க்கையில் தோல்வியடைவான், 'ஐந்து பெண் பிள்ளை பெற்றால் அரசனும் ஆண்டியாவான்' என்ற கருத்தையே இவ்விளையாட்டு உணர்த்துகிறது. (விளையாட்டுக்களில் பெண் மதிப்புகள், *1993:73-90)*

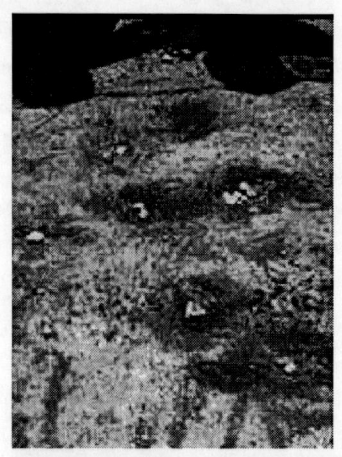

பெண்களுக்கேயுரிய சில இயல்புகள்

'அச்சமும் நாணும் மடனும் முந்துறுதல்

நிச்சமும் பெண்பாற் குரியஎன்ப' (தொல், களவு *-8)*

என்று பெண்களுக்குரிய இயல்புகள் தொல்காப்பியத்தில் கூறப்படுகின்றன. இது தவிர அடக்கம் பெண்ணுக்கு அழகைக் கொடுக்கும், நாணம் இல்லாத பெண் நாயினும் இழிந்தவள், பெண் புத்தி பின் புத்தி போன்ற பழமொழிகளும் பெண்ணிற்குரிய

குணங்களை வரையறை செய்கின்றன. இன்னும் மென்மை, அமைதி, தன்னலம் கருதா இயல்பு, அழகு போன்ற பல இயல்புகளைப் பெண்ணிற்கு உரியவையாக்கிச் சமூகம் அவர்களிடமிருந்து இத்தகைய இயல்புகள்தான் வெளிப்பட வேண்டும் என்று எதிர்பார்க்கிறது. அதற்கேற்ப சிறுவயதிலிருந்தே நடைமுறைகள், பழக்கவழக்கங்கள் மூலம் பெண்ணை உருவாக்கவும் செய்கிறது.

'வாழ்வின் பல்வேறு தளத்திலும் பல்வேறு காலங்களிலும் பல்வேறு விதமான முறையில் பெண்மை தன்னை நிலைநிறுத்தி வருகிறது என்றாலும் பெண்மையின் இசைந்தும் பொசிந்தும், வளைந்தும், நிமிர்ந்தும் கொடுக்கும் குணம் அவர்களை எந்தக் காலத்திலும் ஓரே விதமாய் வாழ வைக்கிறது'. (நாட்டுப்புறக்கதைகள் பன்முகப்பார்வை:*1991:48*) என்கிற ஜி.எம்.எல்.பிரகா~*p*ன் கருத்து நாட்டுப்புற விளையாட்டுக்களுக்குப் பொருந்தும். ஏனெனில் விளையாட்டுக்களில் காணப்படும் பெண்களுக்குரிய இயல்புகள் இன்றைக்கும் மாறாதவையாகவே இருக்கின்றன. விளையாட்டுக்களில் கூடப் பெண்களுக்கு முன்னேற்றம் இல்லை.

நாட்டுப்புற விளையாட்டுக்களில் அழகுணர்வு, தியாகம், அடக்கம், மென்மை, அமைதி, புறம் பேசுதல், விரும்தோம்பல், பொறுமை போன்றவை பெண்களுக்குரிய இயல்புகளாக வெளிப்படுத்தப்படுகின்றன.

அழகுணர்வு

'உண்டிச்சுருங்கல் பெண்டிற்கழகு' என்று பெண்களின் அழகு உணவடிப்படையில் பழமொழி வாயிலாகச் சுட்டப்பட்டாலும் இயல்பிலேயே பெண்கள் அழகுணர்வு மிக்கவர்களாக இருக்கிறார்கள். சிறுமிகள் குழந்தைப் பருவச் சடங்குகளில் ஈடுபடுத்தப்படுவதும் பங்கேற்பதும் பார்வையிடுவதும் அழகுணர்வை அதிகரிக்கின்றன. 'அலங்கரித்துக் கொள்ளும் இயல்புடையோர் பெண்டிர். எனவே தங்கள் பெண் குழந்தைகளுக்கும் இத்தன்மையை இளமையிலேயே ஊட்டுகின்றனர். பெண் குழந்தைகளை மனங்குளிர அலங்கரித்து அழகு பார்க்க இயலும்.

ஆண்குழந்தைகளால் தாய்க்கு அந்த இன்பம் கிட்டாது. பெண்குழந்தை பிறந்ததிலிருந்து திருமணம் ஆகும் வரைத் தாய் அவளுக்கு அழகு செய்தலைத் தன் கடமையாகவும் அதே பொழுது மகிழ்ச்சியாகவும் ஏற்கிறாள்' (நாட்டுப்புறப்பாடல்கள் ஒப்பாய்வு: *1982: 120*) என்று குழந்தை மனதில் அழகுணர்வை ஊட்டுவதில்,

தோற்றுவிப்பதில் தாயே முதன்மைப்பங்கு வகிப்பதாகக் கூறப்படுகிறது. அடுத்ததாகக் குழந்தைப்பருவ நிகழ்வுகள் குழந்தை யின் மனதில் தான் அழகு, தனக்கு ஒப்பனைப்பொருட்களும் அணிகலன்களும் இன்றியமையாதவை என்கிற சிந்தனையை இளம் பருவத்திலேயே தோற்றுவித்துவிடுகின்றன. அக்கக்கா சிணுக்கரி விளையாட்டு இதற்கு நல்லதொரு சான்றாக அமைகின்றது.

அளவில் சிறிய குச்சி அல்லது கைவிரல்களே விளையாட்டுக் கருவிகளாக இவ்விளையாட்டில் பயன்படுத்தப்படுகின்றன. அவையே சிணுக்கரியில் (தலை முடியைச் சிக்கலெடுப்பதற்கு பயன்படுத்தும் சில்வர் குச்சி) தொடங்கி சீப்பு, பவுடர், கண்மை, கொலுசு, பொட்டு, கண்ணாடி, தோடு போன்ற ஒப்பனைக்கான பொருட்களாகவும் அணிகலன்களாகவும் பயன்படுத்தப்படுகின்றன.

மேற்குறிப்பிட்ட பொருட்களை வாங்கி அதாவது சீப்பு வாங்கித் தலைசீவுவதைப் போன்று பாவனை செய்யப்படுகிறது. அதற்காக அதிக நேரமும் செலவிடப்படுகிறது. விளையாடுகின்றபோது சிறுமிகள்

மெதுவாகத் தலைசீவிப் பொட்டிட்டு, கண் புருவம் இரண்டிலும் மையிட்டு ஒவ்வொரு முறை ஒவ்வொருவரும் தங்கள் அழகினைக் கண்ணாடியில் முன் பின்னாகப் பார்த்துச் சரிசெய்து திருப்தி கொள்வது போல் பாவனை செய்கின்றனர். ஒருவர் அதிகநேரம் எடுத்துக் கொள்வது காரணமாக விளையாட்டினிடையே சண்டை ஏற்படுகிற அளவிற்குத் தங்களை அழகுபடுத்திக் கொள்கின்றனர். விளையாட்டில் ஆர்வம் காட்டுகின்றனர்.

பொம்மை விளையாட்டும் பெண்களின் அழகுணர்வைச் சித்தரிக்கிறது. இன்றைக்குப் பல்வேறு விதமாக பார்பீஸ் (Barbies) பொம்மைகள் வந்தாலும் அவற்றுக்கும் வீட்டில் சிறுமிகளே தினமும் ஒவ்வொரு விதமான அலங்காரங்களைச் செய்து மகிழ்கின்றனர் (புதூர்,மதுரை,12.5.96) இவையனைத்தும் செலவு மிகுந்தவையே. கிராமங்களில் தையற்கடை வெட்டுத் துணிகளைக் கொண்டே சிறுமிகள் தாங்களாகவே தந்தை, தாய், மகன், மகள் மற்றும் உறவினர் பொம்மைகளைத் தயாரித்துவிடுவர். எத்தனை பொம்மைகளை வேண்டுமானாலும் குறுகிய நேரத்தில் உருவாக்கிவிடுவார்கள்.

வெட்டப்பட்ட துணிகளில் சாதாரண, அழுக்கான துண்டுகளைக் கொண்டு பொம்மை தயாரிக்கின்றனர். பிறகு பளபளப்பான துணிகளைக் கொண்டு ஆடை தயாரிக்கின்றனர். பாவாடை, சேலை போன்ற ஆடைகள் நிரந்தரமாகத் தயாரிக்கப்பட்டு மடிப்புகளுடன் வைக்கப்பட்டிருக்கின்றன. சிறுமிகள் தாங்கள் பயன்படுத்திய பழசான, அறுந்துபோன பாசிமணிகளை ஒன்று, இரண்டு, மூன்று என்று நூல்களில் கோர்த்து விதவிதமாக நெக்லஸ், செயின் போன்றவற்றைத் தயாரிக்கின்றனர். கழுத்திற்குப் போடப்படும் அணிகலன்கள் மட்டும் உண்டு. ஏனெனில் துணிப்பொம்மைக்குக் கழுத்தில் மட்டுமே அணிகலன் அணிவிக்கமுடியும். பொம்மைகளுக்கு வீட்டில், திருமணத்தில், கோயிலில் என்று விதவிதமாக அடிக்கடி ஆடைகளை மாற்றிக் கொண்டேயிருப்பர். தனித்தனியாகச் சிறுமிகள் தங்களுக்கென்று பொம்மைகள் தயாரித்தும் பத்திரப்படுத்தியும் வைத்திருக்கின்றனர். எனவே பிறருடன் போட்டி போட்டுக்கொண்டு தங்கள் பொம்மைகளை அலங்கரிக்கின்றனர்.

கூட்டாக விளையாடும்போது அனைத்து பொம்மைகளும் ஒன்றாக வைத்து விளையாடப்படுகின்றன. இருப்பினும் ஆடை, அணிகலன் மாற்றம் அழகுபடுத்துதல் போன்றவை பொம்மைக்கு உரியவராலேயே செய்யப்படுகின்றன. தங்களுடைய பொம்மைகள் இவைதான் என்று போட்டி போட்டுக் கொண்டு அறிமுகம்

செய்கின்றனர். (ஊமச்சிகுளம், 2.3.93) சிறுமிகள் காலையில் தையற்கடை திறக்கும் சமயம் மிகவும் எதிர்பார்ப்புடன் காத்திருந்து கடைக்காரர்கள் வெளியில் எறியும் வெட்டுத்துணிகளை ஆவலுடன் எடுத்துக்கொண்டு வருகின்றனர் (மலர்விழி மங்கையர்க்கரசி:32: சிம்மக்கல்:22.8.93).

பொம்மைகள் வைத்து விளையாடுதல் என்பது சிறுமிகளால் விளையாடப்படும் விளையாட்டு என்ற நிலையில் வைத்துப் பார்க்கப்பட்டாலும் இது நம்பிக்கையை அடிப்படையாகக் கொண்டதாக இருக்கிறது. துணியால் செய்யப்படும் பொம்மைகள் ஒவ்வொரு நாளும் புதிதாக உருவாக்கப்படுகின்றன. ஒருநாள் காலையில் உருவாக்கப்படும் பொம்மைகள் விளையாட்டு முடிந்ததும் அதாவது அன்றையதினம் அந்த விளையாட்டு விளையாடியது போதும் என்று முடிவு செய்ததும் அப்பொம்மைகள் பிரிக்கப்பட்டுவிடும். மறுநாள் விளையாட்டின் போது பழைய துணிகளைக் கொண்டே மீண்டும் புதுப் பொம்மைகள் உருவாக்கப்படுகின்றன.

இவ்விளையாட்டை இரவு நேரத்தில் விளையாட அனுமதிக்கப் படுவதில்லை. காரணம் துணியால் செய்யப்படும் பொம்மைகள் ஏவல், பில்லிசூனியம் செய்ய மந்திரவாதிகளால் பயன்படுத்தப்படுபவை, வீட்டில் இருந்தால் வீட்டிலுள்ளோருக்குக் கேடு விளையும் என்று மக்களால் நம்பப்படுகிறது. இப்பொம்மைகளை மக்கள் குறளி என்றழைக்கின்றனர்.

குறளி என்பது மனித குலத்திற்குத் தீமையைச் செய்கின்ற பேய் என்று மக்களால் நம்பப் படுகிறது. அதனால் விளையாட்டுப் பொம்மைகளானாலும் அவற்றை வீட்டில் வைத்திருக்கச் சம்மதிப்பதில்லை. ஆடி மாதத்தில் நடைபெறும் ஆடிப் பொம்மை கொளுத்துதல் என்கிற நாட்டார் சடங்கை இதனுடன் தொடர்புப்படுத்தலாம். 'ஆடிப்பொம்மை கொறளி, குறளிப் பொம்மை, சீலப்பொம்மை என்றும் அழைக்கப்படுகிறது. சோளம், கம்பு போன்ற தானியத் தட்டைகளால் தயாரிக்கப்படும் இப்பொம்மை ஆறுநாட்களுக்கு வைக்கப்பட்டுச் சில சடங்குகள் செய்யப்பட்டு பின் ஏழாம் நாள் கொளுத்தப்பட்டுவிடும். குறளிப் பேயினை மனநிறைவடையச் செய்வதற்காகவே இச்சடங்கு நிகழ்வதா கவும் இதனைக் கொளுத்தி அழித்து மங்கல நிகழ்ச்சிகள் நிகழும் ஆவணி மாதம் நல்லபடியாக இருக்கும்படி வேண்டுவதாகவும் சொல்லப்படுகிறது' (ஆ.சிவசுப்பிரமணியன்,1999:100-116) என்கிற கருத்து மாந்திரீக நம்பிக்கைகளுக்கும் துணிப்பொம்மைகளுக்கும்

உள்ள தொடர்பைப் புலப்படுத்துகிறது.

சிறுமிகள் தங்களைத் தாங்களே அழகுபடுத்திக் கொள்வது மட்டுமின்றி தங்கள் விளையாட்டுப் பொருட்களையும் அழகாக வைத்திருக்கின்றனர். சிறுமிகள் விளையாடும் தில்லாக்கு (தெல்லுக்காய்) விளையாட்டில் சிறிய, வட்ட, தட்டையான பொருள் விளையாட்டுக் கருவியாகப் பயன்படுகிறது. அதையும் சிறுமிகள் அழகாக விதவிதமாகச் சேகரித்து வைத்திருப்பர். உடைந்த ஓட்டுத்துண்டுகள், கரிய தட்டையான கற்கள், உடைந்த மங்குத்துண்டுகள் (China clay) எனப் பல வகையில் சேமித்து வைத்திருக்கின்றனர் (புளியங்குளம், 4.4.95).

விளையாட்டுப்பொருள் சேகரிப்பு

சிறுமியர் விளையாடுவதற்குக் காட்டும் ஆர்வத்தைப் போன்றே அவ் விளையாட்டிற்கான பொருட்களைச் சேகரிப்பதிலும் பாதுகாப்பதிலும் ஆர்வம் காட்டுகின்றனர். இவர்களது விளையாட்டுப் பொருட்கள் மிகச் சாதாரணமானவை என்றாலும் அப்பொருள்களையும் அழகாகவும் அழகானவையாகவும் சேகரித்தும் பாதுகாத்தும் வைத்திருக்கின்றனர்.

தில்லாக்கு விளையாட்டில் பயன்படுத்தப்படும் தேங்காய்ச் சிரட்டைத் துண்டுகள் கூட அவற்றின் வெளிப்புறப்பிசிருகள் தரையில் நன்றாக உரசி நீக்கப்பெற்றுப் பார்ப்பதற்கு அழகாக இருக்கும்.

சொட்டாங்கல் விளையாட்டில் பயன்படுத்தும் கூழாங்கற்களை ஒரே நிறத்தில், அளவில் (Size) சேகரித்து அவற்றையும் விளையாடுவதற்கு முன்னரே தரையில் தேய்த்து வட்ட மற்றும் உருண்டை வடிவில் தயார் செய்து வைத்திருப்பர். விளையாடுகின்ற போது கைகளில் கல் குத்தாமல் இருக்க வேண்டும் என்பதும் ஒரு காரணம்.

பொம்மை விளையாட்டில் பொம்மைகளுக்குப் போடப்படும் உடைகளும் அணிகலன்களும் மிக அழகானவைகளாகத் தயாரிக்கப் பட்டுப் பாதுகாக்கப் படுகின்றன. தையற்கடை வெட்டுத் துணிகளில் பட்டுப்போன்ற பளபளப்பான துணிகள் ஆடைகளாகப் பயன்படுத்தப் படுகின்றன. இன்றைக்கு ரப்பர், பார்பீஸ் போன்ற பொம்மைகளுக்கும் தாங்களாகவே உடைகள் தயாரித்து அவற்றை அணிவித்துச் சிறுமியர் அழகு பார்க்கின்றனர். ஆனால் இவை பணம் கொடுத்துக் கடைகளில் வாங்கப்படுகின்றன என்பது குறிப்பிடத்தக்கது.

பொதுவாகவே நமது சமூகத்தில் பொருட்களைச் சேகரிப்பது, பாதுகாப்பது இவையெல்லாம் பெண்களுக்குரிய கடமையாக வகுக்கப்பட்டிருக்கிறது. சேகரிப்பதும் பாதுகாப்பதும் வீட்டினுள் இருக்கக்கூடிய பெண்ணால் மட்டுமே முடியக்கூடியது. பெண்ணி னுடைய இந்தக் கடமை உணர்வே சிறுமிகளின் விளையாட்டில் பிரதிபலிக்கிறது. இவ்விளையாட்டுப் பொருள் சேகரிப்பும் பாதுகாப்பும் பிற்காலக்குடும்ப வாழ்க்கைக்குப் பயிற்சியளிக்கும் களமாகின்றது.

கடன் வாங்கும் குணம்

அடுத்தவீடு, எதிர்வீடு என்று அருகிலுள்ள வீட்டுப்பெண்களிடம் பழகுவதும் அவர்களிடம் வீட்டிற்குத் தேவையான பொருட்களை அவ்வப்போது கடன் வாங்குவதும் காலங்காலமாகப் பெண்களுக்கே உரிய குணமாகக் கூறப்படுகிறது. இக்குணமே அக்கக்கா சிணுக்கரி விளையாட்டில் வெளிப்படுகிறது. சிணுக்கரி முதல் பல பொருட்கள் அடுத்தவீட்டு அக்காவாகிய சிறுமியிடம் கடன் வாங்கப்படுகின்றன. பெண்களுக்கு வீட்டுச்சமையல் பொருட்கள் மட்டுமின்றித் திருமணம் போன்ற விழாக்களுக்குச் செல்லும்போது நகைகளையும் கடன்வாங்கி அணியும் வழக்கம் உண்டு.

பட்டுச்சேலையைக் கடன் கொடுத்துட்டுப் பலகையோட பின்னால போனாளாம் என்கிற பழமொழி இதை அடிப்படையாகக் கொண்டுதான் தோன்றியிருக்க வேண்டும். பெண்களின் இத்தகைய குணத்தையே இவ்விளையாட்டு வெளிப்படுத்துகிறது.

பெண்களுக்கே உரிய குணமாகக் கடன் வாங்குதல் இருந்தாலும் கடன் தரும் பெண் முதலில் தர மறுத்துச் சாக்குச் சொல்வதும் பிறகு தருவதும் பெண்களுக்குரிய குணமேயாகும். இவ்விளையாட்டில் பொருட்களைக் கடன் கேட்பவரிடம் அப்பா, அம்மா, கணவர், மாமியார் போன்றவர்கள் கடன் கொடுத்தால் திட்டுவார்கள் என்று சாக்கும் பின் எங்க வீட்டுக்காரரர் வர்றதுக்குள்ள தந்துடுங்க என்ற நிபந்தனையுடனும் பொருட்கள் தரப்படுகின்றன. ஆகக் கடன் வாங்குதல், தரமறுத்தல், சாக்குச்சொல்லுதல், நிபந்தனையுடன் தருதல், அப்படியும் பெற்றுக்கொள்ளுதல் போன்ற அன்றாட நிகழ்வுகளையும் பெண்களுக்கேயுரிய குணங்களையும் இவ்விளையாட்டு வெளிப் படுத்துகிறது.

ஆண்களுக்கு நிகரான பொருளாதாரச் சமஉரிமை பெண்களுக்கு இல்லை என்பதை இவ்விளையாட்டு வெளிப்படுத்துகிறது. பொருளை

முழுமையாக ஆளுகிற உரிமையும் பெண்களுக்கு இல்லை. அத்தகைய சூழலில் ஏற்படுகின்ற பொருளாதாரத் தட்டுப்பாட்டைச் சமாளிக்கும் திறன் பெண்களிடம் காணப்படுகிறது என்பதையும் இவ்விளையாட்டு விளக்குகிறது.

புறம் பேசுதல் - செய்தி பரப்பல்

பெண்களுக்குரிய இயல்பாகப் புறம் பேசுதல் சொல்லப்படுகிறது. பெண்கள் தங்களுடைய வேலை நேரம் போக மீதியுள்ள நேரங்களில் ஒன்றாக அமர்ந்து உரையாடிக்கொண்டிருப்பர். உரையாடல் பிறரைப் பற்றியதாகவும் செய்திகளைப் பரப்புவதாகவும் அமைந்திருக்கும். மகளிரிடம் இரகசியம் தங்காது என்பதற்கேற்ப தங்களுக்குத் தெரிந்த செய்திகளைக் கூட்டியும் குறைத்தும் பேசிக்கொண்டிருப்பர். பேசும்போது கையைத் தமது தாடையில் வைத்து அப்படியா என்று வியப்பாக அபிநயத்துடன் கேட்பதும் வழக்கம். அதையே அக்கக்கா கிளி செத்துப்போச்சு விளையாட்டு வெளிப்படுத்துகிறது.

சிறுமிகள் ஒருவருக்கொருவர் கையை நீட்டி அக்கக்கா கிளி செத்துப்போச்சு என்று சொல்ல மற்றவர் வலக்கையை இடது உள்ளங்கையில் தாங்கி விரல்களைத் தாடையில் வைத்து எப்ப? எனக் கேட்க, முதலில் கூறியவர் இப்ப என்பார். மீண்டும் மற்றவர் எப்படி? எனக்கேட்க முதலில் கூறியவர் இப்படி என்று கூறிவிட்டு அடுத்தவர் மடியில் படுத்துவிடுகிறார். இது வயதில் பெரிய பெண்கள் செய்வது போன்றே சிறுமிகளால் செய்யப்படுகிறது. பெண்களுக் குரிய செய்தி பரப்பும் குணத்தைச் சிறிதும் மாற்றமின்றி அப்படியே வெளிப்படுத்தும் விளையாட்டாக இது இருக்கிறது.

அக்காலத்தில் பெண்களுக்கு வீட்டு வேலையைத் தவிர பிற அலுவல்கள் இல்லை, கல்வி, பிற கலைகளைக் கற்றல், பொருளீட்டல் போன்ற பணிகள் அக்காலத்தில் தரப்படாததால் பெண்கள் ஒருவருக் கொருவர் கூடிப்பேசி தங்கள் பொழுதினை மகிழ்ச்சியாகக் கழித்தனர். காலப்போக்கில் இக்குணம் புறம்பேசுதல், செய்திபரப்பல் என்று பெண்களுக்கே உரிய குணமாக மாற்றம் பெற்றது.

பெண்கள் செய்தி பரப்புவதைப் போன்றே நிகழ்ச்சி ஒன்று ராஜ் தொலைக்காட்சியில் ஊர்வம்பு என்கிற பெயரில் நாட்டு நடப்புகளை மக்கள் தெரிந்து கொள்ள வேண்டுமென்கிற நோக்கில் நடத்தப்பட்டது. பெண்கள்தான் நடித்தனர். ஏனெனில் பெண்கள்தான் ஊர்வம்பு பேசுபவர்கள். இன்றைக்கு பணிபுரியுமிடத்தில் இருபாலரும் இதனைச் செய்கின்றனர். ஆக ஊர்வம்பு என்பது மனிதரனைவருக்கும்

எக்காலத்திற்கும் உரியது பொதுவானது.

விளையாட்டின் பொருண்மை

இவ்வியலில் இதுவரையிலும் தரப்பட்ட விளக்கங்கள் அனைத்தும் விளையாட்டுக்களைப் பார்க்கும் போது நடக்கும் நிகழ்வுகளை வைத்துக் கொண்டு விளக்கியவையாகும். இவற்றையும் தாண்டிச் சமூக அடிப்படையிலும் விளக்கங்களைத் தரலாம். ஒரு சான்று மட்டும் இங்கு தரப்படுகிறது.

பூசணிக்காய் விளையாட்டில் பூசணிக்காய் பெண்ணுடன் ஒப்பிடப்படுகிறது என்பது பற்றி முன்னரே விளக்கப்பட்டது. பூசணிக்காயின் உருவ அமைப்பும் பெண்ணின் உருவ அமைப்பும் ஒன்றாக இருப்பதே இதற்குக் காரணமாகும்.

இவ்விளையாட்டில் பூசணிக்காய் பெண்ணாகவும் பூசணியை வேண்டுகின்ற ராசா அப்பெண்ணைத் திருமணம் செய்ய விரும்பு பவராகவும் இருக்கின்றனர். பாட்டியும் பெண்களும் ஒரே குழு அல்லது இனத்தைச் சேர்ந்தவர்களாகவும் பெண் கேட்பவன் வேறு குழு அல்லது இனத்தைச் சேர்ந்தவன் என்றும் கொண்டால் நமது சமூகத்தில் ஒரே இனத்தைச் சேர்ந்தவர்களிடையே மட்டும் திருமணம் செய்து கொள்ளும் வழக்கமுடைய அகமண முறையைத்தான் (Endogamy) இவ்விளையாட்டு பொருண்மையாகக் கொண்டுள்ளது.

வேறு குழு அல்லது இனத்தைச் சார்ந்தவர்கள் பெண் கேட்டு வருவதற்குக் காரணங்களாக அதிக பலம் மற்றும் பொருளாதார வசதி மற்றும் பெண் சார்ந்திருக்கும் இனத்தைவிட உயர்ந்த இனத்தைச் சார்ந்தவர் என்று கூறலாம். இத்தகைய தகுதியுடையவர் பெண் கேட்டு வரும் போது அதை எதிர்க்கப் பாட்டிக்குத் துணிவில்லை. அதனாலேயே பூசணிக்காய் விளையாட்டில் பூசணிப்பூ இன்னும் பூக்கவில்லை, காய் காய்க்கவில்லை, பிஞ்சாக இருக்கிறது என்று பல காரணங்களைச் சொல்லிச் சமாளித்து இறுதியில் வேறு வழியின்றிப் பூசணிக்காயைப் பறித்துக் கொண்டு போகச் சொல்கிறாள். அக்காலத்தில் முகலாய அரசர்கள் தமிழ்நாட்டிற்கு வந்தபோது தமிழ்ப்பெண்களைப் பலவந்தமாகத் தூக்கிச் சென்ற வரலாற்று நிகழ்ச்சியை இவ்விளையாட்டு உணர்த்துகிறது எனலாம். (நாட்டுப்புற விளையாட்டுக்களில் அரங்கக்கலைப்பண்புகள், 1994).

ஒரு குடம் தண்ணீர் ஊத்தி ஒரு பூ பூத்தது என்கிற விளையாட்டும் மேற்கூறியது போன்றே அகமணமுறை என்கிற பொருண்மையை உள்ளடக்கியதுதான். இவ்விளையாட்டுப்பாடலின் இறுதி வரிகளே

இதனை வெளிப்படையாக உணர்த்துகின்றன. கைகளுக்குள் பிடிபட்ட சிறுமியை விடுவிக்க அவளது அணியைச் சேர்ந்தவர்கள் 'இம்புட்டுப் பணம் தாறேன் விடுடா துலுக்கா' என்று கேட்க அப் பெண்ணைப் பிடித்துக்கொண்டவர்கள் விடமாட்டேன் மலுக்கா என்று பதிலளிப்பர். இங்கு துலுக்கா என்பது முகமதியரையும் மலுக்கா என்பது முகமதியரல்லாதவரையும் குறிக்கிறது. இவ்வாறு இவ்விளையாட்டு முகமதிய அரசர்கள் இந்துப் பெண்களைச் சிறைப் பிடித்து மணந்து கொண்ட வழக்கத்தைக் காட்டுகிறது என்று வே.மாணிக்கம் கூறுகிறார். (ஆய்வுக்கோவை,1987:569-577).

நெருக்கு மச்சான் நெருக்கு என்ற விளையாட்டிலும் மச்சான் என்கிற சொல் ஆண்பாலையே சுட்டுகின்றது. இவ்விளையாட்டு பாலினப் பாகுபாடற்ற பாலியல் வடிகாலாக அமைந்துள்ளது. ஒருவனுக்கு ஒருத்தி என்ற ஒழுக்கவரம்பும் உடல்ரீதியான கற்புக் கோட்பாடும் நெகிழ்வடைந்து பாலியல் உணர்வுகளுக்கான கட்டுப் பாடுகள் மீறப்படும் சமூக ஒப்புதல் இவ்விளையாட்டின் மூலம் புலனாகின்றது. பாலியல் சுதந்திரம், சுதந்திரமின்மை இரண்டின் விளைவுகளையும் சிந்திக்க வைக்கும் விளையாட்டாக உள்ளது. இதுவும் ஆண்பால் சார்ந்ததாக, விளையாட்டின் தொடக்கம் ஆண்பாலினத் தூண்டுதலுக்கு முதன்மையிடம் அளிப்பதாக உள்ளது.

--❖--

நாட்டுப்புற விளையாட்டுக்களின் இன்றையநிலை

--❖--

காலங்காலமாக வழக்கில் இருந்த நாட்டுப்புற விளையாட்டுக்கள் இன்றைக்கு மெதுவாக மறைந்து கொண்டிருக்கின்றன. இவை கிராமப்புறங்களில் விளையாடப்பட்டு வந்தாலும் நகரங்களில் அதிகம் விளையாடப்படுவதில்லை. அவ்வாறு விளையாடப் பட்டாலும் அவை தமது வடிவத்தை இழந்து உருமாறிப் பல்வேறு மாற்றங் களையும் தாக்கங்களையும் பெற்றே விளையாடப்படுகின்றன. இந்நிலை கிராமங்களையும் எட்டிவிட்டது. இதற்குக்காரணம் மாறிவரும் சமூகச் சூழல், தொழிற்புரட்சி, பொருள் உற்பத்தி, உயிர் தொழில்நுட்பத்தின் ஆதிக்கம், நவீனமயமாக்கப்பட்ட இயந்திரங்கள், தகவல் தொடர்புச்சாதனங்களின் அதீத வளர்ச்சி, மேலை நாட்டுப் பழக்கவழக்கங்கள் இன்ன பிறவற்றின் தாக்கமாகும். இத்தகைய தாக்கத்தினால் நாட்டுப்புற விளையாட்டுக்களில் ஏற்பட்டிருக்கும் மாற்றங்களையும் அவற்றின் இன்றைய நிலையையும் விளக்குவது இவ்வியலின் நோக்கமாகும்.

சமூக மாற்றம்

இது சமூகவியலில் முக்கியமான ஒன்றாகக் கருதப்படுகிறது. மாற்றம் என்பது இயற்கையிலேயே நிலவக்கூடிய ஒன்று. காலத்தின் தேவையும் கூட.

1. பண்பாடுதான் ஒரு நிறுவனத்தில் ஏற்படும் மாற்றத்திற்கு முக்கியக்காரணம் என்கிறார் மேக்ஸ் வேபர்.

2. சமூக மாற்றம் சக்தி வாய்ந்த ஒன்றாக விளங்குகிறது. ஆனால் இது ஒருபோதும் தொடர்ச்சியாக இருந்துகொண்டு இருப்பதில்லை. புரட்சி, திரும்பத் திரும்ப நடக்கும் நிகழ்வுகள், பழமையான கருத்துக்கள் மற்றும் இன்னும் பல சமூக விளைவுகளெல்லாம் சமூக

மாற்றத்தில் உள்ளடங்கியதாக அமைகின்றன.

3. சமூக மாற்றம் என்பது ஒரு பொதுவான செயல்திறன். இது சமுதாயத்தில் வாழும் மானிடனின் அனுசரிப்பு மற்றும் தவறான அணுகுமுறை ஆகியவற்றைப் பொறுத்து முன்னேற்பாடான விதத்திலோ அல்லது பின்னடைவு என்ற நிலையிலோ காணப்படுகிறது.

சமூக மாற்றத்திற்கான காரணங்கள்

சமூக மாற்றத்திற்கு நான்கு முக்கியக் காரணங்கள் கூறப்படுகின்றன.

1. உயிரியல் காரணிகள் (Biological Factors)
2. கலாச்சாரக் காரணிகள் (Cultural Factors)
3. சுற்றுப்புறச் சூழ்நிலைக் காரணிகள் (Physical Factors)
4. தொழில்நுட்பக் காரணிகள் (Technological Factors)

1. உயிரியல் காரணிகள்

பரம்பரை, இயற்கையைத் தேர்ந்தெடுத்தல், மக்கள் தொகை ஆகிய மூன்றும் உயிரியல் காரணிகளாகும்.

பழைய சந்ததிகளைப் போலவே புதிய சந்ததிகள் வாழ்க்கையை நடத்தி ஒரு சமூகப் பரம்பரை அமைப்பை உருவாக்குவது மாற்றங்களை ஏற்படுத்தும். மக்கள் தொகை என்பது பிறப்பு, இறப்பு விகிதங்களை அடிப்படையாகக் கொண்டது. இவை மாறும்பொழுது எண்ணங்கள் மற்றும் இறப்பு விகிதங்கள் மாறும். உயிரியல் பழக்கங்கள் சமூகப் பழக்கவழக்கங்களாக மாறுபடுகின்றன.

2. கலாச்சாரக்காரணிகள்

சமூகவியலறிஞர் வில்லியம் ஆக்பர்ன் இதனைச் சடப்பொருள் கலாச்சாரம், சடப்பொருளற்ற கலாச்சாரம் என்ற இரு நிலைகளில் விளக்குகிறார். வானொலி, அச்சகம், தொலைக்காட்சி போன்ற இயந்திரங்கள் சடப்பொருள்கள் ஆகும். நம்பிக்கை, தொன்றுதொட்டு வரும் பழக்கவழக்கங்கள், வழக்கமுறை அமைப்பு, கல்வி, கலை, இலக்கியம் போன்றவை சடப்பொருளற்றவை ஆகும். சடப்பொருள் கலாச்சாரத்தில் ஏற்படும் மாற்றங்கள் சடப்பொருளற்ற கலாச்சாரத்தில் மாற்றம் ஏற்படத் தூண்டுகின்றன. இதன் விளைவாகப் பின்பற்றுதல் என்ற வகையிலான கலாச்சாரம் தோன்றுகிறது. இதுவே ஒட்டுமொத்த அமைப்பிலும் மாற்றங்களை உண்டுபண்ணுகின்றது.

3. சுற்றுப்புறச் சூழ்நிலைக்காரணிகள்

சுற்றுப்புறச் சூழ்நிலைகள் மறைமுகமான வழியில் மக்கள் வாழும் முறையை நிர்ணயம் செய்வதாக இருக்கின்றன. இது நேரடியாகச் சமுதாய மாற்றத்திற்கு எந்தப் பணியையும் செய்வதில்லை. மனிதன் இயற்கையைத் தொழில் நுட்பத்தின் மூலமாகக் கட்டுப்படுத்துவதால் ஏற்படும் மாற்றங்களும் மனிதனை மீறிய இயற்கைச் சீற்றங்கள் மற்றும் சமுதாயப் பழக்க வழக்கங்களினாலும் வாழ்வியல் முறைகளில் மாற்றங்கள் ஏற்படுகின்றன.

4. தொழில்நுட்பக்காரணிகள்

மற்ற காரணிகளைவிட இதுதான் மிகவும் சக்தி வாய்ந்தது என்று அறிஞர்கள் கூறுகின்றனர். உணவைப் பெறுவதற்காகவும் கலைக் காகவும் மற்றும் பாதுகாப்பிற்காகவும் மனிதன் பல்வேறு தொழில் நுட்பங்களை உருவாக்கியிருக்கின்றான். இதனை இயந்திரமயமாதல் என்றும் அழைக்கலாம். தொழில்மயமாதலானது மக்களின் எண்ணங்கள்,தொன்றுதொட்டு வரும் பழக்கவழக்கங்களை வித்தியாசமான முறையில் மாற்றி அமைத்திருக்கிறது. மனிதன் அதிகாரம் படைத்தவனாக இருந்த போதிலும் இயந்திரத்திற்கும் தொழில்நுட்பத்திற்கும் அடிமையாகிவிட்டான்.

வாழ்க்கைமுறை

மக்களின் இன்றைய வாழ்க்கை பணம், வேகம், தொழில்நுட்பம் ஆகிய மூன்றையும் மையப்படுத்தியதாக இருக்கிறது. மனிதன் தனது வாழ்க்கையைத் தானாகச் சிந்தித்து வாழ முடியாதவனாகிவிட்டான். மனிதனுக்குத் தேவையான அனைத்தையும் சட்ட திட்டங்களும் தகவல் தொடர்புச்சாதனங்களுமே நிர்ணயிக்கின்றன, கற்றுத்தருகின்றன. இரண்டு சான்றுகள் மட்டும் இங்கே தரப்படுகின்றன.

அடுக்குமாடிக் குடியிருப்பு மற்றும் நகர அமைப்புக்களில் மனிதன் விளையாடும் இடம், விளையாட்டு நேரம், தண்ணீர் கிடைக்கும் நேரம் இன்னபிற என அனைத்துமே குடியிருப்புச் சட்டங்களைப் பொறுத்தது. மனிதனின் உணவு, உண்ணும் நேரம், இடம், தூக்கம், விடுமுறை, பொழுதுபோக்கு போன்றவை அவன் பணிபுரியும் பணியையும் நிறுவனத்தையும் பொறுத்தவை. மனிதன் மகிழ்ச்சியாக இருப்பது எப்படி? குடும்பம் என்பது என்ன? கணவன், மனைவி அன்பாக இருப்பது எப்படி? குழந்தையை வளர்ப்பது எப்படி? நல்ல சமையல் செய்யும் முறைகள், நிம்மதியாகத் தூக்கம் வர வழிகள் என்றெல்லாம் மனிதன் வாழ வேண்டிய முறைகளனைத்தையும் தகவல்

தொடர்புச்சாதனங்கள்தான் சொல்லித் தருகின்றன. இச்சாதனங்களின் இத்தகைய கற்பித்தலுக்கு வரைமுறையே இல்லாமல் போய்விட்டது.

'சென்னை ஆஸ்பயர் சூப்பர்கிட்ஸ் நிறுவனம், கருவிலிருக்கும் போதே கல்வி என்று கர்ப்பிணிப் பெண்களுக்குச் சில பயிற்சிகள் தருகிறது. மன உணர்வுகளைச் சமநிலை கெடாமல் தக்கவைத்துக் கொள்வது எப்படி? டென்சன் ஆகாமல் இருப்பது எப்படி? என்ற பயிற்சிகளை அளிப்பதுடன் இப்பயிற்சிகள் முன்னோர்கள் கடைப்பிடித்ததுதான், புதிதல்ல. நவீன காலத்திற்குத் தேவைப்படுகிறது என்பதே உண்மை என்று விளக்கமும் தருகின்றது (தினமணிக்கதிர்: *31.12.2006*). இன்றைய புலனச்செய்திகளோ *(Whatsapp Messeges)* மனித வாழ்வை வழிநடத்தும் பணியைச் செவ்வனே செய்வதோடு ஆதிக்கமும் செலுத்துகின்றன. அப்பணி செம்மையானதா இல்லையா என்று ஆராய்ந்து பார்ப்பதற்கோ, பின்பற்றமுடியாத, பிழையான செய்திகளைப் புலனம் தருகிறது என்பது தெரிந்தாலும் அதனைச் சீர் செய்வதற்கோ நேரமின்றி மனிதன் வாழ்ந்துவருகிறான் அதைப் பின்பற்றவும் செய்கிறான் என்றுதான் கூறவேண்டும்.

பொருளாதாரச்சூழல் என்னும் போது தனிமனிதன் மற்றும் குடும்பத்தின் வருமானம் அதிகரித்திருப்பதால் மனிதனின் வாழ்க்கைத் தரம் உயர்ந்திருக்கிறது. அதே நேரத்தில் மனிதனின் குற்றங்களுக்கும் பிறழ்வு நடத்தைகளுக்கும் அதிகப்படியான வருமானமே காரணமாகவும் இருக்கிறது. பெற்றோர்கள் அதிகமான வருமானத்தை நோக்கமாகக் கொண்டு குழந்தைகளைக் கவனிக்காமல் விட்டுவிடுகின்ற நிலை காணப்படுகிறது.

குழந்தைகளைக் கண்டிப்பதற்கு ஆள் இல்லாததால் அவர்கள் கட்டுப் பாடற்றவர்களாகிக் குற்றவாளிகளாகின்றனர். தாங்கள் எண்ணியதை மட்டும் செய்ய வேண்டும் என்று எண்ணுவதோடு தாங்கள் செய்வதே சரி என்றும் வாதிடுகிறார்கள். இத்தகைய வாதங்களே தனிமனிதன், குடும்பம், சமூகம் என்று வளர்ந்து தனிமனிதச்சுதந்திரம் மட்டும் போதும் என்கிற அவசியத்தை ஏற்படுத்தியதோடு தனிமனித முக்கியத்துவத்தை உருவாக்கிவிட்டது.

இன்றைய குடும்பங்கள்

இன்றைய சமூகத்தில் பெரும்பாலும் தனிக்குடும்பங்களே அதிகமாக இருக்கின்றன. குடும்பத்தில் ஆண், பெண் இருவரும் பணிக்குச் செல்கின்றனர். இவர்களுக்குக் குழந்தைகளுடன் செலவிட நேரமில்லை. குடும்ப உறுப்பினர்கள் தங்களுக்குள்

பேசிக் கொள்வதற்கும் நேரம் கிடையாது. குடும்பத்திற்குள்ளேயே உறுப்பினர்கள் அனைவரும் தனித்தனித் தீவுகளாக வாழ்கின்றனர், செயல்படுகின்றனர். பெரும்பாலும் இரவு நேரங்களில் அல்லது விடுமுறை நாட்களில்தான் ஒன்றாகச்சேர்ந்து பார்க்கின்றனர். பேசுகின்றனர். எந்த ஒன்றையும் கூடிப்பேசித் தீர்மானிக்கின்றனர். மேலும் விடுமுறை நாட்களை நண்பர்களோடு கழிக்கின்றனர். குடும்ப உறுப்பினர்களுக்கிடையேயான உறவுகள் ஒப்பந்த அளவில் மாற்றம் பெற்றுள்ளன. விட்டுக்கொடுத்தல், சகிப்புத்தன்மை போன்ற சமூக உறவுகளுக்கு இடமில்லை. இவர்களது நேரத்தைப் பொழுதுபோக்குச்சாதனங்கள் அதிக அளவில் எடுத்துக் கொள்கின்றன.

இன்றைய குடும்பங்களில் பெரியவர்கள் இல்லாததாலும் பெற்றோர் வேலைக்குச் செல்வதாலும் அதிகமாகக் கண்டிப்பும் கட்டுப்பாடும் இல்லை. நிறைய குடும்பங்களில் பிள்ளைகள் என்ன செய்கிறார்கள் என்பதே பெற்றோர்களுக்குத் தெரியவில்லை. அந்த அளவிற்கு அவர்கள் வீட்டோடு தொடர்பு வைத்திருக்கிறார்கள்.

பிள்ளைகளுடன் பெற்றோர் மனம்விட்டுப் பேசுவது கிடையாது. அதே நேரத்தில் பிள்ளைகளுக்காக எதையும் செய்யத் தயார் என்கிற நிலையில் இருக்கிறார்கள். அதனால் பிள்ளைகள் விரும்பும் அனைத்தையும் அவர்களுக்குக் கொடுத்துவிடுகிறார்கள். பெற்றோரின் இத்தகைய போக்கினைப் பிள்ளைகள் தங்களுக்குச் சாதகமாக்கிக் கொண்டு தாங்கள் விரும்பியதைச் சாதித்துக்கொள்கின்றனர்.

அதேநேரம் நகரக்குடும்பமானது பாசப்பிணைப்போடு சேர்ந்த அரவணைப்பும் குழந்தைகளை வளர்த்து ஆளாக்குவதும் என இரண்டு செயல் பாங்குகளைத் தன்னகத்தே கொண்டுள்ளது. குழந்தைகளுக்கு நல்ல தரமான கல்வி தருதல், தோழமை, உண்மையான பாசப்பிணைப்பு போன்றவற்றைத் தருகிறது என்று சில ஆய்வு முடிவுகள் கூறினாலும் இதில் எத்தனை சதவிகிதம் உண்மை என்பது சந்தேகத்திற்கிடமானதாகவே இருக்கிறது. அதிகரித்து வரும் சிறுவர் குற்றங்களும் வீட்டைவிட்டு வெளியில் செல்லும் சிறுவர் எண்ணிக்கை அதிகரித்து வருதலும் இதற்குச் சான்றுகளாகும்.

குடும்பத்தின் நவீனப்போக்குகள்

இன்றைய நவீனச்சமூகத்தில் குடும்பத்தின் அமைப்பு மற்றும் செயல்பாடுகள் அல்லது பங்குகளில் பல மாற்றங்கள் ஏற்பட்டுள்ளன. தந்தை அல்லது தாய் ஆதிக்கக் குடும்பமுறை மற்றும் கூட்டுக்குடும்ப முறைகளிலிருந்து தனிக்குடும்ப அமைப்பு (Nuclear Family)

மற்றும் திருமணமின்றித் தனியாக வாழ்தல் என்னும் அளவிற்கு இந்த மாற்றங்கள் உள்ளன. தனிக்குடும்பத்தில் கணவன், மனைவி மற்றும் அவர்களின் குழந்தைகள் மட்டும் உள்ளனர். நாமிருவர் நமக்கிருவர் என்று குடும்பக் கட்டுப்பாட்டைத் தொடங்கியவர்கள் நாமிருவர் நமக்கெதற்கு இன்னொருவர் என்று குடும்பத்தைச் சுருக்கிக்கொண்டனர்.

இன்றைய பள்ளிக்கூடப் பாடப்புத்தகத்தில் சமூகம், குடும்பம் பற்றிய பாடப்பகுதியில் அம்மா அப்பா இரு குழந்தைகள் படங்கள் வரையப்பட்டு அதன்கீழ் மகிழ்ச்சியான குடும்பம் (Happy family) என்று எழுதப்பட்டிருக்கிறது. இது படிக்கும் குழந்தைகள் மனதில் கூட்டுக்குடும்பம் பற்றிய முரணான சிந்தனைகளையே தரும்.

நவீன நாகரீகத்தில் நகரமயமாதல், தொழில்மயமாதல் மற்றும் நவீனக்கல்வியின் விளைவாகக் குடும்பத்தில் முக்கியமான பல மாற்றங்கள் ஏற்பட்டுள்ளன. மரபுசார்ந்த குடும்ப அமைப்பு தன்னுடைய தேவைகள் அனைத்தையும் தானே பூர்த்தி செய்துகொள்ளக்கூடிய ஒரு சமூக அமைப்பாக விளங்கியது. ஆனால் இன்றைய நவீன காலகட்டத்தில் அத்தகைய மரபு சார்ந்த பணிகளான பொருளாதாரப்பணிகள், உணவு, பயிற்சிகள், கல்வி, பொழுதுபோக்கு, பாதுகாப்பு, வழிபாடு மற்றும் இதரப்பணிகளை நவீன சமூக அமைப்புகள் எடுத்துக்கொண்டுள்ளன.

அரசாங்கம், சமய நிறுவனங்கள் மற்றும் தொழிற்சாலைகள் அதிகமான மரபு சார்ந்த குடும்பப்பணிகளைக் குடும்பங்களிலிருந்து எடுத்துத்தங்கள் வசம் வைத்துக் கொண்டுள்ளன. சமூகப் பாதுகாப்புத்திட்டங்கள், வயதானவர்களுக்கான பாதுகாப்பு வழிகள், குழந்தைகள் மற்றும் வயது வந்தவர்களுக்கான கல்விக்கு உதவுகின்ற வெளிக்காரணங்கள். பெண்களின் உரிமைகள் மற்றும் பாதுகாப்பு, சரிசமமான வாய்ப்பை வழங்குகின்ற சமூகச் சட்டங்கள், பெண்களுக்கான வேலை வாய்ப்புகள், பெண்கல்வி போன்ற காரணங்களால் குடும்பத்தில் உள்ள உறுப்பினர்களின் தகுதி நிலை மற்றும் செயல்பாடுகளில் மாற்றங்கள் ஏற்பட்டுள்ளன.

குழந்தையின் ஆரம்ப சமூகவயமாதல், இரத்த சம்பந்தமான உறவு முறைகளின் உணர்வு மற்றும் இனப்பெருக்கம் ஆகிய பணிகள் மட்டும்தான் இன்றைய காலகட்டத்தில் குடும்பத்திற்கு விட்டு வைக்கப்பட்டுள்ள பணிகளாக உள்ளன என்று முழுமையாகச் சொல்லமுடியுமா என்பது கேள்விக்குறியே.

குடும்ப நிலையாமை

இன்றைய குடும்பத்தின் முக்கியப்பண்பாக இருப்பது நிலையாமைத் தன்மையாகும். இதற்குச் சமூகவியலர்கள் சில காரணங்களை முன்வைக்கின்றனர்:

1. சமூகப் பாதுகாப்பின்மை.
2. பெற்றோர் குழந்தைகளிடையே போராட்டம்.
3. குடும்ப உறுப்பினர்களான ஆண், பெண், குழந்தைகள் தங்களின் எண்ணங்களிலும் மதிப்புக்களிலும் மற்றவர்களின் தலையீட்டை விரும்புவதில்லை.
4. குடும்ப உறுப்பினர்கள் தங்களுக்குள் கட்டுப்பாடு குறைந்த வர்களாகக் காணப் படுகிறார்கள். பெரியவர்களின் கட்டுப்பாட்டை இளையவர்கள் விரும்புவதில்லை.
5. ஆண், பெண் இருபாலரும் பணிபுரிந்து பொருளீட்டுவதால் விட்டுக் கொடுத்தல், சகிப்புத்தன்மை, ஒற்றுமை குறைந்து போட்டித் தன்மை மிகுந்து அது மண முறிவிற்குக் கொண்டு செல்கிறது. சில சமயங்களில் மறுமணத்திற்கு வழிவகுக்கிறது. இதில் துன்பத்தை அனுபவிப்பவர்கள் குழந்தைகள் மட்டுமே. தாய் தந்தையர் பிரிந்ததும் செய்வதறியாமல் தடம் மாறுகின்றனர். இதுவே பிள்ளைகளின் ஒழுக்கச் சீர்கேட்டிற்குக் காரணமாகின்றது.

கூட்டுக்குடும்பச்சிதைவு

இன்றைய தலைமுறையினர் கூட்டுக்குடும்பம் என்பதைப் புத்தகங்களில் படித்தும் தகவல் தொடர்புச்சாதனங்களின்வழி அறிந்துகொள்ள மட்டுமே செய்கிறார்கள். கூட்டுக்குடும்பம் என்பது எப்பொழுதோ முந்தைய காலத்தில் இருந்த ஒன்று என்று நினைக்கிறார்கள். இன்றைய இளைஞர்களுக்குப் பெரியவர்கள் தேவையா? என்கிற கேள்வியைப் பின்வரும் தினமணிச்செய்தி (2.5.2010) எழுப்புகிறது. 'இன்றைய இளைய தலைமுறையினரிடம் பெற்றோரையும் மூத்த குடிமக்களையும் மதிக்காத ஒரு போக்கு காணப்படுகிறது. இது கவலையளிக்கிற விசயமாகும். .... பெற்றோர்களைக் குழந்தைகள் தொடர்ந்து புறக்கணிக்கும் நிலை ஏற்பட்டால் அவர்கள் நீதிமன்றம் மூலம் சட்டரீதியாகத் தங்களுக்குப் பாதுகாப்புத் தேடிக்கொள்ளமுடியும். இதை இளைய தலைமுறை எச்சரிக்கையாக எடுத்துக்கொண்டு செயல்படவேண்டும்'. இத்தகைய செய்திகள் குடும்பம், கூட்டுக்குடும்பம் போன்றவற்றின் இன்றைய நிலையைப் பறைசாற்றுவனவாக இருக்கின்றன.

உறவு நிலைகள்

இன்றைய சமூகத்தில் மக்களுக்குப் பணமே பிரதானமாக இருக்கிறது. பணமே உறவுகளைத் தீர்மானிக்கிறது. மனிதர்கள் உறவுகளுக்கு முக்கியத்துவம் தருவதில்லை. அதிகப்படியான வேலை, நேரமின்மை, அனைவரும் வேலைக்குச் செல்லுதல், அதிகம் பணம் சம்பாதிக்க வேண்டும், வாழ்க்கை வசதிகளைப் பெருக்கிக்கொள்ள வேண்டும் என்கிற எண்ணம், ஆடம்பர வாழ்க்கையை விரும்புதல், குடியிருப்பு அமைப்பு போன்ற இன்றைய சமூகச்சூழல் உறவுகளைச் சற்று தள்ளியே வைத்திருக்கின்றது.

மக்களும் தங்கள் தேவைக்கு மட்டுமே மற்றவர்களோடுப் பேசிப் பழகுகின்ற நிலையும் காணப்படுகிறது. உணர்வு அடிப்படையிலான சமூக உறவுமுறை இன்றைக்கு இல்லை. அதனால் உறவுமுறை நீண்ட நாட்களுக்கு நீடிப்பதாகவும் இல்லை.

நவீனக்கல்வி

கல்வி சமயத்தை அடிப்படையாகக் கொண்டிருக்காமல் இன்றைய நடைமுறைக்கு ஒத்து வரக்கூடிய அறிவுப் பெட்டகமாக விளங்குகின்றது. மேலும் பண்பாடு, பொருளாதாரம், அரசியல், அறிவியல் மற்றும் பொழுதுபோக்கு ஆகிய பகுதிகளில் காணப்படும் சமூக நடத்தையை ஒழுங்குபடுத்துகின்றது. உற்பத்தி, வேலைகளைப் பிரித்தல், அறிவியல் சாதனை மற்றும் பொருளாதாரக் கட்டுப்பாடு ஆகியவற்றின் செயலுக்கு நவீனச் சமுதாயத்தில் முறைப்படுத்தப்பட்ட கல்வி ஒரு பொதுவான மற்றும் அறிவுப்பூர்வமான முறையைக் கொண்டுள்ளது.

இன்றைய சமூகத்தில் கல்வி இன்றியமையாததாகிவிட்டது. பள்ளியளவில் பிற நடத்தைகளுக்கு (Extra Curricular Activities) நேரம் ஒதுக்க முடியாத அளவிற்கு முக்கியத்துவம் பெற்றுவிட்ட கல்வியானது கல்லூரி என்கிற அளவில் வரும்போது தேவையில்லை என்கிற நிலைக்குப் பிள்ளைகளைக் கொண்டு வந்துவிட்டது. மாணவர்களின் புதிய படைப்பு, உருவாக்கம் அனைத்தும் கல்வியைச் சார்ந்தே அமைந்திருக்கிறது. கல்வி என்பதே மையப்படுத்தப்படுகிறது. நவீனத்துவத்திற்கு முந்தையச் சமூகத்தில் கல்வி என்பதில் வாழ்க்கை அனுபவப்பாடத்திற்கு அதிகம் இடமிருந்தது. கல்வியானது கற்றல் மட்டும் என்பதாக இல்லாமல் வாழ்க்கை அனுபவத்துடன் இணைந்து பெரியவர்களால் சிறியவர்களுக்கு அவ்வப்போது போதிக்கப்பட்டது. அதனால் பிள்ளைகளுக்கு வாழ்க்கையையும் கல்வியையும் பிரித்துப் பார்க்கத் தெரியவில்லை, தேவையுமில்லை.

குடியிருப்புகள்

மக்கள் குடியிருக்கும் குடியிருப்புகள் இன்றைக்குப் பெரும்பாலும் அடுக்குமாடிக் குடியிருப்புகளாகவும் அதிக இடவசதி இன்றியும் அமைந்துள்ளன. மக்கள்தொகைப் பெருக்கமும் நகரமயமாதலும் மக்களின் இடம்பெயர்தலும் இதற்குக் காரணங்களாகும். சமையல், தூக்கம், உணவு போன்ற இன்றியமையாத தேவைகளுக்கு மட்டுமே இக்குடியிருப்புகளில் இடம் உண்டு. மக்களுக்கும் இதைத்தவிர வேறு செயல்களுக்கு நேரம் இருப்பதில்லை.

அந்நியமாதல்

சமூக மாற்றத்தின் மற்றொரு முக்கியமான விளைவு அந்நியமாதல். இதனை மார்க்ஸ் 'மனிதர்கள் உருவாக்கும் படைக்கும் பொருட்களின் உற்பத்திச் சக்திகள் அவர்கள் மீது ஆதிக்கம் செலுத்தி அதனால் அவர்கள் அச்சக்திகளின் மீது முரண்பாடு கொள்ளும்படி செயல் படுவதால் அச்சக்திகள் அந்நியச்சக்திகளாக இருக்கின்றன' என்று வரையறை செய்கிறார். இது அனைத்துச் சமூக நிறுவனங்களிலும் முக்கிய அங்கம் வகிக்கிறது என்றும் கூறுகிறார்.

உற்பத்தியை அடிப்படையாகக் கொண்டு இதனை விளக்கும் மார்க்ஸ் அந்நியமாதலின் தன்மைகளையும் தெளிவுபடுத்துகிறார். இதில் ஆய்வுக்குத் தேவையான இரண்டு தன்மைகள் விளக்கப்படுகின்றன.

1. உற்பத்தியின் பல நிலைகளிலும் அந்நியமாக்கப்பட்ட மனிதன் தன்னுடைய பல நிலைகளில் முழுமையான ஆளுமைத்திறனை வளர்த்துக்கொள்ள முடியாமல் பாதிக்கப்படுகிறான்.

2. அந்நியமாக்கப்பட்ட மனிதன் ஒரு நிலையில் தன்னுடைய சமூகத்தில் இருந்தே அந்நியமாக்கப்படுகிறான். அந்த நிலையில் அவன் அடுத்தவர்கள் மீது முரண்பாடு கொள்கிறான். இது மனிதனை அவனுடைய வாழ்க்கை முறைகளிலிருந்தே அந்நியப்படுத்துகிறது.

இவ்வாறு உற்பத்தி முறையில் அந்நியமாக்கப்பட்ட மனிதன் இன்றைக்குச் சமூகத்திலிருந்தும் தனியாளாக்கப்பட்டிருக்கிறான். இன்றைக்குச் சமூகத்தில் மனிதர்கள் அனைவருமே ஏதோ ஒரு வகையில் அந்நியப்பட்டுத்தான் வாழ்கிறார்கள். இது இந்தியப் பண்பாட்டின் முக்கியக் கூறான கூட்டுணர்வு என்பதன் எதிர்மறை ஆகும். இது சமூக நடைமுறைகளான சட்டதிட்டங்கள், வழக்காறுகள், பழக்கவழக்கங்கள், சடங்குகள் போன்ற அனைத்திலிருந்தும் மனிதனைத் தள்ளி வைத்திருக்கிறது.

பொழுதுபோக்குகள்

இன்றைய மக்களின் பொழுதுபோக்கு அம்சங்களில் முதலிடம் பிடிப்பவை செல்பேசி, புலனம், தொலைக்காட்சி, கணினி போன்ற மின்னணுத்தகவல் தொடர்புச் சாதனங்கள். அதற்குப் பின்னரே பூங்காக்கள், பார்க் (Themepark) திரை அரங்குகள், விளையாட்டு அரங்குகள் போன்றவை இடம்பெறுகின்றன. நகரச்சமூகத்தில் பெரும்பாலான பொழுதுபோக்கு அம்சங்கள் வியாபாரமாக்கப்பட்டு விட்டன.

ஆயிரக்கணக்கான மக்கள் ஒரே இடத்தில் அமர்ந்து ஒரே சமயத்தில் தங்கள் பொழுதினைக் கழிக்கும் தன்மையும் காணப்படுகின்றது. பொழுதுபோக்கிற்காக மக்கள் அதிகமாகப் பணத்தைச் செலவிடுகின்றனர். பொழுது போக்குச் செயல்பாடுகள் போட்டி மனப்பான்மை கொண்டவையாக மாறிவிட்டன. பிரபலமடையும் ஒரு பொழுதுபோக்கு பின்னாட்களில் தொழிலாக மாறிவிடுகிறது. குத்துச்சண்டை, கிரிக்கெட், திரைப்படம், தொலைக்காட்சி, கணிப்பொறி, செல்பேசி, செல்பேசியின் சுருக்கச்செய்திகள், புலனம், காட்சிவழிப்பேச்சு போன்ற அனைத்தும் வணிகமயமாகிவிட்டன.

இன்றைக்குக் குழந்தைகளுக்குச் செல்பேசியும் கணினியும் மட்டுமே பொழுதுபோக்குகளாகிவிட்டன. பெற்றோர்களும் தங்கள் குழந்தைகள் இத்தகைய நவீனத் தகவல் தொடர்புச்சாதனங்களைப் பயன்படுத்துவதைப் பெருமையாகவே நினைக்கின்றனர். ஆதலால் இவற்றின் பயன்பாடும் பாதிப்புகளும் குழந்தைப்பருவத்திலேயே ஆரம்பித்துவிடுகின்றன. இத்தகைய பாதிப்புகள் ஏற்படும் என்பது பெற்றோர்களுக்குத் தெரியாமலும் இல்லை.

தகவல் தொடர்புச் சாதனங்களின் அளவுக்கு மீறிய பயன் பாட்டினால் ஏற்படும் பாதிப்புகளையும் அச்சாதனங்களே வெளியிடு கின்றன. சான்றாக, தொடர்ந்து குறுஞ்செய்தி (SMS) அனுப்புவதால் கட்டைவிரல் குருத்தெலும்பு பாதிக்கப்படும். செல்ஃபோனை அளவுக்கதிகமாக உபயோகிக்கும் போது கேட்புத்திறன் பாதிக்கப்படுகிறது. ஆர்க்குட் பயங்கரத்தில் சிக்காதீர் குட்டீஸ் (தினமலர், 16.9.2007). கர்ணனின் கவசகுண்டலம் போல எப்போதும் செல்போனைக் காதில் வைத்துக் கொண்டிருந்தால் விரைவில் கதிர்வீச்சுப் பாதிப்புகளால் கண், காது, மூளை பாதிப்புகள் ஏற்படும் என ஆய்வுகள் தெரிவிக்கின்றன என்றும் குழந்தைகளுக்குக் கண்ணில் அதிகம் குறைபாடுகள் ஏற்படக்காரணம் அவர்கள் செல்பேசிகளை அதிகம் பயன்படுத்துவதே என்று கண் மருத்துவர்கள் பெற்றோர்களை

எச்சரித்திருக்கின்றனர் போன்றவை. ஆனால் நமது மரபான, பொழுதுபோக்கான நாட்டுப்புற விளையாட்டுக்களில் எத்தகைய பாதிப்புகளுக்கும் இடமில்லை. இவை முழுக்கமுழுக்க மனம், உடல் மற்றும் சமூக ஆரோக்கியத்தை அடிப்படையாகக் கொண்டவை.

வீடியோகேம்

இன்றைய குழந்தைகளின் உலகமே வீடியோகேம் என்றாகிவிட்டது. குழந்தைகள் நாள் முழுவதும் படிப்பில் மூழ்குகின்றனர். பின்னர் தனிப்படிப்பு எனப்படும் டியூசன் அல்லது பிறமொழிக்கல்வி, இசைப்பயிற்சி போன்ற கற்றல்களே நாட்களாகின்றன. இடைப் பட்ட நேரத்தில் தொலைக்காட்சி, வீடியோகேம் அல்லது செல்பேசி விளையாட்டுக்கள் என்கிற வகையில் அவர்கள் உலகம் சுருங்கிவிட்டது.

சகவயதுப்பிள்ளைகளுடன் சேர்ந்து பேச, பழக, விளையாடுவதை மறந்துவிட்டனர். 'விடியோ கேம்களில் சில கேம்கள் கண்களுக்குப் பயிற்சி தரக்கூடியவை. குறிப்பிட்ட இலக்கை எட்ட வேண்டும் என்பதற்காக நாம் சிந்தித்துக்கொண்டே சுறுசுறுப்பாக விளையாடிக் கொண்டிருப்போம். சான்று - *Last planet, Halo,* கியர்ஸ் ஆஃப் வார் போன்றவை. நம்மை அறியாமலேயே நம் கண்கள் துல்லியமாக விளையாட ஆரம்பிக்கும் போது கண்களுக்குப் பயிற்சியாக அந்த விளையாட்டு அமைந்துவிடுகிறது. இதனால் கண் பார்வை பாதிப்பு என்ற கேள்விக்கே இடமில்லை' (தினமலர், *26.3.07)* என்று வீடியோகேம் விளையாடுவதால் ஏற்படும் நன்மையைக் கூறும் செய்தித்தாளே 'குழந்தைகளை வீடியோகேம் விளையாட ஊக்கப்படுத்தக்கூடாது. அது ஒரு தவறான ஊக்கி, அதில் வரும் வன்முறைக்காட்சிகள் மனதில் பதிந்து குழந்தையை வன்முறைப் பாதையில் செலுத்திவிடும். அது உடல் ரீதியாகவும் உள்ள ரீதியாகவும் நன்மை பயக்காது. ஆகவே குழந்தைகள் வெளியில் சென்று விளையாடினால்தான் பல வகையில் எதிர்ப்பு சக்தி கூடும். அலர்ஜி வரவே வராது' என்று டாடா இன்ஸ்டிடியூட் ஆப் சோசியல் சயின்ஸ் அமைப்பின் ஆய்வு முடிவு கூறுகிறது (தினமலர் *6.10.2007)* என்று தீமையையும் எடுத்துக்கூறுகிறது.

கடந்த ஆண்டுகளில் புளூ வேல் *(Blue whale)* என்கிற விளையாட்டினால் இச்சமூகம் அடைந்த துன்பங்கள் அனைவரும் அறிந்ததே. இப்பொழுது பப்ஜி கேம், ப்ரீ பயர் *(Free fire)* போன்றவை இன்றைய தலைமுறையை அடிமையாக்கிக் கொண்டிருக்கின்றன.

கணினி விளையாட்டுக்களைக் கணினி இருக்குமிடத்தில் மட்டுமே விளையாடமுடியும். ஆனால் செல்பேசி விளையாட்டுக்களை நாம் செல்லுமிடங்களிலெல்லாம் விளையாடமுடியும். அதனால் இன்றைய உலகில் குழந்தைகள் மட்டுமல்ல பெரியவர்களுக்கே மற்றவர்களுடன் பேசுவதற்கு நேரமில்லை. இவ்வாறு பெற்றோர்களுக்குத் தொலைக் காட்சி மற்றும் செல்பேசிகளைப் பயன்படுத்துவதில் கட்டுப்பாடு இல்லாதவரையில் குழந்தைகளைக் கட்டுப்படுத்துவது கடினமே.

இன்றைக்கு வீடியோகேமின் உச்சகட்டமாக இருக்கும் பப்ஜிகேம் சிந்தனைக்குரியது. பொது இடங்களிலும் பேருந்துகளில் பயணம் செய்யும்போது கூட இவ்விளையாட்டை விளையாடித் தானாகப் பேசி மற்றவர்களைத் திரும்பிப்பார்க்க வைக்கின்றனர்.

அடுத்ததாக டிக் டாக் செயலி புளூ வேல் கேமின் இடத்தைப் பிடித்ததோடு மனிதனின் உயிரைக் குடித்திருக்கிறது. பொறியியல் படிப்பு படித்த ஒருவர் சென்றமாதம் இச்செயலியைப் பயன்படுத்தி விளையாடி இறந்ததும் சென்றவாரம் புதுதில்லியில் ஒருவர் இறந்ததும் இக்கால விளையாட்டுக்களின் தீவினைகளைப் பறைசாற்றுவனவாக இருக்கின்றன. இப்பொழுது டிக் டாக் செயலியை உருவாக்கிய சீன நிறுவனம் இதனைத் தடைசெய்யக்கூடாது என்று நீதிமன்றத்தில் வழக்கு தொடர்ந்திருப்பது சிந்தனைக்குரியது. நமது பிள்ளைகளுக்கான தேவையையும் தேவையின்மையையும் முடிவுசெய்ய வேண்டியது நாம்தான்.

கடுமையான வெயிலில் வெளியில் சென்று நீங்கள் விளையாட வேண்டாம். வீட்டிலேயே அமர்ந்து விளையாட உங்களுக்காக *GGO Football* என்று குழந்தைகள் தொலைக்காட்சியில் அறிமுகம் செய்யப்பட்டு இன்றைக்குக் காட்சிப் பதிவும் செய்யப்பட்டு விட்டது. இத்தகைய விளையாட்டுக்களெல்லாம் பிள்ளைகளின் செயல்திறனைப் பாதிப்பவையே. அவர்களின் சோம்பேறித்தனத்தை அதிகரிக்கின்றன.

தகவல் தொடர்பு

சமூக மாற்றத்தில் தகவல் தொடர்பும் போக்குவரத்தும் முக்கியமானவைகளாகக் கருதப்படுகின்றன. தகவல் தொடர்பை இங்கே குறிப்பிட்டுச்சொல்ல முடியும். இன்றைய உலகைச் செல்பேசி, இணையம், தொலைக்காட்சி, கணிப்பொறி, ஆகியவைத் தங்கள் கட்டுப்பாட்டுக்குள் கொண்டுவந்துவிட்டன. ஒருவன் தான் இருக்கும் இடத்தில் இருந்து கொண்டே உலகில் நடைபெறும்

அனைத்து நிகழ்வுகளையும் உடனுக்குடன் தெரிந்து கொள்ள முடிகிறது. உலகிலுள்ள அனைவருடனும் உடனுக்குடன் தொடர்பு கொள்ள முடிகிறது. இதில் மக்களிடையே அதிகச் செல்வாக்கைப் பெற்று வருவது செல்பேசிகள்தான். 'செல்போனில் புத்தகங்கள் படிப்பது இந்தியாவில் பிரபலமடையுமா? அதிக வாடிக்கையாளர்கள் கிடைப்பார்களா? '(தினமலர்: 16.06.2007) என்கிற விவாதம் ஏற்படுகிற அளவிற்கு இது செல்வாக்குப் பெற்றுள்ளது. இதனுள் உலகமே அடக்கம் என்கிற நிலை ஏற்பட்டுவிட்டது.

தகவல் தொடர்புச்சாதனங்கள் சமூக மாற்றத்தில் நன்மைகளை ஏற்படுத்திய அளவிற்குத் தீமைகளையும் ஏற்படுத்தியுள்ளன. இன்றைய இளைஞர் உலகை ஆட்டிப்படைக்கும் செல்பேசியின் சுருக்கச்செய்தி ஒன்று கீழே தரப்படுகிறது.

'*Friendsey illama Thaniya irukingala. Appo, 5606044 ku cal panunga, neraya puthu friends oda life ah enjoy panunga Rs.6/min Reliance, Sender-Rm56060*' *(18.4.10.9.8am).* இதற்கு அடுத்தக் கட்டமாக இன்று விரைவான இணையவழி நட்பு, காதல், உடனடித்திருமணம், உடனடி விவாகரத்து என்று வாழ்க்கையும் வெகு விரைவிலேயே முடிந்துவிடுகிறது. கணினியும் செல்பேசியும் வருவதற்கு முன்பு இருந்த பேனா நண்பர்கள் என்கிற கலாச்சாரத்திற்குப் பிறகு மக்களின் வாழ்க்கையைத் திசை திருப்ப வந்த செல்பேசிக் கலாச்சாரம் இது. இவை மக்களுடைய வாழ்க்கையைச் செல்பேசி நண்பர்கள் என்கிற முறையில் ஒருமைப்படுத்துகின்றன. இன்றைக்கு அவ்விடத்தை படவரி, கீச்சகம், முகநூல் போன்றவை பிடித்திருக்கின்றன. ஆனால் இந்த நட்பு ஆரோக்கியமானதா என்பது கேள்விக்குறியேயாம்.

பண்பாட்டு மாற்றங்கள்

இக்காலத்தில் கல்வி, தகவல் தொடர்புச்சாதனங்கள், மேற்கத்திய வயமாதல் (*Westernisation*) மக்களின் இடம்பெயர்தல், போக்குவரத்து போன்றவற்றின் மூலமாகப் பண்பாட்டில் நிறைய மாற்றங்கள் ஏற்பட்டு வருகின்றன. நாகரீகம் என்கிற பெயரில் பண்பாடு ஒருமைப்படுத்தப்பட்டுவிட்டது.

ஆடை என்று எடுத்துக்கொண்டால் சேலை, தாவணி, பாவாடை என்பதெல்லாம் மாறிச் சுடிதார் அணிவது பெண்களின் உடையாகிவிட்டது. அது மேலும் வளர்ச்சியடைந்து ஆண்களின் உடையாகக் கருதப்பட்டு வந்த பேண்ட், சட்டை மற்றும்

மேற்கத்திய உடைகளனைத்தும் பெண்களின் உடைகளாகிவிட்டன. இன்றைய தலைமுறை சேலை என்கிற உடையைச் சுமையாகவும் தேவையற்றதாகவும் கருதும் நிலை காணப்படுகிறது.

அணிகலன்கள், நகைகள் என்று எடுத்துக் கொண்டால் அதன் பயன்பாடு திருமணத்திலும் வரதட்சணையிலும் தான் காணப்படுகிறது. கைவேலை என்பதைவிட இயந்திரத்தினால் தயாரிக்கப்படும் நகைகளையே மக்கள் அதிகம் விரும்புகின்றனர். காரணம் அவற்றிலேயே வெவ்வேறு விதமான மாதிரிகளும் வடிவங்களும் (Models and Designs) கிடைப்பதனாலும் விரைவான உற்பத்தித் தயாரிப்பினாலும் ஆகும். மேலும் மிக மெல்லிதான சிறிய அளவிலான நகைகளை மக்கள் விரும்புவதும் ஒரு காரணமாகும். இன்றைய நாகரீகம் நகைகளின் பயன்பாட்டையும் மாற்றியிருக்கிறது.

அடுத்ததாக உணவுப்பழக்கங்கள் என்று எடுத்துக்கொண்டால் முன்னாட்களில் சிறப்பு தினங்கள், விரத தினங்கள், விருந்து, சடங்கு உணவுகள், மருந்து உணவுகள் என்று தனித்தனியாக உணவு முறைகள் வழக்கத்தில் இருந்தன. இப்போது உணவு உண்ணுதலும் மக்களுக்கு ஒரு வேலையாக மாறிவிட்டது. அதோடு துரித உணவுக் (Fastfood) கலாச்சாரம் வளர்ந்து வேரூன்றிவிட்டது. இது மக்களுக்கு நன்மை, தீமை ஆகிய இரண்டையுமே தருகிறது.

மனிதனுடைய வேகமான வாழ்க்கையில் உணவும் வேகமாகிவிட்டது. மக்கள் பணிக்குச் செல்லும் வழியில் பேருந்திலும் இரண்டு, மூன்று, நான்கு சக்கர வாகனங்களில் பயணம் செய்யும் போதும் பேருந்துக்காகக் காத்திருக்கும் போதுகூட உணவுண்ணுவதைக் காணமுடிகிறது. இப்படி உணவுண்பதற்கு ஆயத்த உணவுகளே (Tinfood) சரி என்பதால் இவற்றின் உற்பத்தி அதிகரித்திருக்கிறது. வீட்டில் உணவு தயாரித்தல் என்பதே குறைந்துவிட்டது. தீமை எனும்போது ஆயத்த மற்றும் துரிதஉணவுகளால் உடல்நலம் பாதிக்கப்படுகிறது. முக்கியமாக இவ்வுணவுகள் குழந்தைகளிடம் எளிதில் குணமாக்க முடியாத கொழுப்புச்சத்தை அதிகரித்து உடல் எடையை அதிகரிக்கச் செய்யும் ஒபிசிட்டி (Obesity) எனும் நோயை உண்டாக்குகிறது என்று மருத்துவர்கள் கூறுகின்றனர்.

இவைதவிரச் சடங்குகள், விழாக்கள் எல்லாமே இன்றைக்கு மாற்றங்களை அடைந்தும் பின்பற்றப் படாமலும் கைவிடப்பட்டு விட்டன. பதிவுத்திருமணம், காதல் திருமணம் இரண்டும் திருமணச் சடங்குகளைப் புறக்கணித்துவிட்டன. பூப்பு என்பது பெண்ணின் உடல்நிலையில் இயல்பாக நடைபெறும் மாற்றம். இதனைச்

சடங்காக்கி மக்களுக்குத் தெரியப்படுத்துவது அப்பெண்ணை அவமானப்படுத்தும் செயல் என்று ஒதுக்கப்பட்டுள்ளது.

கோவில் திருவிழாக்கள் இன்றைக்குப் பெருமைக்காகவும் அந்தஸ்தை வெளிப்படுத்துவதற்காகவும் ஆடம்பரத்திற்காகவும் நடத்தப்படுகின்றன. மனமகிழ்வு, கூட்டுணர்வு என்கிற நோக்கமே மாறிவிட்டது.

தமிழரின் மரபான, வீர விளையாட்டான சல்லிக்கட்டு ஒவ்வொரு வருடமும் நீதிமன்றத்தின் அனுமதி, உத்திரவாதங்கள் தரப்படுதல், பலத்த பாதுகாப்பு ஆகியவற்றுக்குப் பிறகே நடத்தப்படுகிறது. இன்றைக்குச் சல்லிக்கட்டு தனது அடையாளத்தை (Originality) இழந்துவிட்டது. ஒரு நேரத்தில் ஒரு காளையை ஒருவர் மட்டுமே அடக்க வேண்டும் என்கிற ஏறுதழுவுதல் முறையை மறந்து ஒரு காளையை ஒரே நேரத்தில் இருபது பேர் வரை அடக்குகிறோம் என்று துன்புறுத்தும்போது அது மனிதர்களையும் துன்புறுத்துகிறது. இதுவே மனித உயிருக்கு உத்திரவாதமில்லாததும் விலங்குகளைத் துன்புறுத்துவதுமான விளையாட்டு என்கிற தவறான புரிதலோடு இவ்விளையாட்டு பல்வேறு சிக்கல்களைச் சந்தித்துவருகிறது.

திரைப்படங்கள்

தகவல் தொடர்புச் சாதனங்களில் சக்தி வாய்ந்ததாகச் சொல்லப் படுவது திரைப்படங்கள்தாம். சிறந்த பொழுது போக்குச் சாதனம் என்பதைக் கடந்து திரைப்படங்களையே தங்கள் வாழ்க்கையாக்கி வாழத்தொடங்கிவிட்டது இன்றைய சமூகம். இன்றைய பிள்ளைகள் திரைப்படம் வேறு வாழ்க்கை வேறு என்பது புரிந்தும் திரைப்படம் போன்று வாழ வேண்டுமென்று நினைக்கின்றனர். இதைப் பெற்றோர்களும் எடுத்துச் சொல்வதில்லை. அதைச் சொன்னாலும் கேட்கும் மனநிலையில் பிள்ளைகள் இல்லை. குறிப்பாகப் பெற்றோர், மூத்தவர்களை இளைஞர்கள் மதிப்பதில்லை.

திரைப்படங்களில் காட்டப்பெறுவது போன்று கத்தி, அரிவாளுடன்தான் பள்ளிகளுக்கும் கல்லூரிகளுக்கும் மாணவர்கள் செல்கின்றனர். திரைப்படங்களில் பேசுவது போன்றே வசனம் பேசுவதும் நடிகர்களைப் போன்று நடந்து கொள்வதும் பாடல்களைப் பாடுவதும் அவற்றைச் செல்பேசியில், புலனத்தில், முகநூலில் வெளியிடுவதும் மனிதர்களைச் சுயமாகச் சிந்திப்பதிலிருந்து தள்ளி வைத்துவிட்டது.

நவீனமயமாதல் (Modernisation)

சமூக மாற்றத்தின் ஒரு செயல்பாடே நவீனமயமாதலாகும். தொழில்மயமாதல் என்பதே நவீனமயமாதலுக்கு முக்கியக் காரணமாக விளங்குகிறது. இது புதிய கண்டுபிடிப்பையோ அல்லது நவீனத் தொழில் நுட்பத்தையோ மிகவும் முக்கியமாகக் கருத்தில் கொள்வதில்லை. ஆனால் சமூக நிறுவனங்கள் மற்றும் சடப்பொருள் நிலைகளின் தன்மை ஆகியவற்றில் நிலவும் தொடர்ச்சியான மாற்றங்களால் ஏற்படும் ஒரு கலாச்சாரமாக நவீனமயமாதல் இருக்கின்றது. நவீனமயமாதலால் புதிய கருத்துக்கள், புதிய பழக்க வழக்கங்கள் ஆகியவற்றைக் கற்றுக்கொள்ள தனி நபருக்கும் குழுக்களுக்கும் சந்தர்ப்பங்கள் கிடைப்பதால் அவர்களுக்குப் புதிய தகுதி கிடைக்கிறது.

இதுவரை தரப்பட்ட தகவல்களனைத்தும் இன்றைய சமூகமும் அச்சமூகம் செயல்படுவதற்குக் காரணமாக இருக்கும் சமூக நிறுவனங்களும் இந்த வேகமான, அறிவியல், தகவல் தொழில்நுட்ப ஆதிக்க உலகில் இயங்குகின்ற தன்மையையும் அதன் குணங்களையும் விளக்கின. இவையனைத்துமே சமூக மாற்றத்தை அடிப்படையாகக் கொண்டிருக்கின்றன. அவற்றிற்குக் காரணமானவை நான்கு காரணிகள் என்று விளங்கிக் கொண்டாலும் அனைத்தையுமே ஒற்றை மயமாக்கல் என்கிற தத்துவத்தின்படி நவீனத்துவம் தான் காரணம் என்று ஒருமைப்படுத்திப் பார்த்தால் ஆய்வு விளக்கங்களை எளிதாகப் புரிந்துகொள்ளமுடியும்.

நவீனத்துவம் என்பது உற்பத்திப்பொருட்கள், நவீனமயமாக்கப்பட்ட தொழில்கள், இயந்திரங்கள், தகவல் தொடர்புச் சாதனங்கள், மேலைநாட்டுப் பழக்கவழக்கங்கள் கணினி, செல்பேசி, இணையம் போன்ற புதிய வரவுகள் ஆகியவற்றை அடிப்படையாகக் கொண்டது. மேற்கூறியவை தவிர நவீனத்துவம் என்பதைப் புரிந்துகொள்வதற்கு நவீனத்துவத்திற்கு முந்தைய சமூகத்தைத் தெரிந்துகொள்வது பயனுடையதாக அமையும்.

நவீனத்துவத்திற்கு முந்தைய சமூகத்தில் உற்பத்திப் பொருட்கள் பரவலானவை. அதாவது உற்பத்திப் பொருட்கள் உற்பத்தி செய்யப்பட்ட இடத்திலிருந்து விற்பனைக்காகப் பல்வேறு இடங்களுக்குக் கொண்டு செல்லப்பட்டன. சந்தை போன்ற மையப்படுத்தப்பட்ட இடங்களில் விற்பனை செய்யப்படவில்லை. பொருட்களைத் தயாரிப்பவர்களே வெவ்வேறிடங்களுக்குச் சென்று விற்பனை செய்து பிறகு அங்கிருந்து தங்களுக்குத் தேவையான

பொருட்களைப் பெற்று வந்தார்கள். ஆனால் நவீனத்துவத்திற்குப் பிந்தைய சமூகத்தில் உற்பத்திப்பொருட்கள் மையப்படுத்தப்பட்டுச் சந்தைக்கு வந்துவிடுகின்றன. ஓரிடத்திலேயே அனைத்துப் பொருட் களும் விற்கப்பட்டும் வாங்கப்பட்டும் வருகின்றன.

நவீனத்துவத்திற்கு முந்தைய சமூகத்தில் தகவல் தொடர்பும் மனிதனின் மூலமாகவே நடந்தது. மனிதனின் வாய்மொழியாகவும் தமுக்கு, பறை போன்ற சாதனங்களின் மூலமாகவும் பிறப்பு, இறப்பு, பூப்பு போன்ற செய்திகள் அனுப்பப்பட்டன. இவைதவிர வீட்டில் அம்மை நோய்வாய்ப்பட்டிருப்பதை அறிவிக்க வாசலில் வேப்பிலை சொருகுதல், விசேட வீடுகளில் மாவிலைத்தோரணம் கட்டல் என்று வாய்மொழி அல்லாத வகையிலும் தகவல் பரிமாறிக் கொள்ளப்பட்டது. ஆனால் இன்று வானொலி, தொலைக்காட்சி, திரைப்படம், செல்பேசி, இணையம் ஆகிய சாதனங்களின் மூலமாகத் தொலை தேசத்தில் நடக்கின்ற நிகழ்ச்சிகளை உடனுக்குடன் நேருக்குநேர் பார்ப்பது போன்று தெரிந்துகொள்ள முடிகிறது. ஆக தகவல் தொடர்பும் மேற்குறிப்பிட்ட சாதனங்களின் வாயிலாக மையப்படுத்தப் பட்டதாகிவிடுகின்றது.

நவீனமயமாக்கப்பட்ட இயந்திரங்களும் தொழில்களும் மனிதனைச் சக மனிதர்களிடமிருந்து பிரித்து வைக்கின்றன. வீட்டிலும் அலுவலகத்திலும் கணினி மற்றும் அச்சு இயந்திரங்கள் எப்பொழுதும் இயக்கப்படுகின்றன. பிறரிடம் பேசுவதற்கும் நேரமில்லை. பணம், வேகம் ஆகிய இரண்டும் மையப்படுத்தப்படுகின்றன.

நவீனத்துவத்திற்கு முந்தைய சமூகத்தில் இயந்திரங்கள் கிடையாது. மனிதர்கள் கூட்டமாகவே வேலை செய்து வந்தனர். தங்களுடைய வேலை அலுப்பு தெரியாமலிருக்கப் பாடியும் ஆடியும் கதை பேசியும் மகிழ்ந்தனர். ஆனால் தற்போது இத்தகைய வழக்காறுகள் மறைந்து கொண்டு வருகின்றன. மக்கள் திரைப்படம் மற்றும் தொலைக்காட்சியில் காணும் படம் மற்றும் பாடல்களைப் பற்றிப் பேசிக் கொள்கின்றனர். எனவே இங்கு மக்களுடைய செயல்கள் மையப்படுத்தப்படுவதோடு ஒருமைப்படுத்தப்படுகின்றன.

நவீனத்துவத்திற்கு முந்தைய சமூகத்தில் மக்கள் பல்வேறிடங்களில் வசித்த மக்களுக்கிடையில் பல்வேறு பண்பாடு காணப்பட்டது. மக்களின் நடை, உடை பாவனைகள், பழக்கவழக்கங்கள் எல்லாம் வேறுபட்டன.

நவீனத்துவம் தனது கால்களை அனைத்துத்துறையிலும் நன்கு

பதித்துக் கொண்டுள்ளது என்றே கூற வேண்டும். இது நமது சமூக, பண்பாட்டுப் பழக்கவழக்கங்களில் மாற்றங்களை ஏற்படுத்தியது மிக மெதுவாகத்தான். ஏனெனில் சடங்குகளும் பழக்கவழக்கங்களும் காலங்காலமாகப் பின்பற்றப்பட்டு வருபவை. மனிதனின் இரத்தத்தோடு ஊறிப்போனவை. இந்த அறிவியல்யுகத்தில் மனிதனின் அறிவு நன்கு வேலை செய்து பல விசயங்களை மறுத்துப்பேசினாலும் அவற்றை நம்பிக்கையின் அடிப்படையில் அவனால் மீற முடிவதில்லை. கோவில்கள், சாமியார்கள் இவ்விரண்டின் தொடர்ச்சியான ஏமாற்றுதல் பற்றிய செய்திகளுமே இக்கருத்துக்குச் சான்றாகும். நம்பிக்கை என்கிற தன்மையினால்தான் சடங்குகளும் விழாக்களும் வழக்காறுகளும் முற்றிலும் அழிந்துவிடாமல் பல மாற்றங்களைப் பெற்றும் வாழ்ந்து கொண்டிருக்கின்றன.

நாட்டுப்புற வழக்காறுகளில் ஒன்றான விளையாட்டுக்களின் இன்றைய நிலையைத் தெரிந்து கொள்வதற்கு மேற் சொன்ன நவீனத்துவம் மற்றும் அதனால் ஏற்பட்டுள்ள மாற்றங்கள் பற்றிய விளக்கங்கள் தேவையாகிறது. இவ்விளக்கங்களிலிருந்து நவீனத்துவத் திற்குரிய பண்புகளைப் புரிந்து கொள்ள முடிகிறது. அவை:

1. மையப்படுத்தப்படுதல்
2. ஒற்றைமயமாக்கல்
3. சார்புத்தன்மை
4. செயல்பாட்டு ஒருங்கிணைப்பு
5. மேலாதிக்கப்பண்பு
6. ஒட்டுமொத்தப்படுத்துதல்

இனி இத்தகைய பண்புகள் விளையாட்டுக்களில் ஏற்படுத்திய மாற்றங்கள் விளக்கங்களுடன் எடுத்துக்காட்டப்படுகின்றன.

தகவல் தொடர்புச்சாதனங்கள்

நாட்டுப்புற விளையாட்டுக்கள் மறைந்துகொண்டு வருவதற்கு முதன்மையான காரணம் தகவல் தொடர்புச்சாதனங்களாகும். இதில் முதலிடம் பெறுவது தொலைக்காட்சி ஆகும். இன்று தொலைக்காட்சி இல்லாத வீடுகளும் கிராமங்களும் இல்லை. கிராமங்களுக்குப் பஞ்சாயத்துத் தொலைக்காட்சிகளும் வீடுகளுக்கு அரசுத் தொலைக்காட்சிகளும் கிடைக்கப்பெற்றுவிட்டன. தொலைக்காட்சியைப் பார்த்துவிட்டு அதிகமாக விளையாடப்படும் விளையாட்டு கிரிக்கெட் ஆகும். இரண்டு நாடுகளுக்கிடையே நடைபெறும் போட்டி விளையாட்டினைப்

போலவே தெரு வாரியாக, பகுதி வாரியாக (*Area*), ஊர் வாரியாக என்று குழு மற்றும் போட்டி விளையாட்டாகப் பரிசை அடிப்படையாகக் கொண்டு கிரிக்கெட் விளையாடப்படுகிறது. உலகக்கோப்பைப் போட்டிகள் நடைபெறும் சமயங்களில் ஊர்களிலும் நகரங்களிலும் பொது இடங்களில் பெரிய அளவில் திரை கட்டப்பெற்று மக்களுக்கு விளையாட்டு ஒளிபரப்பப்படுகிறது. அந்த அளவிற்கு கிரிக்கெட் மோகம் மக்களை ஆட்டிப்படைக்கிறது. இதற்கடுத்த நிலையில் காணப்படுவது கால்பந்தும் மல்யுத்தமும் (*Wrestling*) ஆகும்.

தொலைக்காட்சிகளில் நூற்றுக்கணக்கான சேனல்கள் காணப் படுவதால் மக்கள் பலவித நிகழ்ச்சிகளைப் பார்க்க முடிகிறது. பிறநாட்டு நிகழ்ச்சிகளும் ஒளிபரப்பப்படுகின்றன. மேல்நாட்டு மோகம், இக்கரைக்கு அக்கரைப்பச்சை என்பதற்கிணங்க மேல்நாட்டு விளையாட்டுக்களையே விளையாடுவதற்கு மக்கள் அதிகம் விரும்புகின்றனர். டிரேடு (*Trade*) டெலிபதி, ஐஸ்கப் போன்ற விளையாட்டுக்கள் உதாரணங்களாகும். இவையெல்லாம் இரண்டாண்டுகளுக்கு முந்தையநிலை.

தொலைக்காட்சியில் ஒளிபரப்பப்படும் நடனம் தொடர்பான நிகழ்ச்சிகளுக்கு மக்கள் அடிமையாகிவிட்டனர். தமிழக, இந்திய, மேல்நாட்டுத் திரைப்படப் பாடல்களுக்கு ஏற்றவாறு நடனமாடுவதே வாழ்க்கையின் குறிக்கோள் என்று மக்கள் நினைக்குமளவிற்கு இந்நிகழ்ச்சிகள் மக்களை ஈர்த்துவிட்டன. தனியார் தொலைக்காட்சிகளில் நடத்தப்பெறும் சன்சிங்கர், சூப்பர் சிங்கர், சோடி நம்பர் 1 போன்ற நிகழ்வுகளில் கலந்து கொள்ளும் பிள்ளைகளைவிடப் பெற்றோர்களே அதிக ஆர்வமும் உணர்ச்சிவயப் படுபவராகவும் காணப்படுகின்றனர். இருவருக்குமே வெற்றி, தோல்விகளைச் சமமாகப் பாவிக்கும் மனப்பக்குவம் இல்லை. வாழ்க்கையில் எப்பொழுதும் வெற்றி மட்டுமே கிடைக்க வேண்டுமென்று எண்ணுகின்றனர். இத்தகைய ஆடம்பரங்களுக்கு முன் நாட்டுப்புற விளையாட்டுக்களின் நிலை பற்றி நினைத்துப் பார்ப்பதே கடினம். இத்தகைய நடனக்காட்சிகளின் மீதான மோகம் இன்றைக்குத்தான் உண்டாகியிருக்கிறது என்று கூற முடியாது. **1995**-ஆம் ஆண்டில் ஆய்வாளரின் களப்பணியிலேயே சிறுவர்கள் திரைப்படப்பாடல்களுக்கேற்றவாறு நடனமாடுவதிலும் நடிப்பதிலும் காட்டிய ஆர்வத்தை விளையாடுவதில் காட்டவில்லை என்பதே உண்மை.

தொலைக்காட்சியில் ஒளிபரப்பப்படும் விளையாட்டுக்களை விளையாடுவதே பெருமை என்று மக்கள் நினைக்கத் தொடங்கிவிட்டனர்.

கிராமம், நகரம் இரண்டுமே இதற்கு விதிவிலக்கல்ல. ஆனால் கிராமங்களில் சிறுவர்கள் புதிய விளையாட்டுக்களைத் தோற்று வித்திருக்கின்றனர். அவ்விளையாட்டுக்களில் கவனம் செலுத்தி அனைவரையும் விளையாட வைக்கின்றனர். உதாரணமாக ரயில் வண்டி விளையாட்டு, காவியம், தண்ணீர் இறைத்தல் விளையாட்டு போன்றவை புதிய விளையாட்டுக்களாகும் (15.8.96: வண்ணாம் பாறைப்பட்டி).

தனிநபர் விளையாட்டுக்கள்

கணினி மற்றும் செல்பேசி விளையாட்டுக்கள் நாட்டுப்புற விளையாட்டுக்களை மறக்கடிக்கச்செய்யும் நிலைக்குக் கொண்டு வந்துவிட்டன. (இதுபற்றி இவ்வியலின் முன் பகுதியில் விளக்கப்பட்டுள்ளது). இவ்விளையாட்டுக்கள் எல்லாம் தனிநபர் விளையாட்டுக்கள் ஆகும். நாட்டுப்புற விளையாட்டுக்களைப் பொறுத்த வரையில் தனி நபர் விளையாட்டுக்களுக்கு அதிகம் இடமில்லை. குழு விளையாட்டுக்களே அதிகம்.

சிறுவர்களிடமும் குழு விளையாட்டுக்களால் விட்டுக்கொடுத்தல், சகிப்புத்தன்மை, உதவி மனப்பான்மை போன்ற பண்புகள் வளர்வதற்கு வாய்ப்பிருந்தது. இன்றைய சிறுவர்களுக்கு இத்தகைய குணங்கள் இல்லாமல் போனதற்கு குழு விளையாட்டுக்கள் இல்லாமையே காரணம் என்று கூற முடியும். தனிநபர் விளையாட்டுக்களால் முரட்டுக் குணம், பிடிவாதம், அரக்கத்தன்மை (Arrogance) போன்ற குணங்கள் காணப்படுவதாகச் செய்தித்தாள் (தினமலர், 15.06.2005) கூறுகிறது.

ஒருமுகப்பண்பு

வீடியோ விளையாட்டுக்களில் ஒரு ஊரில் ஒருவன் விளையாடும் ஒரே விளையாட்டே எல்லா ஊரிலும் எல்லா மக்களாலும் விளையாடப் படும். ஒருமுறை வீடியோவில் பதிவு செய்யப்பட்டுவிட்டால் அதே விளையாட்டுத் தான் அனைவராலும் அனைத்து இடங்களிலும் விளையாடப்படும். விளையாட்டிலும் விளையாட்டு முறைகளிலும் மாற்றங்களையோ, புதுமைகளையோ உண்டு பண்ண முடியாது. இதனால் விளையாட்டுக்களின் பன்முகத் தன்மை என்பது மறைந்துபோய் ஒருமுகப்பண்பு உண்டாகிறது.

தகவல் தொடர்புச் சாதனங்களினால் விளையாட்டுக்களில் ஏற்பட்ட மாற்றங்களுக்கு மேற் சொன்ன நவீனத்துவப் பண்புகளும் காரணமாக இருப்பதை விளங்கிக்கொள்ள முடிகிறது.

கல்வி

நாட்டுப்புற விளையாட்டுக்களின் மறைவிற்கும் மாற்றத்திற்கும் கல்வியும் காரணமாகிறது. கல்வி எனும் போது தமிழ்வழிக் கல்வி பயிற்றுவித்தல், ஆங்கிலவழிக் கல்வி பயிற்றுவித்தல் என்ற இரண்டு நிலைகள் காணப்படுகின்றன. இன்றைய பள்ளிகளில் விளையாட்டுக்கள் என்று எடுத்துக் கொண்டால் அதிகமாக ஆசிரியர்கள் சொல்லித் தரும் விளையாட்டுக்களையே மாணவர்கள் விளையாடுகின்றனர். ஆசிரியர்களால் விளையாட்டுக்கள் சுருக்கம் பெறுகின்றன, மொழிபெயர்க்கப்படுகின்றன. சான்றாக

1. கிராமத்தில் வருதுகிளி, வரட்டுங்கிளி, ஆஸ்லடி பூஸ்லடி என்ற விளையாட்டே கோ-கோவாகச் சிற்சில மாற்றங்களுடன் விளையாடப்பட்டு இன்று தேசிய அளவில் விளையாடப்படுகிறது.

2. தாயம் விளையாட்டு மறைந்து செஸ் விளையாட்டு பழக்கமாகிவிட்டது. இன்றைக்கு லுடோவாக மாறிவிட்டது.

3. நொண்டி விளையாட்டு வகைகள் அனைத்தும் மறைந்து ஒரு நொண்டி மட்டும் வழக்கில் உள்ளது.

4. கிட்டி விளையாட்டு கிரிக்கெட்டாக மாறிவிட்டது.

5. கல்லா, மண்ணா விளையாட்டு லாக் அண்டு கீ (*Lock and key*) என்றும் ஜோடிப்புறா விளையாட்டு ஹெல்ப் (*Help*) என்றும் கரண்ட் பாஸ் (*Current pass*) என்றும் மரம் ஏறிக்குரங்கு விளையாட்டு ட்ரி டு ட்ரி (*Tree to tree*) என்றும் பிள்ளையார் பந்து விளையாட்டு செவன் சாட்ஸ் (*Seven shots*) என்றும் விளையாடப்படுகின்றன.

இன்றைக்குப் பள்ளிகளில் விளையாட்டுக்கள் அனைத்தும் ஆசிரியர்களின் விருப்பங்களாகவே இருக்கின்றன. ஆசிரியரால் கற்றுத் தரப்பட்ட விளையாட்டு என்று மாணவர்களால் பெருமையாக எண்ணிக் கொள்ளவும் முடிகிறது. இதனால் விளையாட்டுக்களைப் பொறுத்தவரையில் புதுமை உருவாக்கம் என்பது மறைந்துவிடுகிறது.

பொழுதுபோக்குகள்

விளையாட்டுக்களைப் போன்று பள்ளிகளில் சிறுவர் பொழுது போக்கும் முக்கியமானது ஆகும். அக்காலப் பள்ளி மாணவர்களின் புத்தகப்பையில் புத்தகங்களுக்குச் சமமாகப் பொழுதுபோக்குக்கருவிகள் காணப்படும். அவை நோட்டுத்தாள்களில் செய்யப்பட்ட விசிறி,

ஒத்தக்குச்சிப்பாம்பு, மடக்கி விரியும் பூப்போன்ற அமைப்புடைய பேப்பர், மயிலிறகு, இரப்பரில் தலையிலுள்ள எண்ணெய்யைத் தடவிப் புத்தகத்திலுள்ள படங்களை அச்சு எடுத்தல், கப்பல், ராக்கெட் போன்றவை ஆகும். இன்னும் பல சான்றுகளும் உள.

அன்றைக்குப் பள்ளிகளில் மாணவர்களுக்குக் கல்வி எளிமையாகக் கற்பிக்கப்பட்டது. மாணவர்களும் படிப்பிற்குச் சமமாகப் பல புதிய படைப்புக்களையும் தோற்றுவித்தனர். இன்றைக்கு மாணவர்கள் மீது கல்வியானது பள்ளிப்பாடம், ட்யூசன், எதிர்காலம், போட்டி என்று பல்வேறு வழிகளில் திணிக்கப்படுகிறது. அதனால் கல்வியைத் தவிர வேறு எதற்கும் நேரம் ஒதுக்க முடியவில்லை. இதற்குச் சான்று தொலைக்காட்சியில் சுமை, எங்களையும் விளையாட விடுங்கள், விளையாட்டின் மூலம் கல்வியே சிறந்தது என்ற தலைப்புகளில் ஒளிபரப்பப்படுகின்ற நிகழ்ச்சிகளாகும். இந்நிகழ்ச்சிகள் சிறுவயதில் விளையாட்டுக்கள் முக்கியம் என்பதை உணர்த்துகின்றன.

கல்விமுறை விளையாட்டையும் பொழுதுபோக்குகளையும் மாற்றம் பெறச்செய்தது என்பது ஒருபுறமிருக்க இன்றைக்கு ஐந்தாம் வகுப்பு வரை விளையாட்டின்வழிக் கல்வி கற்பித்தல் என்று அரசு சட்டம் கொண்டுவந்துள்ளது. மத்திய அரசின் பள்ளிகள் சிலவற்றில் பின்பற்றப்படும் 'மாண்டசோரிக் கல்விமுறை' (Montossori Method) விளையாட்டை அடிப்படையாகக் கொண்டதாகும். மாநில அரசுப் பள்ளிகளிலும் இக்கல்விமுறை ABL (Activity Based Learning) என்ற பெயரில் பின்பற்றப்பட்டு வருகிறது. ஆனால் இவையெல்லாம் கல்வியைத்தான் விளையாட்டுக்களின் மூலம் கற்பிக்கின்றன பாரம்பரிய விளையாட்டுக்களுக்கு முக்கியத்துவம் தரவில்லை. விளையாட்டு மூலமே கல்வி என்று இப்பள்ளிகள் கூறிக்கொண்டாலும் அதை நடைமுறைப்படுத்துவதில் சிக்கல்களையே சந்திக்கின்றன.

பள்ளிக்கு வரும் குழந்தைகளைக் கல்வியின் மூலம் பயமுறுத்தி விடக்கூடாது. சிறுவயதிலேயே அதிகம் எழுத, படிக்கச்செய்து அக் குழந்தைகளுக்குக் கல்வியின் மீது பயமும் வெறுப்பும் வந்துவிடக்கூடாது என்பதற்காக விளையாட்டின்வழிக் கற்றல், கற்றலில் இனிமை போன்ற கல்வி முறைகள் பயன்படுத்தப்படுகின்றன. அரசு மற்றும் அரசு சார்ந்த பள்ளிகளுக்குச் செல்லும் குழந்தைகள் தேவையற்ற பொருட்களிலிருந்து பொம்மை செய்யக் கற்றுத் தரப்படுவதன் மூலம் குழந்தைகளின் படைப்புருவாக்கம் தூண்டப்படும் என்று தமிழகப் பள்ளிக் கல்வித்துறை (SSA) அறிவித்திருக்கிறது (Hindu, 13.09.2007).

இப்படித்தான் கற்பிக்க வேண்டும் என்று ஒரு கல்வி முறை

பொதுமைப்படுத்தப்படும்போது அதை அடிப்படையாகக் கொண்ட செயல்பாடுகளும் பொதுமைப் படுத்தப் படுகின்றன. அதாவது ஆசிரியர்கள் கற்றுத்தரும் விளையாட்டுக்களையே மாணவர்கள் விளையாடுகின்றனர். இதுவே நவீனத்துவத்தின் பண்புகளுள் ஒன்றான ஒட்டுமொத்தப்படுத்துதல் ஆகும்.

விளையாடுமிடம்

நவீனச் சமூகத்தில் விளையாட்டுக்கென்று விளையாட்டு மைதானம் தனியாக ஒதுக்கப்பட்டுள்ளது. நிறைய இடங்களில் இவ்வசதி கிடையாது. சிறுவர்கள் தாங்கள் பார்க்கும் இடங்களிலெல்லாம் சுதந்திரமாக விளையாடியது முற்காலத்தில் தான். விளையாடும் இடமும் நேரமும் வாழ்க்கையிலிருந்து பிரிக்கப்பட்டு தனியாக ஒதுக்கப்பட்டுவிட்டன. பள்ளிகளில் விளையாட்டு நேரத்தையும் கல்வியே ஆக்கிரமித்துவிட்டது.

சிறுவர்கள் விளையாட வேண்டுமானால் அதற்கென ஒதுக்கப் பட்ட இடத்திலேயே விளையாட வேண்டும். மனிதர்களின் இடப் பெயர்ச்சியினால் இன்றைக்கு ஏற்படுத்தப்பட்ட நகரத்திட்டம் என்பதன்கீழ் அனைவரும் வாழ்ந்து வருகின்றனர். இதில் 'நகரம் முழுமையின் நலமே கருத்தில் கொள்ளப்படும். கட்டிட இட அளவு, ஒழுங்கமைவு, நிலப் பயன்பாடு, பள்ளிக்கூடம், கடைவீதி, போக்குவரத்து வசதிகள், மருத்துவ வசதி, அழகுபடுத்துதல் போன்ற அனைத்தும் திட்டமிடப்பட்டவை. இதில் விளையாடுமிடமும் அடங்கும். இது விதிமுறைகளுக்கு உட்பட்டது. மனமகிழ்விற்கென ஒரு இடம்' என்று நகரத்திட்டம் வரையறுக்கப்படுகிறது. இப்படித் திட்டமிடப்பட்ட இடத்திற்குள் விளையாடுவது என்பது சுதந்திரமான விளையாட்டு உலகையே கட்டுப்படுத்துவதாகும்.

அடுக்கு மாடிக் குடியிருப்புகளில் விளையாடு வதற்குக் குடியிருப்பின் வெளியே இடம் தரப்பட்டிருக்கிறது. அதே நேரம் குடியிருப்போருக்குத் தொந்தரவு தராத வகையில் விளையாட வேண்டும். குறிப்பிட்ட நேரத்தில் மட்டும் விளையாட வேண்டும். வீட்டினுள் விளையாடுதல் என்று எடுத்துக் கொண்டால் ஓடுதல், குதித்தல், தாவுதல் போன்ற சத்தம் தரத்தக்க, அசைவு மிகுந்த விளையாட்டுக்களை விளையாடக் கூடாது. அமைதியாகவே விளையாட வேண்டும் என்கிற சட்ட திட்டங்கள் காணப்படுகின்றன.

இன்றைக்குக் குடியிருப்புகளில் அக்கம்பக்கம் இருப்பவர்கள் தங்களுக்குள் பேசிக்கொள்வது குறைவு. அனைவரும் மற்றவர்

மேல் அக்கறையில்லாமல் வாழ்கின்றனர். மற்றவர்களுடன் தொடர்புகொள்ள விரும்புவதில்லை. இத்தகைய சூழலில் குழந்தைகள் இணைந்து விளையாடுவது அரிது.

விளையாட்டுக்களை இடத்தை அடிப்படையாகக் கொண்டு அக விளையாட்டுக்கள், புற விளையாட்டுக்கள் என்று இன்றைக்குப் பிரிக்க முடியாது. இன்றைய விளையாட்டுக்களில் பெரும்பான்மை வீடியோகேம், கம்ப்யூட்டர்கேம், செல்ஃபோன்கேம் என்று அனைத்துமே அகவிளையாட்டுக்கள்தாம். ஆண், பெண் இருபாலரும் இத்தகைய விளையாட்டுக்களையே விளையாடுகின்றனர். ஆகவே பெண்களுக்குரியவை அக விளையாட்டுக்கள், ஆண்களுக்குரியவை புற விளையாட்டுக்கள் என்று பாகுபடுத்த முடியாது.

புற விளையாட்டுக்கள் எனும் போது இன்றைக்கு அரங்க விளையாட்டுக்களே அதிகம் காணப்படுகின்றன. இவை நிறுவன மயமாக்கப்பட்ட விளையாட்டுக்கள் ஆகும். இவ் விளையாட்டுக்களை யாரோ சிலர் விளையாட மற்றவர்கள் வேடிக்கை மட்டுமே பார்க்கின்றனர். விளையாட்டில் தனக்குப் பிடித்த ஒருவன் அல்லது குழு வெற்றி பெறுவதன் மூலம் பார்வையாளன் தானே வெற்றி அடைந்ததாக மகிழ்தல் என்பது மட்டுமே இவ்வரங்க விளையாட்டுக் களின் பயனாகும்.

சுற்றுச்சூழல் மாசுபாடு

விளையாட்டுக்களின் இடம் எனும் போது அதில் இட மற்றும் சூழல் மாசுபாடும் அடங்கும். நவீனத்துவம் மனிதனுக்குப் பல புதுமைகளைத் தந்தாலும் மனிதன் தன்னைச் சுற்றியிருக்கும் சூழலைச் சுத்தமாக வைத்திருக்கவில்லை என்றே கூறவேண்டும்.

மாசு மிகுந்த வீட்டுச் சுற்றுப்புறங்களும் தெருக்களும் வீதிகளும் விளையாட்டுக்களைக் கட்டுப்படுத்துகின்றன. சிறுவர்கள் தெருக்களில் விளையாட விரும்புவதில்லை, பெரியவர்கள் விளையாட அனுமதிப் பதுமில்லை. கிராமங்களிலும் இதே நிலைதான். குழந்தைகள் வெளியில் சென்று விளையாடி ஏதேனும் காயம் ஏற்பட்டால் அதற்காக டவுணுக்குச் சென்று டவுண் ஊசி போட வேண்டும் என்பதனால் வெளியே விளையாட விடுவதில்லை என்றும் கூறுகின்றனர் (முத்துக் கண்ணி: 32, செக்காணூரணி, மதுரை, 29.09.1993). கிராம மக்களி டையே காணப்படும் இத்தகைய விழிப்புணர்வு நகரங்களில் அதிக மாகவே காணப்படுகிறது.

விளையாட்டுக்கருவிகள்

இன்றைய விளையாட்டுக்கருவிகள் அனைத்துமே பணம் கொடுத்து வாங்கப்படுபவை. சிறுவர்களால் வீட்டில் பயன்படுத்தப்படும் பொருட்களோ, பெரியவர்களால் வேண்டாமென்று ஒதுக்கப்படும் பொருட்களோ விளையாட்டுக்கருவிகளாக இல்லை. அதிகப்பணம் கொடுத்து பொம்மைகள், கார்கள், இன்னும் பல பொருட்கள் வாங்கப்பட்டு விளையாடப்படுகின்றன.

நவீனத்துவம் விளையாட்டுக்களை மட்டுமின்றி விளையாட்டுப் பொருட்களையும் மையப்படுத்துகிறது. அதாவது நவீனத்துவத்திற்கு முந்தைய சமூகத்தில் விளையாட்டுப் பொருட்கள் எல்லாம் சாதாரண மானவை, செலவற்றவையுமாகும். கல், மண், தேவையற்ற தாள்கள், அட்டைகள், குச்சிகள், கம்புகள், தெருவிலுள்ள மரங்களின் இலைகள், பூக்கள், தேவையற்ற தகரடப்பா, சிரட்டை, பெரியவர்களால் தேவையற்றவையாக ஒதுக்கப்பட்ட பொருட்கள் போன்றவையே விளையாட்டுப்பொருட்களாகும். அதிகபட்சமாகச் செப்பு என்பது மட்டுமே (மரத்தாலான விளையாட்டுச்சாமான்கள்) பணம் கொடுத்து வாங்கப்பட்ட விளையாட்டுப்பொருளாக இருந்தது.

விளையாட்டிலும் பெரியவர்களின் தலையீடு என்பதே இருக்காது. இன்றைக்குச் சிறுவர்களின் விளையாட்டுப் பொருளாக அதிகமாகத் துப்பாக்கியும் அடுத்ததாக பெரிய பெரிய கார் போன்ற பொருட்களும் சிறுமிகளின் விளையாட்டுப் பொருளாக பார்பீஸ் *(Barbies)* எனப்படும் விலை உயர்ந்த பொம்மைகளும் உல்லன் நூலால் செய்யப்பட்ட பொம்மைகளும் உள்ளன. தெருக்களில் தங்கள் வீட்டின்முன் சிறுவர்கள் இயக்கத்தக்கவகையிலும் பேட்டரியில் இயங்கக்கூடிய வகையிலும் கார்கள், மோட்டார் வண்டிகள் விற்பனைக்கு வந்துவிட்டன. தொலைக்காட்சி, திரைப்படங்களைப் பார்த்துத் தங்களிடமுள்ள விளையாட்டுத் துப்பாக்கிகளின் பயன் பாட்டையும் சிறுவர்கள் தெரிந்து வைத்திருக்கின்றனர். துப்பாக்கிகள் பல தரப்பட்டவையாகவும் இருக்கின்றன. மாறிவரும் சமூகச்சூழலுக்கேற்ப விளையாட்டுப் பொருட்களும் மாறுகின்றன. இதன் விளைவாகச் சிறுவயதிலேயே வன்முறை பற்றிய உணர்வு சிறுவர்களுக்கு உருவாகிவிடுகிறது. இதற்குச் சான்றாக ஆனந்த விகடனில் தொடராக வெளிவந்த விளையாட்டுத் துப்பாக்கி (சனவரி, 1997) என்கிற தொடரைக் கூறமுடியும்.

விளையாட்டுப்பொருட்களின் உற்பத்தியிலும் ஒருமுகத்தன்மை காணப்படுகிறது. சான்றாக இன்றைக்குச் சிறுவர்கள் விளையாடும்

தாயம் விளையாட்டைப் போன்ற லூடோ விளையாட்டைக் கூறமுடியும். தாயம் விளையாட்டின் ஏரோப்ளேன் கட்டம் என்கிற வகையில் சிறிது மாற்றங்களுடன் இவ்விளையாட்டு விளையாடப்படுகிறது. இன்றைய விரைவு வாழ்க்கைக்குத் தக இக்கட்டத்தின் நான்கு மூலைகளிலும் காணப்படும் ஏரோப்ளேன் சின்னம் வரையப்பட்டிருக்கிற கட்டத்திற்குக் காய்கள் வருகின்றபோது காய்க்குரிய நபர் பன்னிரண்டு (12) கட்டங்கள் அடங்கிய ஒரு முழுமையான பகுதியை எளிதாக யாரிடமும் வெட்டுப்படாமல் தாண்டிவிட வழிவகுக்கிறது. அதனால் விளையாட்டும் விரைவில் முடிவடைந்துவிடுகிறது.

விளையாட்டுப்பொருட்களின் பாதுகாப்பு எனும்போது இன்று பொருட்கள் மிகுதியான பணம் கொடுத்து வாங்கப்படுவதால் அவற்றின் பாதுகாப்பு அவசியமாகிறது. மேலும் அக்காலத்தைப் போல விளையாட்டின்போது மட்டும் சேகரித்து அப்பொருட்களை விளையாட்டு நேரத்திற்கு மட்டும் பயன்படுத்துதல் என்பது இக்காலத்தில் இல்லை. இக்கால விளையாட்டுப்பொருட்கள் எல்லாம் நீடித்த தன்மையும் விலை உயர்வும் கொண்டவையாக உள்ளன. அதனால் பாதுகாப்பு அவசியமாகிறது. ஒருவரின் விளையாட்டுப் பொருள் விளையாடுகின்ற அனைவருக்கும் கொடுக்கப்படுவதுமில்லை.

உடையாத தன்மை

விளையாட்டுப்பொருட்கள் நீடித்த தன்மை மற்றும் விலை உயர்வு கொண்டவையாதலால் அவை உடையாத தன்மையுடன் தயாரிக்கப்படுகின்றன. இந்த உடையாதத்தன்மையே நீண்ட நாள் நீட்டிப்புக்கு வழி வகுக்கிறது. மேலும் இத்தகைய பொருட்களை அதிகக்கவனத்துடன் பாதுகாக்க வேண்டும் என்கிற அவசியம் இல்லை. இவை இயந்திரத்தினால் தயாரிக்கப்படுவதாலும் ஏதோ ஒரு இடத்தில் யாரோ ஒரு நபரால் உற்பத்தி செய்யப்படுவதாலும் பொருட்கள் ஒரே மாதிரியானவை. ஒரே மாதிரியான பொருட்களையே அனைத்துச் சிறுவர்களும் வைத்து விளையாடுவதால் விளையாட்டுக்களில் மாற்றமே இல்லை. ஒரே மாதிரியான விளையாட்டுக்கள் விளையாடப் படுகின்றன.

சோறாக்கி விளையாடுவதற்காக இன்றைக்கு இரும்பு, சில்வர், பிளாஸ்டிக் போன்ற உலோகங்களில் விளையாட்டுப்பொருட்கள் விற்பனை செய்யப்படுகின்றன. இவை உலோகங்களாதலால் நீண்ட நாள் உடையாமல் பாதுகாத்து வைத்து விளையாட முடிகிறது. ஆக நவீனத்துவம் விளையாட்டுப் பொருட்களையும் மையப்படுத்துகிறது.

பாலின முரண்பாடுகள்

ஆண், பெண் விளையாட்டுக்கள் என்கிற பாகுபாடு இன்றைக்கு மிக மிகக் குறைந்துவிட்டது. பெண் கல்வி, முன்னேற்றம் போன்ற மாறிவரும் கால, சமுதாயச்சூழல் விளையாட்டுக்களில் மாற்றங்களை உண்டுபண்ணி இருக்கிறது. இது பற்றிய கருத்துக்கள் நாட்டுப்புற விளையாட்டுக்களும் பாலினமும் என்கிற இயலில் விரிவாக விவாதிக்கப்பட்டிருக்கின்றன.

விளையாட்டுப் பொருட்களில் பாலின முரண்பாடு காணப்படுகிறது. கிண்டர்ஜாய் சாக்லெட்டிற்குத் தரப்படும் விளையாட்டுப் பொருட்களில் சிறுவனுக்குக் கார், சைக்கிள், பம்ப்ரம் போன்ற பொருட்களும் சிறுமிகளுக்குப் பொம்மைகள் மட்டுமே தரப்படுகின்றன. இப்பொருட்கள் சாக்லெட்டைத் தயார் செய்து பேக் செய்யும் பொழுதே உள்ளே வைக்கப் படுகின்றன. கடைக்காரரால் தனியாகத் தரப்படுவதில்லை. சாக்லெட்டின் வெளிப்புற ஓடுகளி லேயே சிறுமிகளுக்குரியது, சிறுவனுக் குரியது என்று நிறங்களாலும் வாக்கியங்களாலும் பிரித்துக் காட்டப்பட்டிருப்பது இன்றைய சமூகம் பாலினப்பாகுபாட்டை மறைமுகமாகவும் ஆதரிக்கிறது என்பதையே எடுத்துக்காட்டுகிறது.

பருவகால விளையாட்டுக்கள் (Seasonal games)

விளையாட்டுக்களைப் பொருத்தவரையில் பருவகாலம் என்பது கோடைகாலம், குளிர்காலம் என்பதல்ல. சிறுவர்கள் சில விளையாட்டுக்களைக் குறிப்பிட்ட நாட்களுக்கு மட்டும் விளையாடுகின்றனர். ஒவ்வொரு வருடமும் அதே நாட்களில் விளையாடப்படும். ஆனால் அவர்களுக்கு யாரும் சொல்லித்தருவது கிடையாது. இவையே பருவகால விளையாட்டுக்கள் ஆகும். பம்பரம், கிட்டிப்புள், பட்டம் விடுதல், கவண் எறிதல், கோலி விளையாட்டு போன்ற விளையாட்டுக்கள் பருவகால விளையாட்டுக்கள் ஆகும். இன்றைக்கு இவ்விளையாட்டுக்கள் மறைந்தும் மாறியும் வருகின்றன. பருவகாலம் என்று குறிப்பிட்ட நாட்களில் இல்லாமல் சிறுவர்கள் விரும்புகின்ற போது விளையாடப்படுகின்றன. பருவங்களே மாறும்போது விளையாட்டுக்களும் மாறுவதில் வியப்பில்லை. சான்றாகக் காற்றுக்காலமாகிய ஆடி மாதத்தில் பட்டம் விடுதல் விளையாட்டு விளையாடப்படும். இன்றைக்கு இவ்விளையாட்டு குறைந்து வருகிறது. நிறுவன விளையாட்டாக மாறிவருகிறது.

விளையாட்டுக்களும் பண்பாடும்

நாட்டுப்புற விளையாட்டுக்கள் இன்று மறைந்து வருவதாலும் மாற்றம் பெறுவதாலும் விளையாட்டுக்கள் மூலமாக அறியப்படும்

பண்பாடு பற்றியதொரு அறிவும் புரிதலும் கிடைக்கப்பெறுவதில்லை. நமது பண்பாட்டில் முக்கியமாகக் கருதப்பட்ட அகமணமுறையும் உறவுமுறை அடிப்படையிலான திருமணமும் இன்றைக்கு யாருக்கும் தெரிவதற்கு வாய்ப்பில்லை. வெத்தலக்கட்டு பிடியாத விளையாட்டும் ஒரு குடம் தண்ணீர் ஊத்தி ஒரு பூ பூத்தது விளையாட்டும் திருமண முறைகளுக்கு முக்கியத்துவம் தரும் விளையாட்டுக்களாகும். சீர்திருத்த மணங்களும் கலப்பு மணங்களும் பதிவு மணங்களும் மலிந்துவிட்ட இன்றையச் சமூகத்தில் சடங்குகளே மறைந்துவிட்டன. சடங்குகளே இல்லாத திருமணங்களில் விளையாட்டுக்களுக்கும் இடமில்லை. இவ்வாறு சடங்கு விளையாட்டுக்களும் மறைந்து கொண்டு வருகின்றன.

வீரம் என்பதும் இன்றைக்குத் தனி மனிதனைப் பொறுத்ததாக இல்லை. உதாரணமாக தனியொருவனால் அடக்கப்பட வேண்டிய சல்லிக்கட்டு மாடு ஒன்றுக்கும் மேற்பட்டவர்களால் அடக்கப் படுகிறது. மஞ்சு விரட்டுக்கும் இதே நிலைதான். மேலும் விழாக்கால விளையாட்டுக்களான வழுக்குமரம், உறியடித்தல் போன்ற ஆடவர் விளையாட்டுக்கள் இன்றைக்கு மறைந்துவிட்டன. தொலைக்காட்சிகள் இத்தகைய விளையாட்டுக்களை சிறப்பு நாட்களில் அதிசயமான விளையாட்டாக நிகழ்த்திக்காட்டுகின்றன. விளையாட வைக்கின்றன.

பண்பாட்டின் வேர்களான சடங்குகளும் விழாக்களும் மறைந்து வரும் கால கட்டத்தில் அவற்றின் பிரிவான விளையாட்டுக்களும் தொலைந்து போனதில் அதிசயமில்லை.

விளையாட்டுக்களின் பரவல்

விளையாட்டுக்களின் பரவல் பற்றி தி.கு. இரவிச்சந்திரன் பின்வருமாறு கூறுகிறார் (2007:67-68). நாட்டுப்புற விளையாட்டுகள், நவீன விளையாட்டுகள் என்று இருபெரும் பிரிவுகள் நடப்பு உலகில் உள்ளன. இரண்டும் வெவ்வேறாக இருந்தாலும் ஒன்றின் தாக்கம் இன்னொன்றில் காணமுடிகிறது. நாட்டுப்புற வழக்காறுகள் பரவலுக்கு உள்ளாவதைத் தடுக்கமுடியாது. இது இரண்டு வழிகளில் நடைபெறுகிறது. ஒன்று நாட்டுப்புறங்களில் இருந்து நவீனமயமான நகர்ப் புறங்களுக்குப் பரவுதல், கபடி, சதுரங்கம், நீச்சல் போன்றவை இப்பரவலில் அடங்கும். இரண்டு நகர நவீன விளையாட்டுக்கள் நாட்டுப்புறங்களில் பரவுதல் ஆகும்.

கைப்பந்து, கால்பந்து, கிரிக்கெட் ஆகியவை இப்பரவலில் அடங்கும். இவற்றில் முன்னதை நேர்ப்பரவல் என்றும் பின்னதை எதிர்ப்பரவல் என்றும் கூறலாம். காரணம் மனித சமூகப்

படிமலர்ச்சிப்படி, நாட்டுப்புறச் சமூகத்திற்கு அடுத்துதான் நவீனச் சமூகம் வந்தது. எனவே இது நேர்ப்பரவல். நகர்ப்புற நவீனச் சமூகத்திலிருந்து சில வழக்காறுகள் தாக்கங்கள் மற்றும் பெறுதல் அடிப்படையில் நாட்டுப்புறச் சமூகத்தில் வழக்கில் இருப்பதைக் காணலாம். இவ்வகைப் பரவல் காலங்காலமாக நாட்டுப்புற இலக்கியங்களில் நிகழ்ந்துகொண்டுதான் இருக்கின்றன.

பரவல் என்பது காலங்காலமாக நிகழக்கூடியது. ஒரு குறிப்பிட்ட சமூகத்தில் மட்டும் இத்தகைய பரவல் நிகழும் என்று சொல்ல முடியாது. இடம், காலம், சூழல் என்பதையெல்லாம் இது கணக்கில் எடுத்துக்கொள்வதில்லை. அதனால் பரவல் மூலம் வழக்காறுகள் தங்கள் அடிப்படை அமைப்பை இழந்து விடுவதில்லை. சில மாற்றங்களைப் பெற்றிருக்கின்றன என்றே கூறமுடியும். நாட்டுப்புற விளையாட்டுக்களும் இதற்கு விதிவிலக்கல்ல.

இன்றைய தலைமுறையும் விளையாட்டுக்களும்

இன்றைய தலைமுறையினருக்கு நாட்டுப்புற விளையாட்டுக்களின் பெயர்கள் தெரிந்திருக்கின்றன. நாட்டுப்புற விளையாட்டுக்களின் பெயர்களைத் தெரிந்து வைத்திருப்பதைக் களஆய்வில் அறிய முடிந்தது. விளையாட்டுக்களின் பெயர்கள் மட்டுமல்ல விளையாடும் முறையினையும் ஓரளவிற்குத் தெரிந்து வைத்திருக்கிறார்கள். விளையாடுவதற்குத்தான் அவர்களுக்கு நேரமில்லையே தவிர விளை யாட்டுக்களை முழுவதுமாக மறக்கவில்லை என்றே கூறமுடிகிறது.

இன்றைய சூழல் வேகத்தை அடிப்படையாகக் கொண்டது. செய்கின்ற செயலை விரைவாகச் செய்பவரே திறமைசாலியாகவும் இன்றைய உலகில் வாழ்வதற்குத் தகுதியுடையவராகவும் கருதப்படுகிறார். ஆக இன்றைய குழந்தைகளும் இளைஞர்களும் வேகத்திற்கேற்பவே வளர்க்கப்பட்டிருக்கிறார்கள். அதுபோலவே ஒரே நேரத்தில் ஒன்றுக்கு மேற்பட்ட பல வேலைகளைச் செய்யவும் பழக்கப்படுத்தப் பட்டிருக்கிறார்கள். ஒரு வேலையைச் செய்து முடித்த பிறகு அடுத்த வேலையைச் செய்ய வேண்டும் என்று அவர்கள் யோசிப்பதில்லை. வேகமாக அனைத்து வேலைகளையும் முடித்துவிட்டு அடுத்துச் செய்ய வேண்டிய வேலைக்காகக் காத்திருக்கும் இளைஞர்களே/ குழந்தைகளே இன்றைக்கு அதிகம். இயந்திரத்தனமான வாழ்க்கையை வாழும் இவர்கள் இயந்திரங்களோடு விளையாடுவதை விரும்புவதில் ஆச்சரியமில்லை. நாட்டுப்புற விளையாட்டுக்கள் இவர்களுக்கு மெதுவானதாகவும் கருத்தற்றதாகவுமே தோன்றும். அதனாலேயே நாட்டுப்புற விளையாட்டுக்கள் மறைந்து வருகின்றன.

இன்றைய தலைமுறைக்கு உடல் அசைவும் உடல் உழைப்பும் குறைவு. இவர்களது செயல்கள் அனைத்தும் லாப/நட்டக் கணக்கை அடிப்படையாகக் கொண்டவை. அதனால் தேவையில்லாமல் உடல் அசைவு மிகுந்த விளையாட்டுக்களை விளையாட இவர்கள் தயாராக இல்லை. மேலும் கேட்புத்திறன் (Auditory), பார்க்கும் திறன் (Visual) என்று பார்த்தால் இவர்கள் கேட்கும் திறனைவிடப் பார்க்கும் திறனையே அதிகமாகப் பயன்படுத்துகிறார்கள். அதனால் மற்றவர்களோடு பேசுவதும் அவர்கள் சொல்வதைக் கேட்பதும் குறைவு. தனிநபராகவே வாழப்பழகிக்கொண்டவர்களாக இருக்கிறார்கள். அதனால் குழு விளையாட்டுத் தன்மை அதிகமாகக் கொண்ட நாட்டுப்புற விளையாட்டுக்களை விளையாட இவர்கள் விரும்புவதில்லை.

பின்னிணைப்புகள்
--❖--

சிறுவர்களின் சோறாக்கி விளையாடும்
விளையாட்டிற்கான
பொருட்களைச் செய்யும் வேளார்

நாட்டுப்புற விளையாட்டுக்கள்

--❖--

விளையாட்டுக்களில் பொதுக்கூறுகள்

விளையாட்டுக்கள் ஒரே குழுவாக இணைந்து அல்லது இரு குழுக்களாகப் பிரிந்து விளையாடப்படும்போது அவை சில பொதுவான கூறுகளைக் கொண்டுள்ளன.

1. பட்டவரைத் தேர்ந்தெடுத்தல்

ஒரே குழுவாக இணைந்து விளையாடும் விளையாட்டுக்கள் சிலவற்றில் இக்கூறு காணப்படுகிறது. சான்றாக, தொட்டு விளையாட்டு, நொண்டி, கண்ணாமூச்சி போன்ற விளையாட்டுக்களில் ஒருவர் விரட்ட மற்றவர்கள் ஓட வேண்டும். விரட்டுபவரே பட்டவர் / பட்டை என்று அழைக்கப்படுகிறார். ஆகவே பட்டவர் சில விதிமுறைகளின்படி தேர்ந்தெடுக்கப்படுகிறார். அந்த விதிமுறைகள் கீழே தரப்படுகின்றன.

அ. சாட் பூட் த்ரி : சிறுவர் வட்டமாக நின்றுகொண்டு சாட் பூட் த்ரி என்று சொல்லிக்கொண்டே தங்கள் இரு கைகளையும் ஒன்றின் மேல் ஒன்றாகச் சேர்ப்பர். மேற்புறமுள்ள கையினை உள்ளங்கைப் பக்கம் திருப்பியோ அல்லது புறங்கைப்பக்கம் திருப்பியோ அவரவர் விருப்பப்படி வைக்கலாம். இப்படியே எல்லோரும் வைக்க எப்பக்கத்தினைக் குறைவான எண்ணிக்கையில் வைத்துள்ளனரோ அவரெல்லாம் பழமாகியவராகக் கருதப்படுவர். மீதமுள்ளோர் முன் போலச் செயல்பட இறுதியில் இருவர் மட்டுமே இருப்பர். இருவர் சாட் பூட் த்ரி போடுதல் முடியாதாகையால் பழமாகியவரில் ஒருவர் துணைக்கையாக வருவார். மீண்டும் முன்போலச் செயல்பட இறுதியில் எஞ்சிய ஒருவர் பட்டவராவார்.

ஆ. கையினை இழுக்கும் முறை : ஒருவர் தன் இரு கைகளையும் இணைத்துக் கட்டிக்கொள்ள மற்றவரெல்லாம் அவர் கைகளைப்

பிரிப்பதற்காக அதேநேரம் சிறிது சிறிதாக இழுத்துவிட வேண்டும். இறுதியில் யார் இழுக்கும் போது கைகளிரண்டும் தனியாகப் பிரிந்து விடுகின்றனவோ அவர் பட்டவராவார்.

இ.பாடல் முறை : விளையாட்டில் கலந்து கொள்ளும் ஒவ்வொரு வரையும் ஒருவர் பாடல் சொல்லித் தொட்டு வருவார். பாடலின் இறுதிச்சொல் முடியும் நபர் முதலில் பழமாவார். இப்படியே எல்லோரும் பழமாக எஞ்சியவர் பட்டவராவார்.

2. குழு / கட்சி பிரித்தல் : இரண்டு குழுக்களாகப் பிரிந்து விளையாடும் விளையாட்டாக இருந்தால் கட்சி பிரித்தாடும் இயல்பு காணப்படுகிறது. இதற்கு உத்தி பிரிக்கும் அல்லது உத்தி பிடிக்கும் முறை என்றும் பெயர் வழங்கப்படுகிறது.

விளையாட்டில் கலந்து கொள்பவர்களில் திறமை மிகுந்த இருவர் தலைவராக இருப்பர். இவர்கள் பெரிய உத்தி எனப்படுவர். மற்ற வரெல்லாம் இரண்டிரண்டு பேராகச் சேர்ந்துகொண்டு வேறொரு அல்லது மறைவான இடத்திற்குச் சென்று தங்களுக்கென்று ஒரு புனைப்பெயர் வைத்துக்கொண்டு வருவார். இவர்கள் சிறிய உத்தி எனப்படுவர். இதற்கு உத்தி பிடித்தல் என்று பெயர். சான்றாக ஆப்பிள் வேணுமா? திராட்சை வேணுமா? என்று சிறிய உத்திகள் கேட்க பெரிய உத்தியில் ஒருவர் தனக்குப் பிடித்த பெயரைச் சொல்லுவார். அப்புனைப் பெயருக்குரியவர் அவரது குழுவிற்குச் சென்றுவிடுவார். இப்படியே அனைவரும் உத்தி பிடித்து வர இறுதியில் இரு குழுக்களாகப் பிரிவர்.

எண் முறை : விளையாட்டில் கலந்துகொள்ளும் அனைவரையும் வரிசையாக நிற்கச்செய்து ஒன்று, இரண்டு என்ற இரு எண்களையும் மாறி மாறிச் சொல்லச் சொல்வர். ஒன்று எண்ணுடையவர்கள் ஒரு குழுவாகவும் இரண்டு எண்ணுடையவர்கள் மற்றொரு குழுவாகவும் பிரிந்து கொள்வர் இன்று பள்ளி, கல்லூரி மற்றும் பிற நிறுவனங்களிலும் இரண்டு குழுக்களாகப் பிரிவதற்கு இம்முறையே பயன்படுத்தப்படுகிறது.

3. முதலில் விளையாடும் முறை : ஒரு விளையாட்டைத் தொடங்குவதற்கு முன் யார்? அல்லது எந்தக்குழு? முதலில் விளையாட வேண்டும் என்பதைத் தீர்மானிக்கச் சில முறைகள் பின்பற்றப்படுகின்றன.

அ) சில நேரங்களில் நாங்கள் முதலில் ஆடுவோம் என்று முதலில் கூறிய குழுவினரே விளையாடுவர்.

ஆ) சில விளையாட்டுக்களில் எச்சில் ஒட்டு முறை பயன்படுத்தப் படுகிறது.

ஒரு சிறு ஓட்டினை எடுத்து அதன் ஒரு பக்கத்தில் எச்சில் அல்லது கரியினைத் தடவுவர். இரண்டு கட்சியினரும் தங்களுக்கு விருப்பமான பக்கத்தினைக் (எச்சில் உள்ள பக்கம் - இல்லாத பக்கம் அல்லது கருப்பு / சிவப்புப்பக்கம்) கேட்கின்றனர். ஓட்டினைத் தூக்கி வானத்தில் எறிவர். அது தரையில் விழுந்தவுடன் மேற்புறமிருக்கும் பக்கத்தைக் கேட்டவர் முதலில் ஆடுவதற்கான உரிமை உடையவர். இதுவே இன்றைய டாஸ் வெல்லுதல் முறையாகும்.

4. இடையில் நிறுத்துதல்: தவிர்க்க முடியாத காரணத்தினால் விளையாட்டைத் தொடர இயலாத நிலை ஏற்படும் போது இடையில் நிறுத்தல் நடைபெறுகிறது. ஆடை அவிழ்வது. கூந்தல் கலைவது போன்ற நேரங்களில் 'தூ, தூச்சி, துவாச்சி' என்று இதில் ஏதாவது ஒன்றைக் கூறி விளையாட்டை நிறுத்துகின்றனர்.

5. வெற்றியும் தோல்வியும்: விளையாட்டுக்களில் வெற்றி எண்ணைக் குறிப்பதற்காக மணற்குவியல் வைத்தல், கற்களைச்சேகரித்தல் போன்ற வழக்கங்கள் காணப்படுகின்றன. இப்பொழுது ஒரு கேம், ஒரு பாயிண்ட் என்று எண்ணிக்கையைக் கணக்கில் கொள்ளும் பழக்கம் காணப்படுகிறது.

தோற்றவருக்குத் தண்டனை என்பது விளையாட்டுக்களில் முக்கியமான ஒன்று. இது இரண்டு வகைகளில் காணப்படுகிறது.

1. தோற்றவர் தண்டனையாகத் தன் உடலை வருத்த வேண்டியிருக்கிறது (வென்றவரைச் சுமத்தல்)

2. தோற்றவர் தன் ஆடு கருவியினை இழத்தல்.

6. விளையாட்டு முடிவு:

1. இயல்பாக முடிதல்
2. முரண்பாட்டுடன் முடிதல்

இயல்பாக விளையாட்டு முடிவடைதல் என்பது நேரத்தைப் பொறுத்ததாகும். அதிக நேரம் விளையாடிய களைப்பு, விளையாட்டு நபர்கள் வீட்டிற்குச் செல்ல வேண்டுமென்று விரும்புதல், விளையாட்டின் முக்கிய நபர் வீட்டிற்குச் செல்ல வேண்டிய கட்டாயம் ஏற்படுதல் போன்றவற்றைப் பொறுத்தும் விளையாட்டு முடிவடைகிறது. அப்பொழுது பின்வரும் பாடலைப் பாடுகின்றனர்.

'அவரவர வீட்டுக்கு
அவரக்காயும் சோத்துக்கு
புள்ள பெத்த வீட்டுக்கு
புளியங்காயும் சோத்துக்கு'

சில நேரங்களில் விளையாட்டு நபர்களிடையே ஒற்றுமையின்மை என்கிற நிலை ஏற்படும்பொழுது நடைபெறும் சண்டையினால் விளையாட்டு பாதியில் முடிவடைகிறது. அப்பொழுது பின்வரும் பாடல் பாடப்படுகிறது.

'என்னாட்டைக்கு சருகுணி
என்னா புள்ள பெத்த
ஆம்பள புள்ள பெத்த
வச்சிருக்க முடியாம
பிச்சி பிச்சி திண்ட'

விளையாட்டின்போது சண்டை ஏற்பட்டால் அச்சண்டை சமரசம் செய்துகொள்ள முடியாமல் போகும் நிலையில் விளையாட்டு முரண்பாட்டுடன் முடிவடைகிறது.

இவையே விளையாட்டுக்களில் காணப்படும் பொதுவான கூறுகளாம்.

நாட்டுப்புற விளையாட்டுக்கள்

இப்பகுதியில் நாட்டுப்புற விளையாட்டுக்கள் (32) விளையாடப்படும் முறைகளூடு தரப்பட்டுள்ளன, முப்பத்தி இரண்டு (32) தரப்பட்டுள்ளன. விளையாட்டின் இறுதியில் அவ்விளையாட்டு சேகரிக்கப்பட்ட இடத்தின் பெயர் தரப்பட்டுள்ளது.

களப்பணியில் சேகரிக்கப்பட்ட வடிவத்திலேயே அதே மொழி அமைப்புடன் விளையாட்டுக்கள் பனுவலாகத் தரப்பட்டுள்ளன. இப்பகுதியில் தரப்பட்டுள்ள விளையாட்டுக்கள் சிறுவர்கள் விளையாடிய அடிப்படையில் அப்படியே தரப்பட்டுள்ளன. ஒரே விளையாட்டு ஒரே இடத்தில் பலமுறை விளையாடச் சொல்லிப் பார்க்கப் பட்டதால் பாடல்கள் உரையாடல்களில் எவற்றையேனும் விட்டுவிடுதல் என்பது இருப்பதற்கு வாய்ப்பில்லை.

ஒவ்வொரு விளையாட்டின் இறுதியிலும் 'பிற' என்கிற தலைப்பில் சில செய்திகள் கூறப்பட்டுள்ளன. அவை முழுக்க முழுக்க அந்த

விளையாட்டோடு தொடர்புடையவையும் ஒரே விளையாட்டு பல ஊர்களில் சேகரிக்கப்பட்டபோது கிடைத்த வேறுபாடுகளையும் உள்ளடக்கியதாகும். இங்கு முதலில் தரப்பட்டுள்ள விளையாட்டு ஒரு வடிவம் மட்டுமே. வெவ்வேறிடங்களில் விளையாட்டு அதே முறையில் விளையாடப்பட்டாலும் சிற்சில வேறுபாடுகளைக் கொண்டுள்ளதால் அவ்வேறுபாடுகள் மட்டுமே பிற என்கிற இப்பகுதியில் தரப்பட்டுள்ளன. அதனருகிலேயே அது சேகரிக்கப்பட்ட இடமும் குறிப்பிடப்பட்டுள்ளது.

1. வெத்தலக்கட்டு பிடியாத விளையாட்டு

இருபாலரும் (வயது 8 முதல் 13 வரை) இணைந்து விளையாடும் விளையாட்டு இது. விளையாடும் நபர்களுக்கு எண்ணிக்கை வரம்பு இல்லை. பெரியவர்களாக இருக்கும் இரண்டு சிறுமிகள் தங்கள் கைகளைக் கோர்த்துத் தரையில் வைத்துக் கொண்டு குத்த வைத்து அமர்ந்து கொள்கின்றனர். மற்றவர்கள் ஒருவர் பின் ஒருவராக முன்னாலிருப்பவரின் சட்டையைப் பிடித்துக் கொண்டு வரிசையாக நிற்கின்றனர். நிற்பவர் - அமர்ந்திருப்பவருக்கிடையே உரையாடல் நடைபெறுகிறது. அது

நிற்பவர்கள்   : ஏன் அரமன ராசா அடச்சுக் கெடக்குது
அமர்ந்திருப்பவர்   : தீத்தாம மெழுகாம அரக்காசு மால
                                வாங்கிப் போடாம அடச்சுக் கெடக்கு
நிற்பவர்கள்   : தீத்திக்கிறோம் மெழுகிக்கிறோம் அரக்காசு
                                மாலை வாங்கிப் போட்டுக்கிறோம்
                                கொஞ்சம் தூக்கிக்கங்க.

பின்னர் அமர்ந்திருப்பவர்கள் தங்கள் கைகளைத் தங்கள் தலைக்கு மேல் கூரை போன்று உயர்த்திப் பிடித்துக் கொள்கின்றனர். மற்றவர்கள் அந்தக் கைகளுக்கிடையே குனிந்து நிற்கின்ற இருவரையும் மாறி மாறி எண் 8 வடிவில் சுற்றிக்கொண்டே பின்வரும் பாடலைப் பாடுகின்றனர்.

வெத்தலக்கட்டு பிடியா...த பிடியாத
பாக்குக்கட்டு பிடியா.....த பிடியாத
பொகலக்கட்டு பிடியா....த பிடியாத
சுண்ணாம்புக்கட்டு வருது ஓம் பொண்ணச் சீக்கிரமாப் பிடிச்சுக்கோ.

பாடலின் இறுதியடியினைப் பாடுகின்ற பொழுது கைகளுக் கிடையில் வருகின்ற ஒருவரை நிற்பவர்கள் தங்கள் கைகளுக்கிடையில் பிடித்துக்கொள்கின்றனர். பிறகு நிற்கின்றவருக்கும் ஓடுபவர்களில் முதலாமவருக்கும் உரையாடல் நடைபெறுகிறது. அது,

ஓடுபவர்களில் முதலாமவர்	:	ஏங்க எம்பொண்ணப் புடிச்சீங்க
பிடித்துக் கொண்டவர்கள்	:	ஏங்க எம்புல்லத் திண்டுச்சு
ஓடுபவர்களில் முதலாமவர்	:	இந்தா ஓம் புல்லுக்கு புல்லு
பிடித்துக் கொண்டவர்கள்	:	ஏங்க எங்கொள்ளத் திண்டுச்சு
ஓடுபவர்கள்	:	இந்தா ஒங் கொள்ளுக்கு கொள்ளு

பிறகு கைகளுக்கிடையில் பிடிபட்டவரிடம் நிற்பவர்கள்

பாய்சுருட்டு என	:	அவர் தன்னைத் தானே இரண்டு சுற்றுச் சுற்றுகிறார்
கூழ்கிண்டு என	:	இருவர் கைகளிலும் கூழ்கிண்டுவது போல பாவனை செய்கிறார்
புளியங்கா புடுங்கு என	:	மரத்திலிருந்து புளியங்காய் பறிப்பது போல பாவனை செய்கிறார்.

பிறகு அவரிடம் சிறுவனாக இருந்தால் உன் பெண்டாட்டி பெயரென்ன? என்றும் சிறுமியாக இருந்தால் உன் புருஷன் பெயரென்ன? என்றும் கேட்கிறார். அவரும் திருமண உறவு முறையு டையவரின் பெயரைக் கூறியவுடன் அவரை வெளியே விட்டு விட அவர் ஓரமாக நின்று விடுகிறார்.

பிறகு மீண்டும் வெத்தலக்கட்டு பிடியாத என்பதில் தொடங்கி விளையாட்டு நபர்கள் அனைவரும் பிடிபட்டு அவர்கள் அனைவரும் ஒரு ஓரமாக நிற்கும் வரை தொடர்கிறது. இறுதியில் ஓடுபவர்களில் முதலாவதாக இருப்பவரை மட்டும் கைகளிலிருந்து விடுவதில்லை. பின்னர் ஓரமாக நிற்கும் அனைவரும் தங்கள் இருகைகளிலும் மண்ணை அள்ளிக்கொண்டு வருகின்றனர். கைகளுக்குள் பிடிபட்டிருப்பவர் தன் முகத்தை இரு கைகளாலும் முடிக்கொள்கிறார். பிடித்தவர்களுக்கும் பிடிபட்டவருக்கும் இடையே பின்வரும் உரையாடல் நடைபெறுகிறது.

பிடிபட்டவர் : யார் வந்து நிக்கிறது?

பிடித்திருப்பவர்கள் : முனியனும் முனியன் பெண்டாட்டியும்

பிடிபட்டவர் : ரெண்டு பேரும் என்ன ட்ரெஸ் போட்டிருக்காங்க?

பிடித்திருப்பவர்கள் : முனியன் எலித்தோலு அவன் பெண்டாட்டி நரித்தோலு

பிடிபட்டவர் : சரி அவன் பெண்டாட்டியைக் கீழே போட்டு உள்ள வரச்சொல்லு.

அப்பெயருக்குரியவர் மண்ணைக் கீழே போட்டுவிட்டுப் பிடிபட்டவருடன் கைகளுக்குள் வந்து சேர்ந்து கொள்கிறார். பிறகு அடுத்தவர் மண்ணுடன் வர இதே போன்று உரையாடல் தொடர்கிறது. அனைவரும் சேர்ந்த பிறகு நெருக்கு மச்சான் நெருக்கு என்று கூறியபடி அனைவரும் அடித்துக்கொள்கின்றனர். கைகளைக் கோர்த்து நிற்கின்ற இருவரும் கைகளை விட்டுவிடாமல் நிற்கின்றனர். இறுதிவரைக் கீழே விழாமல் நிற்பவரே தைரியமானவராகக் கருதப்படுகிறார்.

சேகரித்த இடம்: வண்ணாம்பாறைபட்டி-14.6.94

பிற

1. விளையாட்டின் ஆரம்பகட்ட உரையாடலில் மட்டும் மாற்றம் காணப்படுகின்றது.

நிற்பவர்கள் : என்ன வீடு இடிஞ்ச கிடக்கு
அமர்ந்திருப்பவர்கள் : கோயில் மாடு கொம்பு குத்தி வீடே . இடிஞ்சு கிடக்கு
நிற்பவர்கள் : அதுக்கு என்னல்லாம் வேணும்
அமர்ந்திருப்பவர்கள் : அரிசி பருப்பு தேங்காய் பழம் உளுந்து எல்லாம் வேணும்

(வலையப்பட்டி-14.9.96)

1.2. வெத்தலப்பெட்டி வருது விளையாட்டு

சிறுமிகளில் பெரியவர்களாயிருக்கின்ற இருவர் முதலில் தங்கள் கைகளிரண்டையும் கோர்த்துக் கொண்டு தரையில் புறங்கை படுகின்ற படி கைகளை வைத்து, தரையில் குத்த வைத்து உட்கார்ந்து கொள்கின்றனர். மற்றவர்கள் அந்தக் கைகளுக்கு நேராக ஒருவர் பின் ஒருவராக (ஊசியாக : Narrow Line) நின்று கொள்கின்றனர்.

பின் அவர்களிடையே கீழ்க்கண்ட உரையாடல் நடைபெறுகிறது.

நிற்பவர்கள் : என்ன வீடு இடிஞ்ச கிடக்கு

அமர்ந்திருப்பவர்கள் : கோயில் மாடு கொம்பு குத்தி வீடே இடிஞ்சு கிடக்கு

நிற்பவர்கள் : அதுக்கு என்னல்லாம் வேணும்

அமர்ந்திருப்பவர்கள் : அரிசி பருப்பு தேங்காய் பழம் உளுந்து எல்லாம் வேணும்

இவ்வுரையாடல் முடிந்ததும் அமர்ந்திருக்கும் இருவரும் எழுந்து நின்றுகொண்டு மற்றவர்களிடம்

குதிர மேல வாறயா?
யான மேல வாறயா? என்று கேட்க

மற்றவர்கள் யான மேல வாறோம் என்றவுடன் தங்கள் கைகளைச் சேர்த்து உயர்த்தித் தலைக்கு மேலே பிடித்துக் கொள்கின்றனர். மற்றவர்கள் ஒருவர் பின் ஒருவராக இருவருக்கும் இடையே நுழைந்து எட்டு(8) எண் வடிவில் வெளியே வர என்று இருவரையும் சுற்றிக்கொண்டே ஓடுகின்றனர். அப்போது ஓடுபவர்கள்

வருது வருது வெத்தலப் பெட்டி வருது
வருது வருது பாக்குப் பெட்டி வருது
நெருஞ்சி முள்ளு வருது
நெருக்குண்டு பிடிச்சுக்கோ

என்று பாடுகின்றனர். பாடலின் கடைசி வரியைப் பாடுகின்ற போது இருவருக்கும் இடையில் வருகின்ற சிறுமியை இருவரும் பிடித்துக்கொள்கின்றனர். பிடித்துக்கொண்ட இருவரும் மற்றும் ஓடுபவரில் முதலாவதாக ஓடுபவரும்

நிற்பவர்கள் - இந்தாய்யா ஓம் பொண்ணுக்கு பொண்ணு

ஓடுபவர் - இந்தாய்யா ஓம் மண்ணுக்கு மண்ணு

என்று கூறியபடியே இருகைகளையும் இடுப்பில் வைத்து இடுப்பை ஆட்டியபடி இடித்துக் கொள்கின்றனர். பிறகு நிற்கின்ற இருவரும் மாட்டிய சிறுமியிடம் நெல்லுகுத்து, பணியாரஞ்சுடு என்று கூறச் சிறுமியும் நெல் குத்துவது போன்றும் பணியாரம் சுடுவது போன்றும் அவற்றை அவர்களுக்குச் சாப்பிடுவதற்கு ஊட்டி விடுவது போன்றும் பாவனை செய்கிறார். பின்னர் உன் புருசன் பேரென்ன என்று

கேட்க அவர் நாகராசு என்று கூறிவிட்டு ஓடிவிடுகிறார். அந்தச் சிறுமி அத்துடன் அவுட். மீண்டும் விளையாட்டிற்குச் சேர்த்துக் கொள்ளப்படவில்லை. பிறகு மற்றவர்கள் முதலிலிருந்து ஆட்டத்தைத் துவங்குகின்றனர். கடைசியாக உள்ளவர் அவுட் ஆகும் வரை விளையாட்டு தொடர்கிறது.

1. இவ்விளையாட்டின் இறுதியில் மாட்டிய சிறுமியிடம் உம் புருசன் பேரன்ன என்று கேட்டவுடன் அச்சிறுமி பெயரைக் கூறாமல் வெட்கத்துடன் நின்று கொண்டிருக்க மற்ற சிறுமிகள் மத்த நேரமெல்லாஞ் சொல்லுவேல புள்ள சொல்லு என்று வற்புறுத்த அச்சிறுமி மிக மெதுவாக வெட்கத்துடன் நாகராசு என்று கூறிவிட்டு ஓடிவிட்டார். அப்பெயர் அநேகபேருடைய காதிலேயே விழவில்லை. மற்றவர்களிடம் கேட்டே ஆய்வாளரால் அப்பெயரைத் தெரிந்து கொள்ள முடிந்தது. உடனிருந்தவர்கள் அந்தப் பேரு அவளோட அக்கா வீட்டுக்காரர் பேரு டீச்சர் என்று என்னிடம் தெரியப்படுத்தினர். பிறகு அச்சிறுமியிடம் அக்கா வீட்டுக்காரர எப்படிபுள்ள கட்டிக்குவ என்று கேலி செய்தனர்

2. விளையாட்டினிடையில் குதிரை மேல வாறயா? ஆனமேல வாறயா? என்று கேட்டபோது குதிரை மேல வருகிறேன் என்று கூறினால் நிற்பவர்கள் தங்கள் கைகளை நெஞ்சுவரைத் தூக்கிப் பிடித்துக் கொள்கின்றனர். மற்றவர்கள் இருவருக்கு இடையில் நுழைந்து வெளியே வருவதற்கு இந்த உயரம் போதாதாகையால் பெரும்பாலும் குதிரை மேல் வருகிறேன் என்று கூறுவதில்லை.

சேகரித்த இடம் - வலையபட்டி-*14.9.96*

2. ஒருகுடம் தண்ணி ஊத்தி ஒரு பூ பூத்தது விளையாட்டு

இருபாலரும் இணைந்து விளையாடுகின்ற விளையாட்டு இது (*8-14* வயது)

இரண்டு பேர் தங்கள் கைகளை உயர்த்திச் சேர்த்துப் பிடித்து நின்று கொள்கின்றனர். மற்றவர்கள் ஒருவர் பின் ஒருவராகப் பின்பக்கச் சட்டையைப் பிடித்துக்கொண்டு 'ஒரு கொடம் தண்ணி ஊத்தி ஒரு பூ பூத்தது எனப் பாடிக்கொண்டே இருவரையும் மாறிமாறிச் சுற்றி வருகின்றனர். ஒரு குடம், ரெண்டு குடம் என்று பாடிக்கொண்டே வந்து பத்துக்குடம் தண்ணீ ஊத்தி பத்துப் பூ பூத்தது என்று கூறிய பிறகு பத்தாவது வார குஞ்ச பட்டுனு புடிச்சுக்க' என்று பாடி முடிக்கின்றனர். பாடலின் இறுதிவரி வருகின்றபோது கைகளுக்குள் அகப்படுகிற ஒருவரைப்

பிடித்துக் கொள்கின்றனர். உடனே ஓடுபவர்களில் முதலாவதாக நிற்பவர் பிடித்துக்கொண்டிருப்பவர்களிடம் கீழ்க்கண்டவாறு உரையாடுகின்றார்.

ஓடுபவர்	-	ஏய்யா என் நெல்லத் திண்டுச்சு
பிடித்திருப்பவர்கள்	-	ஏன்யா என் நெல்லத் திண்டுச்சு
ஓடுபவர்	-	இந்தா நெல்லுக்கு நெல்லு

பின் ஓடுபவர்கள் அனைவருமாக வாவா சூத்தக்கா, போபோ சூத்தக்கா என்று பாடுகிறார்கள். பின் பிடித்துக் கொண்டிருக்கும் இருவரும் கைகளுக்குள் மாட்டியவரிடம்

பாய்சுத்து என்று கூறத் தன்னைத்தானே சுற்றிக்கொள்கிறார்.

புளியங்கா புடுங்கு என்று கூறப் புளியங்காய் பறிப்பது போல் பாவனை செய்கிறார்

சோறாக்கு என்று கூற அவர்களிருவர் கைகளிலும் சோறாக்குவது போல் செய்கிறார். பிறகு ஒஞ் சோத்துல ஈ விழுந்துச்சா (அல்லது) எறும்பு விழுந்துச்சா? என்று கேட்டு எறும்பு விழுந்துச்சு என்று கூறுகிறார். பிறகு ஓம் முறைக்காரபேரு சொல்லு என்று கேட்டு அவர் கூறியவுடன் விட்டு விடுகிறார்கள்.

பிற

விளையாடியவர்கள்		திருமண உறவுடைய முறைப்பெயர்கள்
அழகுராணி	-	ரமேசு
முத்துலட்சுமி	-	சின்னச்சாமி
லிங்கம்மாள்	-	பாண்டியன்
கண்ணன்	-	செல்லாயி
அழகுமயில்	-	ஆண்டிபட்டி
அழகு	-	சேரநசி

இவ்விளையாட்டு விளையாடுகின்றபோது விளையாடியவர்கள் தங்கள் திருமண உறவுடைய பெயர்களை எந்தவிதத் தயக்கமுமின்றிக்

கூறினர். இதனைப் பெரிய விசயமாக எடுத்துக்கொள்ளவில்லை.

சேகரித்த இடம் - தேன்கல்பட்டி-8.5.95

3. திரிதிரியம்மா திரிதிரி விளையாட்டு

சிறுமிகளால் மட்டும் விளையாடப்படும் விளையாட்டு இது (8-14 வயது). 10 முதல் 14 பேர் வரை விளையாடும் விளையாட்டு. முதலில் உத்திபிரித்தல் முறையின் மூலம் விளையாடுகின்றவர்கள் இரண்டு அணிகளாகப் பிரிந்து கொள்கின்றனர்.

முதலில் ஒரு அணியினர் தரையில் ஒருவர் பக்கத்தில் ஒருவராக வரிசையாகக் காலை நீட்டி அமர்ந்து கொள்கின்றனர். அடுத்து இவர்களுக்குப் பின்னால் அடுத்த அணியினர் இவர்களை எதிர் நோக்கியவாறு கால்களை நீட்டி அமர்ந்து கொள்கின்றனர்.

ஒரு அணியைச் சேர்ந்த தலைவி தன்னிடமுள்ள திரியினைத் (சிறிய கல், சிறிய கிழிந்த துணி, சிறிதாகச் சுருட்டப்பட தாள்) தன்னுடைய கைகளுக்குள் மறைத்து, கையைப் பாவடைக்குள் மறைத்துக் கொண்டு அமர்ந்திருக்கும் ஒவ்வொரு நபரிடமும் அவர்களுடைய மடிக்குள் கையைக் கொண்டு சென்று

திரிதிரியம்மா திரிதிரி
தில்லாடத்தா (ன்) பொம்மதிரி
காசுகண்டே (ன்) கடையில
வெச்சுக்கம்மா வெச்சுக்க
மூடிக்கம்மா மூடிக்க
அமுக்கிக்கம்மா அமுக்கிக்க

என்று பாடிக்கொண்டே திரியினை ஒருவருடைய மடியில் மறைத்து வைத்து விடுகிறார். மறைத்து விட்டேன் என்று கூறிய பிறகு எதிரணியின் தலைவி அத் திரி இருக்கிற நபரின் பெயரைக் கூறுகிறார். அவர் கூறுவது சரியாக இருந்தால் எதிரணியினர் விளையாடு கின்றனர். தவறாக இருந்தால் முதலில் ஆடிய அணியினரே மீண்டும் விளையாடுகின்றனர்.

எதிரணித் தலைவி திரி இருக்கும் நபரைச் சரியாகக் கூறாவிட்டால் அந்தத் திரி இருக்கின்ற நபர் அத்திரியை தன் அணித்தலைவியிடம் கொடுத்துவிட்டுத் தானிருக்குமிடத்தை விட்டு எழுந்து நின்று தன்னிரு கால்களையும் ஒன்றாகச் சேர்த்து ஒரே சமயத்தில் இரு கால்களாலும் முன்னால் தாண்டிக் குதித்து அந்த இடத்திலேயே கால்களை நீட்டி

அமர்ந்து கொள்கிறார். அடுத்த முறை திரிவைக்கின்றபொழுது அணித் தலைவி முன்னால் அமர்ந்திருக்கும் இந்த நபரிடமும் சென்று திரியை வைக்கின்றார். இப்படியே விளையாட்டு தொடர்கிறது. இறுதியில் விளையாட்டு எல்லையை முதலில் சென்றடையும் ஒருவரைச் சார்ந்த அணியினரே வெற்றி பெற்றவர்களாகிறார்கள்.

விளையாட்டின் ஆரம்பத்திலேயே தாங்கள் விளையாடும் இடத்திலிருந்து சிறிது தொலைவிலிருக்கும் ஓரிடத்தை தங்களுடைய விளையாட்டு எல்லையாக நிர்ணயித்துக் கொள்கின்றனர்.

சேகரித்த இடம்: வலையபட்டி-14.9.96

பிற

1. இவ்விளையாட்டில் தண்டனையாகத் தோற்ற அணியினரில் ஒருநபர் விளையாட்டு ஆரம்பமாகும்போது இருந்த இடத்திலேயே இருந்தால் அவருக்கு மற்றவர்களால் சடங்கு வைக்கப்படுகிறது. ஆய்வாளரால் இதனைப் பார்க்கமுடியவில்லை. தோல்வியடைந்த சிறுமி எழுந்து ஓடிவிட்டதால் சடங்கு வைக்கப்படவில்லை.

2. ஒரு அணியின் ஒரு நபர் மட்டுமே வெற்றி எல்லையைத் தொடுவது போதுமானது என்பதால் முதலில் விளையாட்டு ஆரம்பித்த இடத்திலிருந்து முன்னால் தாண்டும் நபருக்கு முக்கியத்துவம் தரப் படுகிறது. முதலில் ஒருவர் மட்டுமன்றி ஒரு அணியில் அடுத்தடுத்து இருவர் தாண்டிக் குதித்து அமர்ந்து விட்டால் அந்த அணியினரே வெற்றி பெற்று விடுகின்றனர். ஏனெனில் மேலும் மேலும் முன்னேறி விரைவில் எல்லையைத் தொடவேண்டும் என்பதற்காக அவர்களிருவரில் ஒருவரிடமே அடிக்கடி திரி மறைக்கப்படுகிறது. இருவராக இருப்பதால் எதிரணித்தலைவியால் திரியிருக்கும் நபரைக் குறிப்பிட்டுச் சரியாகக் கூறமுடியாது.

3. விளையாட்டுப்பாடலின் கடைசி மூன்று வரிகள் விளை யாட்டு நபர்களின் எண்ணிக்கையைப் பொறுத்து அமைகிறது. நான்காவது வரியுடனே பெரும்பாலும் பாடல் முடிகின்றது. விளையாட்டு நபர்கள் எண்ணிக்கைக் கூடும் போது ஐந்து, ஆறாவது வரிகள் சேர்த்துக் கொள்ளப்படுகின்றன.

4. இவ்விளையாட்டு 'மோதிரம் வைத்து விளையாடுதல்' என்கிற மற்றொரு பெயருடன் விளையாடப்படுகிறது. விளையாட்டில் பயன்படுத்தப்படும் கல் (கல் மட்டும் பயன்படுத்தப்படும்) மோதிரம் என்றழைக்கப்படுகிறது. விளையாட்டில் பாடல்கள் பாடப்படுவதில்லை. (தேன்கல்பட்டி)

5. இவ்விளையாட்டு ஊமச்சிகுளம் என்கிற ஊரில் 'கல்லு கொடுத்தான் களவாணி' என்கிற பெயரில் விளையாடப்படுகிறது. ஒவ்வொருவரிடமும் கல்லை மறைக்கும்போது கல்லு கொடுத்தான் களவாணி என்கிற ஒருவரியை மட்டும் பாடலாகத் திருப்பித் திருப்பிப் பாடிக் கொண்டே கல்லை மறைக்கின்றனர். திரி என்கிற பெயர் பயன்படுத்தப்படவில்லை. தண்டனையும் கிடையாது.

4. கிளித்தட்டு விளையாட்டு

சிறுவர்கள் மட்டும் விளையாடும் விளையாட்டு இது. (8-15 வயது). எட்டு அல்லது பத்து நபர்கள் மட்டுமே இவ்விளையாட்டை விளையாடமுடியும். விளையாடுபவர்கள் உத்திபிரித்தல் முறையில் இரு அணிகளாகப் பிரிந்து கொள்கின்றனர். பின் தரையில் கீழ்க்காண்பது போல் விளையாட்டுக் கட்டம் வரைகின்றனர்.

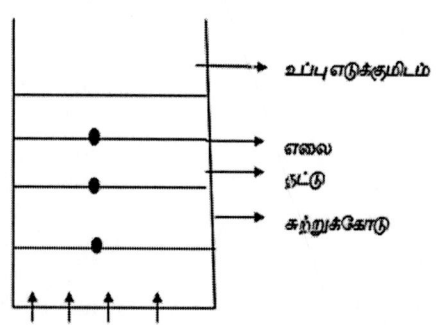

● - பிடிக்கும் அணியினர் நிற்குமிடங்கள்

↑ - ஓடும் அணியினர் களத்தில் இறங்கத் தயாராக நிற்குமிடம்

படத்தில் கண்டவாறு நீள்வாக்கில் ஒரு சதுரக்கோடு கிழித்து அதனை நடுவில் மற்றொரு நீளமான கோட்டினால் இரண்டாகப் பிரிக்கின்றனர். பின்பு குறுக்காக மூன்று கோடுகள் கிழித்து இரண்டு நீளப்பிரிவில் ஒரு பிரிவிற்கு நான்கு கட்டங்களாக மொத்தம் எட்டுக் கட்டங்களைக் கொண்ட கோடு கிழிக்கின்றனர். இந்தக் குறுக்குக் கோடுகள் 'எலை' / எனப்படுகின்றன. எட்டுக் கட்டங்களும் தட்டு என்றழைக்கப்படுகின்றன.

எச்சில் ஓடு சுண்டுதல் முறையில் ஓடுகின்ற அணியினரும் பிடிக்கின்ற அணியினரும் யார்-யாரெனத் தீர்மானித்துக் கொள்கின்றனர். பிடிக்கும் அணியின் தலைவர் சுற்றுக்கோட்டில் நின்று கொண்டிருக்கிறார்.

ஓடும் அணியினர் கட்டடத்தில் இறங்குவதற்குத் தயாராக நின்றவுடன் அவர் இறங்கலாம் என்று கூறுகிறார். உடனே ஓடும் அணியினர் தனித்தனியாகவோ மொத்தமாகவோ விளையாட்டுக் கட்டத்தினுள் இறங்குகின்றனர். ஒவ்வொரு கட்டமாகத் தாண்டி எதிர்ப்பக்கம் சென்று அங்கிருந்து சிறிது மண்ணை எடுத்துக்கொண்டு மீண்டும் பழைய இடத்திற்கே வருகிறார்கள். இவ்வாறு போகின்றபோதும் வருகின்ற போதும் பிடிபடும் அணியினரிடம் அடிபடாமல் செல்கிறார். வெற்றிக்குக் குறிப்பிட்ட எண்ணை நிர்ணயித்துக் கொண்டு விளையாடுகின்றனர். வெற்றி எண்ணிக்கையை முதலில் அடையும் அணியினரே வென்றவர்களாவர்

சேகரித்த இடம் - *கச்சைகட்டி-12.12.94*

பிற

1. பிடிக்கும் அணியின் தலைவர் தன்னுடைய அணியினருக்கும் தெரிவிக்கும் வகையில் 'கிளி இறங்குதுடோய்' என்று சத்தமாக அறிவிக்கிறார். நால்வரில் ஒருவர் மண் எடுத்துக் கொண்டு வந்தாலும் அவ்வணியினரே வென்றவர் என்பதால் ஒருவர் மட்டும் மண் எடுத்துக்கொண்டு வருவதில் அனைவரும் கவனமாக இருக்கினறனர். கட்டத்தைத் தாண்டுகின்ற சமயத்தில் ஓடுகின்றவர்களைப் பிடிக்கின்ற வர்கள் தொட்டு விட்டால் 'கிளி அடி' என்று கூறுகின்றனர். உடனே அடிபட்டவர் வெளியேறிவிடுகிறார். அவர் அவுட்.

2. இவ்விளையாட்டில், விரைவும். சுதாரிப்பும் (கவனமும்) அதிகமாகத் தேவை. ஒருவர் வேகமாகச் சென்று எதிர்ப் பக்கத்தில் உப்பு எடுத்துக்கொண்டு வருவது எளிது. அதுவும் தன் அணியினர் அனைவருமாகக் கூட்டமாகக் கட்டத்தினுள் இறங்கும்போது பிடிக்கும் அணியினர் யாரைத் தொடுவது என்று நிற்கும்போதே ஒருவர் வேகமாகத் தாண்டிச் செல்வது எளிது. ஆகவேதான் ஓடும் அணியினர் கூட்டமாகக் கட்டத்தினுள் இறங்குகின்றனர். இவ்வாறு நடைபெறின் ஒரு ஆட்டம் வேகமாக முடிவடைந்து விடும். தனியொருவராக மாட்டிக்கொண்டால் உப்பு எடுப்பதும் கடினம். மீண்டும் பழைய இடத்திற்கு வருவதும் கடினம். ஆட்டம் முடிவதற்கு வெகுநேரமாகும். ஆகவேதான் விரைவாக விளையாடுகின்றவர்களே இவ்விளையாட்டிற்குச் சேர்த்துக் கொள்ளப்படுகிறார்கள்.

இரண்டாவது, கவனம் அதிகம் வேண்டும். ஒரு கட்டத்தினுள் ஒருவர் நிற்கும்போது அவர் நான்கு புறமும் பார்த்துக்கொண்டே இருக்க வேண்டும். ஏனெனில் ஒரு கட்டத்தின் நான்கு கோடுகளிலும்

நகர்ந்து வந்து அடிக்கும் வாய்ப்பு பிடிக்கும் அணியினருக்கு இருப்பதால் கவனமாக நிற்க வேண்டியிருக்கிறது

3. பிடிக்கும் அணியினரில் தலைவர் சுற்றுக் கோட்டிலும் நடுவிலுள்ள நீளக்கோட்டிலும் மட்டுமே நகரமுடியும். மற்றவர்களால் குறுக்குக்கோட்டில் (எலை) மட்டுமே நகரமுடியும். ஓடும் அணியினர் கட்டடத்திற்குள் மட்டுமே ஓடவேண்டும். வெளியே செல்லக்கூடாது.

4. ஓடும் அணியினரில் ஒருவர் மட்டுமே உப்பு எடுத்து வந்தாலும் போதுமானது என்றாலும் அனைவருமே ஆரம்பத்தில் விளையாட்டுக் கட்டடத்தினுள் இறங்கியிருக்க வேண்டும். ஒருவர் மட்டும் இறங்காமலிருந்தால் உப்பு எடுத்துவர இயலாது. ஆதலால் ஆரம்பத்திலேயே பிடிக்கும் அணியினர் ஓடுகின்ற ஒருவரை இறங்கவிடாமல் செய்துவிடுகின்றனர். ஓடுகின்ற அணியினர் கட்டடத்தினுள் இறங்குமிடத்தில் அக்கோட்டில் தலைவரே நிற்கிறார். மேலும் அங்கே அனைவரும் இறங்க முடியாதாகையால் இறங்கும் போதே சிலர் அடிபட்டு விடுகின்றனர். ஆதலால் விளையாட்டின் துவக்கத்தில் இறங்கும்போது அதிக நேரமாகிறது. இச்சமயத்தில்தான் பிடிக்கும் அணியினர் பிடிப்பதில் கவனமாக இருக்கும்போது இருவரை அடிகொடுத்துவிட்டு ஒருவர் வேகமாக எதிர்ப்பக்கம் சென்று விடுகிறார்.

5. ஒருவர் ஒரு கட்டடத்தினுள் நிற்கும்போது அவரை மற்ற நான்கு கோடுகளிலிருந்தும் கை நீட்டித் தொடலாம் என்பது விதியாக இருந்திருக்கிறது. இன்று இது பல இடங்களில் இல்லை. அனைவரும் விரைவில் அடிபட்டு விடுவார்கள் என்பதாலும் விளையாட்டில் ஒரு அணியினராவது வெல்வது கடினம் என்பதாலும் இவ்விதி அதிகமாக மேற்கொள்ளப்படவில்லை.

6. இவ்விளையாட்டு மற்றொரு ஊரில் கீரி விரட்டுதல் என்கிற பெயருடன் விளையாடப்படுகிறது. (வண்ணாம்பாறைப்பட்டி) விளையாட்டுப் பெயர் மட்டும்தான் மாற்றம். மேலும் கிளிகளுக்குப் பதிலாகக் கீரி என்கிற பெயர் பயன்படுத்தப்படுகிறது. மேலும் பிடிக்கும் அணியின் தலைவர் கீரி, கீரி, கீரி என்று கூறிக் கொண்டே சுற்றுக் கோட்டில் ஓடவேண்டும். நடுக் கோட்டில் அவரால் ஓட முடியாது. குறுக்குக் கோட்டில் நிற்கும் பிடிக்கும் அணியினர் அதற்கருகிலிருக்கும் நடுக் கோட்டை மட்டும் பயன்படுத்திக் கொள்ளலாம். இவ் விளையாட்டில் அணிக்கு ஐந்து பேராக பத்துபேர் மட்டும் விளையாட முடியும்.

5. தில்லி தில்லி பொம்மக்கா விளையாட்டு

இருபாலரும் விளையாடும் விளையாட்டு இது. வயது வரம்பு இல்லை. இதில் இரண்டுபேர் மட்டுமே விளையாடமுடியும். கிச்சு கிச்சு தாம்பாளம், திரித்திரி பம்பக்கா ஆகிய வேறுபெயர்களும் இவ்விளையாட்டிற்கு உள்ளன.

அதிகமாக மணல் இருக்கின்ற இடங்களில் இதனை விளையாட முடியும் முதலில் இருவர் எதிரெதிரே அமர்ந்து கொள்கின்றனர். தங்களுக்கு இடையில் உள்ள மணலை நீளமாகக் குவித்துக் கொள்கின்றனர். முதலில் ஒருவர் சிறிய கல், அல்லது செத்தை அல்லது குச்சி அல்லது சிறிய துணி போன்ற பொருளில் ஒன்றை எடுத்துக் கொண்டு அதனை ஆள்காட்டிவிரல் மற்றும் கட்டைவிரல் நுனிகளால் பிடித்துக் கொண்டு குவிக்கப்பட்ட மணலில் நுழைத்து கையை முன்னும் பின்னுமாகக் கொண்டு சென்று அப்பொருளை மணலில் மறைத்துவிடுகிறார். அவ்வாறு மறைக்கின்ற பொழுது

'தில்லி தில்லி பொம்மக்கா

தில்லாட்டம் பொம்மக்கா

அள்ளி அள்ளி வெச்சுக்கோ

அள்ளி அள்ளி வெச்சுக்கோ'

என்ற பாடலைப் பாடுகிறார். பொருளை மறைத்ததும் எதிரே யிருப்பவர் தன் இரு கைவிரல்களையும் கோர்த்துக் கொண்டு அக் கைகளை மணலின் ஓரிடத்தில் வைக்கிறார். அவருடைய கைகளுக்குள் மறைக்கப்பட்ட பொருளிருந்தால் அவர் வென்றவராகிறார். ஆட்டத்தை அவர் விளையாடுகின்றார். அதற்கு அடையாளமாகத் தனக்குப் பக்கத்தில் சிறிய மண் குவியலை வைத்துக் கொள்கிறார். அவ்வாறு கண்டுபிடிக்க முடியாவிட்டால் முதலில் பொருளை மறைத்து வைத்தவரே வென்றவராகிறார். அவரே மீண்டும் ஆடத் தொடங்குகிறார். தான் வென்றதற்கு அடையாளமாகத் தனக்கருகில் ஒரு மண்குவியலை வைத்துக் கொள்கிறார். ஆட்டம் தொடர்ந்து நடைபெற்று முதலில் பத்து மணல் குவியல்களைச் சேர்த்து வைப்பவரே விளையாட்டில் வென்றவராகிறார். எண்ணிக்கை பத்து என்பது விளையாட்டு ஆரம்பமாகின்றபொழுதே வெற்றி எல்லையாக நிர்ணயிக்கப்படுகிறது.

இச்சமயத்தில் விளையாடியவர்களுடன் வேடிக்கை பார்க்கின்ற மற்றவர்களும் சேர்ந்துகொள்கின்றனர்.

பிறகு தோற்றவரின் இருகைகளையும் அவரின் முதுகுப்பக்கமாக ஒன்றன் கீழ் ஒன்றாக வைக்கச் சொல்லி கைநிறைய (வெற்றிபெற்ற 10 மணல் குவியலைப் போட்டு அவரிடம் 'யானை முடிவேணுமா, பூனை முடிவேணுமா' என்று கேட்கிறார். அவர் யானைமுடி என்று கூறத் தலையிலிருந்து பெரிய முடியினைப் பிடுங்கிக் கையிலுள்ள மணலினுள் வைக்கிறார் (பூனை முடி என்றால் சிறிய முடி) பிறகு அவருடைய கண்களை இறுக்கமாகத் தன் கைகளால் மூடி விளையாடிய இடத்திலிருந்து மற்றொரு இடத்திற்குக் கூட்டிச் செல்கிறார். அப்போது

அனைவரும் - எங்கபோற

தோற்றவர் - காசிக்குப்போறேன் என்று பாடிக்கொண்டே செல்கின்றனர். ஓரிடத்தில் முடியுடன் கூடிய மணலைப் போட்டு விட்டு மீண்டும்

அனைவரும் - எங்க போற

தோற்றவர் - வீட்டுக்குப் போறேன் -

என்று பாடிக் கொண்டே விளையாடிய இடத்திற்கு வந்துவிடுகின்றனர். வந்தபிறகு கண்களை முடிய கைகளை எடுத்து விட தோற்றவர் மணலையும் முடியையும் கண்டுபிடித்து எடுத்து வருகிறார். இப்பொழுது கண்டுபிடிக்க முடியாவிட்டால் வென்றவரை மணலைப் போட்ட இடத்திலிருந்து விளையாடிய இடம் வரை குதிரை சுமப்பது போன்று சுமந்து செல்கிறார். கண்டுபிடித்துவிட்டால் குதிரை சுமக்க வேண்டியதில்லை.

சேகரித்த இடம் - புளியங்குளம்- *12.5.93*

பிற

1. இவ்விளையாட்டில் பயன்படுத்தப்படும் மற்றொரு பாடல்

திரித்திரி பம்பக்கா
தீத்தக்கா பம்பக்கா
பாத்தவங் கண்ணுல
பாம்பு கொத்த
எடுத்தவங் கையில
எறும்பு கடிக்க

2. சில இடங்களில் இவ்விளையாட்டில் யானைமுடி என்றால்

தலைமுடியும் பூனைமுடி என்றால் கண் இமையிலுள்ள முடியும் எடுக்கப்படுகிறது.

6. தென்னை மரம் விளையாட்டு

இருபாலரும் விளையாடுகின்ற விளையாட்டு. விளையாடும் நபர்களுக்கு எண்ணிக்கை கிடையாது.

விளையாடுகின்றவர்களனைவரும் தங்கள் இரு கைகளையும் தலைக்கு மேல் தூக்கிக்கொண்டு தென்னை மரம் போன்று நிற்கின்றனர். சிறிது இடைவெளி விட்டு அருகருகே இரண்டு நபராகச் சேர்ந்து அனைவரும் பிரிந்து நின்று கொள்கின்றனர். இவர்களைத் தவிர ஒருவர் புல்லை அறுப்பவராகவும் மற்றொருவர் தோப்பிற்குச் சொந்தக்காரராகவும் நின்று கொள்கின்றனர்.

முதலில் ஒருவர் தென்னை மரத்திற்கு அடியில் அமர்ந்து கொள்ள, தோப்புக்காரர் வந்து 'இங்க என்ன செய்யுற' என்று கேட்க அவரும் 'என் மாட்டுக்கு புல்லறுக்க வந்தேன் - புல்லு வேணும்' என்று கூறுகிறார். தோப்புக்காரரும் 'சரி தென்னை மரத்தை வெட்டாம புல்ல மட்டும் அறுத்துக்க' - என்று கூறிவிட்டுச் சிறிது தள்ளி நின்று கொள்கிறார்.

புல்லை அறுப்பவர் தென்னை மரத்தையும் சேர்த்து வெட்டி விடுகிறார். உடனே தோப்புக்காரர் அவரைப் பிடித்து தோப்புக்காரர் - 'ஏன்யா என் மரத்த வெட்டுன' என்று கேட்க புல் அறுப்பவர் - 'தெரியாம வெட்டிட்டேன்' என்கிறார்

தோப்புக்காரர் - 'எல்லாத்தையும் நிமித்தி வெச்சுட்டுத்தான் போகணும்' என்று கூறுகிறார்.

தென்னை மரத்தை வெட்டியதாகக் கூறப் பட்டவுடன் இரண்டிரண்டு பேராக நின்று கொண்டிருந்தவர்கள் உடனே தரையில் படுத்துக் கொண்டு ஒருவரையொருவர் இறுக்கமாகக் கட்டிப் பிடித்துக் கொள்கின்றனர்.

புல்லை அறுத்தவர் இவர்களை மிகச் சிரமப்பட்டு பிரித்து ஒருவரை மட்டும் எழுப்பி நிற்க வைத்துவிடுகின்றார். இரண்டில் ஒருவரைப் பிரித்து நிற்கையில் பிறகு அதனுடைய சோடியான மற்றொரு தென்னை மரமாகக் கிடப்பவரைத் தொட்டவுடனேயே அவர் எழுந்து நின்று விடுகிறார். இவ்வாறு அனைத்து நபர்களையும் நிற்க வைத்தவுடன் விளையாட்டு முடிவடைகின்றது. இப்பொழுது

சிறுமிகளால் மட்டுமே அதிகமாக விளையாடப்படுகிறது.

சேகரித்த இடம் - சின்ன உடைப்பு-10.7.95

7. வெள்ளரிக்கா தோட்டத்துல விளையாட்டு

சிறுமிகளால் மட்டுமே விளையாடப்படும் விளையாட்டு. சிறுமிகளனைவரும் வட்டமாக நின்றுகொண்டு ஒருவர் கைகளை மற்றவர் கோர்த்துக்கொண்டு ஒரு காலைத் தூக்கி ஆட்டி மற்றொரு காலினால் குதித்து ஒவ்வொருவரும் ஆடிக்கொண்டே வட்டமாகச் சுற்றிக் கொண்டே வந்து சுற்றும்போது அனைவரும் பாடுகின்றனர்.

வெள்ளரிக்கா தோட்டத்துல வெளயாடப் போறேன்
கத்தரிக்கா தோட்டத்துல களை எடுக்கப்போறேன்
பூசணிக்கா தோட்டத்துல பூப்பறிக்கப் போறேன்

என்று பாடுகின்றனர். பாடிமுடித்ததும் கடைசியில் கையை விட்டு விட்டு அவரவர் இடுப்பில் கையை வைத்துக் கொண்டு இரண்டு கால்களையும் ஒன்றாகச் சேர்த்து தன்னிடத்திலிருந்து முன்னால் குதித்து

ஈச்சனக்கடி ஈலசா ஈச்சனக்கடி ஈலசா

என்று சொல்லிக்கொண்டு முன்னும் பின்னுமாக வேகமாகக் குதிக்கின்றனர். அவ்வாறு தொடர்ந்து கீழே விழாமல் குதிப்பவரே தைரியமானதும் உடல்வலிமையுடையவராகவும் கருதப்படுகிறார்.

சேகரித்த இடம் - வலையப்பட்டி-14.9.96

8. நாடு பிடித்து விளையாடுதல் விளையாட்டு

இவ்விளையாட்டு இருபாலராலும் விளையாடப்படுகின்ற விளையாட்டு. நான்கு நபர்கள் மட்டுமே விளையாடக்கூடிய விளையாட்டாகும். அடுத்த மூன்று கட்டங்களில் வரையப்பட்டிருக்கும் வரைபடங்கள் வெற்றி பெற்றவருக்குச் சொந்தமான இடங்கள்

படத்தில் வரைந்துகாட்டியபடி நான்கு சிறிய கட்டங்கள் கொண்ட சதுரமான கட்டத்தைத் தரையில் வரைந்து கொள்கின்றனர். நான்கு நபர்களில் ஒருவரை சாட் பூட் த்ரீ என்கிற முறையின் மூலம் பட்டவராகத் தேர்ந்தெடுக்கின்றனர். பின் மற்ற மூவரும் நான்கு சிறிய கட்டங்களில் தங்கள் தங்களுக்குரிய கட்டம் இதுவெனத் தீர்மானித்துக் கொள்கின்றனர்.

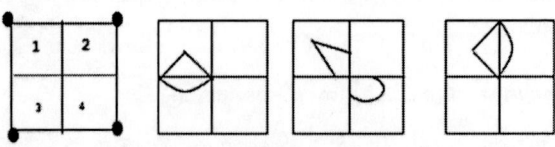

● - விளையாடுபவர்கள் முதலில் நிற்குமிடங்கள்

அவரவர் கட்டங்களின் வெளிப்பக்கமாக உள்ள மூலையில் நின்று கொள்ள பட்டவராக இருப்பவர் ஒரு சிறிய நீளமான குச்சியினை எடுத்துக்கொண்டு சதுரமான கட்டத்திலிருந்து சிறிது தூரம் தள்ளி (10அடி தொலைவில்) கட்டத்திற்குத் தன்னுடைய முதுகைக் காட்டியவாறு நின்றுகொண்டு பின்புறமாக அக்குச்சியினைத் தூக்கிக் கட்டத்திற்குள் எறிகின்றார். அந்தக் குச்சியானது நான்கு கட்டங்களில் யாருடைய கட்டத்தில் விழுகின்றதோ அவர் உடனே அந்தக் குச்சியினை எடுத்து மற்றவர்கள் மேல் வீசுகிறார். வீசப்படுகின்ற குச்சி யார்மேல் படுகிறதோ அவருக்குரிய விளையாட்டு இடத்திலிருந்து குச்சியை வீசியவர் தன்னால் முடிந்தவரை இடத்தை அளந்து எடுத்துக்கொள்கின்றார்.

இதற்கு முன் பட்டவரால் குச்சி வீசப்பட்டபின் குச்சி விழுந்திருக்கின்ற கட்டத்திற்குரியவர் அதனை எடுப்பதற்கு முன் மற்றவர்கள் தொலைவில் ஓடிவிடுகின்றனர். கட்டத்தில் விழுந்த குச்சியை எடுப்பவர். அவர்கள் நிற்கின்ற இடத்தை நோக்கிக் கட்டத்திலிருந்து மூன்று அடிமட்டும் தாண்டி மூன்றாவது அடியில் நின்று கொண்டு ஓடுபவர்கள் மீது படும்படியாகக் குச்சியை வீசுகிறார் குச்சியை அவர்கள் ஓடுகின்ற பொழுதும் ஓடிமுடிந்து நின்ற பிறகும் வீசலாம்.

ஓடுகின்றவர்களில் ஒருவரின் மீது குச்சி பட்டவுடன் குச்சியை வீசியவர் குச்சி பட்டவரின் கட்டத்தை நோக்கியவாறு தன் கட்டத்தின் இரண்டு கோடுகளின் மீது இரு கால்களையும் அகலமாகப் பரப்பிவைத்து நின்றுகொண்டு, வீசிய குச்சியை அவரிடமிருந்து பெற்றுக்கொண்டு அவருடைய கட்டத்தில் தன்னுடைய கை எட்டுகின்ற தூரம் வரையில் ஒரு அரைவட்டம் வரைகிறார். அந்த அரைவட்டத்திற்குட்பட்ட இடம் குச்சியினை வீசியவருக்குச் சொந்தமானதாகும். விளையாட்டு மீண்டும் தொடர்கின்றது. இப்பொழுது தன் இடத்தை இழந்தவர் பட்டவராகிறார். அவ்வாறின்றி

குச்சியை ஒருவர் மற்றவர் மேல் வீசும்பொழுது ஒருவர் மீதும் குச்சி படாவிட்டால் மீண்டும் அவரே பட்டவராகிறார். இவ்வாறு நான்கு சிறிய கட்டங்களில் அதிகமான இடம் ஒருவருக்குச் சொந்தமாகும் வரையில் இவ்விளையாட்டு தொடர்கின்றது.

விளையாட்டில் ஒருவர் முதலில் தன் இடத்தை முழுவதுமாக இழந்துவிட்டால் அவர் விளையாட்டை விட்டு வெளியேறிவிட மீண்டும் மற்றவர்களால் விளையாட்டு தொடரப்படுகிறது.

சேகரித்த இடம் - வண்ணாம்பாறைப்பட்டி-14.6.94

பிற

இவ்விளையாட்டில் விரைவு மிக முக்கியமான ஒன்றாகும். குச்சியானது யாருடைய கட்டத்தில் விழுகிறதோ அதை அவர் வேகமாக எடுத்து மற்றவர்கள் ஓடுவதற்கு முன் வேகமாக அவர்கள் மேல் எறிந்து விட வேண்டும்.

முதலில் பட்டவராக இருக்கும் கம்பு எறிகின்றவர் தன்னுடைய கட்டத்திலேயே கம்பை எறிந்துவிட்டாலும் அவரே ஓடிவந்து கம்பை எடுத்து ஓடுகின்ற மற்றவர்களின்மேல் எறிகின்றார்.

இவ்விளையாட்டு பெரும்பாலும் சிறுவன் களாலேயே விளையாடப் படுகிறது. சிறுவன்களுக்குரிய விளையாட்டாகச் சிறுமியரால் கருதப்படுகின்றது. ஆனால் நகர்ப்பகுதிகளில் இது இருபாலராலும் இணைந்து விளையாடப்படுகிறது (கோ. புதூர்).

நான்கு சிறிய கட்டங்களுக்கும் இந்தியா-பாகிஸ்தான், ஜப்பான், அமெரிக்கா போன்ற நாடுகளின் பெயர்கள் வைத்துக் கொள்ளப்படுகின்றன.

9. கொல கொலயா முந்திரிக்கா விளையாட்டு

இருபாலரும் விளையாடுகின்ற விளையாட்டு இது. அனைவரும் தரையில் வட்டமாக அமர்ந்து கொள்ள ஒருவர் கையில் சிறிய துணி ஒன்றை வைத்துக் கொண்டு அமர்ந்திருப்பவர்களைச் சுற்றி வட்டத்திற்கு வெளிப்புறமாக ஓடுகின்றார். ஓடுகின்ற பொழுது அவர் பாடலொன்றைப்பாட அவருக்குப் பதில் கூறுவதுபோன்று அமர்ந்திருப்பவர்கள் பாடுகின்றனர். அந்தப்பாடல் கீழே தரப்பட்டுள்ளது.

ஓடுபவர் - கொல கொலயா முந்திரிக்கா

அமர்ந்திருப்பவர்கள்	-	கொலஞ்சுபோச்சு கத்திரிக்கா/ (உன் வாயில பூசணிக்கா)
ஓடுபவர்	-	மாமரத்துல மாங்கா
அமர்ந்திருப்பவர்கள்	-	ஒன் வாயில ஊறுகா
ஓடுபவர்	-	ஓட்டு மேல ஏறுவேன்
அமர்ந்திருப்பவர்கள்	-	ஈட்டிய வச்சுக் குத்துவேன்
ஓடுபவர்	-	காலு வலிக்குது
அமர்ந்திருப்பவர்கள்	-	கட்டையக்கொண்டு சாத்திக்கோ / (கட்டுலுல சாஞ்சுக்கோ)
ஓடுபவர்	-	மேலு வலிக்குது
அமர்ந்திருப்பவர்கள்	-	மெத்தையில படுத்துக்கோ
ஓடுபவர்	-	வடிச்ச கஞ்சி கொட்டிப்போச்சு
அமர்ந்திருப்பவர்கள்	-	வாரி வாரி நக்கிக்கோ / (குடிச்சுக்கோ)
ஓடுபவர்	-	கப்பலோர் கப்பல்
அமர்ந்திருப்பவர்கள்	-	தூத்துக்குடி கப்பல்
ஓடுபவர்	-	உருளைக் கிழங்கு வேகுது
அமர்ந்திருப்பவர்கள்	-	உருண்டு உருண்டு போகுது
ஓடுபவர்	-	பச்சரிசியத் திம்பே(ன்)
அமர்ந்திருப்பவர்கள்	-	பல்ல ஒடப்பேன்

இவ்வாறு பாடியபடி ஓடிக்கொண்டே இருக்கின்ற நபர் ஓடும்பொழுது தன்னுடைய கையிலுள்ள துணியை அமர்ந்திருப்பவர்களில் ஒருவர் பின்னால் போட்டுவிட்டுப் போட்டதைக் கூறாமல் மேலும் பாடிக்கொண்டே ஓடுகிறார். பின்னால் துணி விழுந்த நபர் உடனே அதனை எடுத்துக் கொண்டு ஓடுபவரை விரட்டுகிறார். விரட்டிப்பிடித்துவிட்டால் முதலில் ஓடியவரே மீண்டும் சுற்றி வருகிறார். அவ்வாறின்றி முதலில் ஓடியவர் பிடிபடாமல் எழுந்தவரின் காலியான இடத்தில் அமர்ந்துவிட்டால் விரட்டியவர் பாடிக் கொண்டே சுற்றிவருகிறார். இப்படியே விளையாட்டு

தொடர்கிறது. மேலும் ஓடுகின்றவர் ஒருவரின் பின்னால் துணியைப் போட்டு ஒரு சுற்றுச் சுற்றி வரும் வரையிலும் அமர்ந்திருக்கும் நபர் கவனிக்காமலிருந்தால் ஓடுபவர் அந்தத் துணியை எடுத்து நன்றாக முறுக்கி அவருடைய முதுகில் அடிக்கிறார். மீண்டும் ஒரு சுற்று சுற்றும் வரையில் அடிக்கிறார். பின் அடித்தவர் அமர்ந்து கொள்ள அடிபட்டவர் பாடிக்கொண்டே சுற்றுகிறார்.

சேகரித்த இடம்: கச்சைகட்டி-*12.12.94*

பிற

1. இவ்விளையாட்டிற்கு மற்றொரு பாடல் பாடப்படுகிறது

ஊசிவிழுந்திருச்சு	-	உத்து உத்து பாத்துக்க
பாசி விழுந்திருச்சு	-	பாத்து பாத்து பெறக்கிக்க
பச்சரிசியைத் திம்பேன்	-	பல்ல உடைப்பேன்
புழுங்கரிசியைத் திம்பேன்	-	புதுப்பல்ல உடைப்பேன்

இங்கு விளையாடும்போது துணியினால் ஒருவர் அடிபட்டுவிட்டால் அவர் வெளியேறிவிடவேண்டும். அவர் அவுட்டாகக் கருதப்படுகிறார். இவ்வாறு ஒவ்வொருவராக வெளியேறிவிட வட்டம் குறுகிக்கொண்டே செல்கிறது. இறுதியில் மிஞ்சுகின்ற ஒருவர் வெற்றி பெற்றவராகக் கருதப்படுகிறார் (ஊமச்சிகுளம்)

2. இப்பாடலின் முதலிரண்டு வரிகள் மற்றொரு இடத்தில் ஓடிப்பிடிக்கும் விளையாட்டில் பயன்படுத்தப்படுகின்றன. மேலுள்ள முதல் பாடலின் காலுவலிக்குது என்பதில் தொடங்கி ஆறுவரிகளும் பாடப்படுகின்றன.

முதலில் ஒரு வட்டம் போட்டுக் கொள்கின்றனர். ஓடுபவர்கள னைவரும் வட்டத்திற்குள் நின்று கொள்ளப் பட்டு வருபவர் வட்டத்திற்காக போடப்பட்டிருக்கும் வட்டக் கோட்டின் மேல் ஓடிவருகிறார். வட்டக்கோட்டின் மேல் ஓடிக்கொண்டே வட்டத் திற்குள் ஓடுபவர்களைக் கைநீட்டித் தொடுகிறார். அப்பொழுது ஓடுபவர்களும் பட்டவரும் இந்தப் பாடலைப் பாடுகின்றனர்.

பட்டவர்	-	கால் வலிக்குது
ஓடுபவர்கள்	-	கட்டயக் கொண்டு சாத்திக்க
பட்டவர்	-	மேலு வலிக்குது
ஓடுபவர்கள்	-	மெத்தயில சாஞ்சுக்க

பட்டவர் - வடிச்ச தண்ணி கொட்டிப்போச்சு

ஓடுபவர்கள் - வாரி வாரி நக்கிக்க

பட்டவர் - டம்படக்கோ சிந்திப்போச்சு

ஓடுபவர்கள் - பெறக்கி பெறக்கி திண்டுக்க

பட்டவர் - ஊசியக் காணோம்

ஓடுபவர்கள் - உத்து உத்துப் பாத்துக்கோ

பட்டவர் - பாசியக் காணோம்

ஓடுபவர்கள் - பாத்துப் பாத்து பெறக்கிக்க

பாடலின் இடையில் ஒருவர் தொடப்பட்டாலும் அவர் பட்டவராக வரும்போது பாட்டு விட்ட இடத்திலிருந்தே தொடர்கிறது (வலையபட்டி).

10. காலாட்டுமணி கையாட்டுமணி விளையாட்டு

சிறுமிகள் மட்டுமே விளையாடக்கூடிய விளையாட்டு இது (8-12 வயது) சிறுமிகளனைவரும் இரண்டு அணிகளாக உத்திபிரித்தல் முறையில் பிரிந்து கொள்கிறார்கள். பின்னர் இரண்டு அணியினரும் ஒருவருக்கெதிர் ஒருவராக தங்கள் இருகால்களையும் நீட்டி அமர்ந்து கொள்கின்றனர். ஒருவருக்கெதிராக அமர்ந்திருப்பவர் அவருடன் சோடியாக உத்திபிடித்து வந்தவரே ஆவார்.

பிறகு இரண்டு அணித்தலைவர்களும் தங்கள் அணியினருக்கு வைக்கப்படும் புனைப்பெயர்கள் எதைப்பற்றியது என்று கூறிக் கொள்கின்றனர். புனைப் பெயர்கள் நடிகைகள், பூக்கள், பழங்கள், சில பொருள்கள் போன்றவற்றின் பெயர்களாக இருக்கின்றன. இரண்டு அணித்தலைவர்களும் தங்கள் அணியினர் ஒவ்வொருவருக்கும் ஒவ்வொரு புனைப்பெயரை மற்றவருக்குத் தெரியாமல் காதுக்குள் கூறுகின்றனர். பிறகு ஒரு அணித்தலைவர் மற்றொரு அணியினரிடம் சென்று அவர்களில் ஒருவரின் கண்ணைத் தன் இருகைகளாலும் இறுக மூடிக்கொண்டு

குமுதாவே வா

காலாட்டு மணி கையாட்டுமணி

கட்டிக்குடுத்தா எட்டுமணி என்று சொல்ல குமுதா என்கிற புனைப்பெயருடையவர் மெதுவாக எழுந்து சென்று கண் மூடப் பட்டவரை மெதுவாகக் கிள்ளிவிட்டு மீண்டும் வந்து அமர்கிறார். அவரும், அவரணியினரும் தலையைக் குனிந்து கொண்டு கால்களை ஆட்டிக்

கொண்டிருக்கின்றனர். கண் மூடப்பட்ட பெண் தன்னைக் கிள்ளிய குமுதா என்கிற புனைப்பெயருடையவரைச் சரியாக இவர்தான் என்று கூறிவிட இந்த அணியினர் ஒரு கேம் (எண்ணிக்கை) எடுத்ததாக அறிவிக்கப்படுகின்றனர். பிறகு வென்ற அணியின் தலைவர் எதிரணிக்குச் சென்று ஒருவரின் கண்ணை மூடி

ரோஜாவே வா

காலாட்டு மணி கையாட்டு மணி

கட்டிக்குடுத்தா எட்டுமணி என்று சொல்ல ரோஜா என்கிற புனைப் பெயருடையவர் வந்து அவரைக் கிள்ளிவிட்டுச் செல்கிறார். பின் அனைவரும் தலையைக் குனிந்து கொண்டு காலை ஆட்ட, கண்மூடப்பட்டவர் ரோஜா என்கிற புனைப்பெயருடையவரைச் சரியாகச் சொல்லவில்லை. ஆதலால் மீண்டும் முதலில் வெற்றி பெற்றவரே இரண்டு கேம்ப் (எண்ணிக்கை) பெற்றவராக அறிவிக்கப் பட்டனர். மீண்டும் இவ்வணித் தலைவரே தோற்ற அணியினரில் ஒருவரின் கண்ணை மூடுகிறார். இதற்கு முன்னர் ஒவ்வொரு ஆட்டத்திற்குப் பின்னும் அனைவருக்கும் தெரிந்த புனைப்பெயர் மாற்றப்படுகிறது. வேறு புதுப்பெயர் வைக்கப்படுகிறது. ஆட்டம் இவ்வாறு தொடர்கிறது.

விளையாட்டின் ஆரம்பத்திலேயே 10 கேம்ப் எடுக்கவேண்டும் என்று வெற்றி எல்லை தீர்மானிக்கப்படுகிறது. முதலில் 10 கேம்ப் எடுப்பவர்களே வென்றவர்கள் ஆகிறார்கள்.

தண்டனை

தோல்வியடைந்தவர்கள் வெற்றி பெற்றவர்களைக் குறிப்பிட்ட தூரம் வரையில் குதிரை சுமப்பது போன்று சுமந்து செல்ல வேண்டும். விளையாடிய இடத்திலிருந்து குறிப்பிட்ட தூரம் வரை வெற்றி எல்லையான 10 (கேம்ப்) எண்ணிக்கை வரை அதாவது பத்துமுறை சுமந்து சென்று மீண்டும் சுமந்து வரவேண்டும். விளையாட்டின் ஆரம்பத்தில் உத்திபிடித்து வந்தவர்களே இப்பொழுது ஒருவரையொருவர் சுமந்து செல்லவேண்டும்.

சேகரித்த இடம்: நல்லூர் - 10.9.04

பிற

1. இரண்டு அணியினரும் எதிரெதிராக அமரும்போது இருவ ருடைய கால் பாதங்களும் தொட்டுக்கொண்டிருக்க வேண்டும் என்பது ஒரு விதியாக இருந்திருக்கிறது. அவ்வாறிருந்தால் எதிரேயிருப்

பவர் கிள்ளுவதற்காக எழுந்திருக்கும்போது அவருடைய கால் விலகுவதிலிருந்து கண்டுபிடிப்பது எளிதாகையால் இன்று வழக்கில் இல்லை

2. ஒரே சமயத்தில் ஒருவருக்கே ஒன்றுக்கு மேற்பட்ட புனைப் பெயர்களை வைக்கின்றனர். கண்ணாடி, கண்ணாடிவளையல் என்கிற மூன்று புனைப்பெயர் ஒருவருக்குமட்டும் வைக்கப்பட்டது (வலையபட்டி)

3. கண்மூடப்பட்ட பெண்ணைக் கிள்ளுதல் மட்டுமன்றி அடித்தல், தலையில் குட்டுதல் போன்றவையும் காணப்படுகின்றன.

4. அணித்தலைவர் ஒருவரின் கண்ணை மூடி ரோசாப் பூவே ரோசாப் பூவே, மெல்ல வந்து கிள்ளிப்போ என்று கூற அவர் வந்து கிள்ளிவிட்டுச் சென்று அமர்ந்தவுடன் அவ்வணியினர் காலாட்டு மணி கையாட்டு மணி என்று பாடுகின்றனர் (தல்லாகுளம்)

5. தரையில் கையின் ஒரு விரலால் மண்ணைத் தடவி நாக்கில் நக்கிப் பார்த்து யாருக்கெதிரில் இருக்கும் மண் உப்புக்கரிக்கின்றதோ அவர்களே தன்னைக் கிள்ளியவர்கள் என்று கண்டுபிடிக்கின்றனர். அப்படியும் இது சரியாகக் கூறப்பட இல்லை (கொடிக்குளம்)

6. இவ்விளையாட்டில் குழப்பம் விளைவிக்கவும் ஒரு அணியினரே வெற்றிபெறவும் வேண்டுமென்றால் ஒரு அணிக்கு வேண்டப்பட்ட நபர் அல்லது ஒரு அணித்தலைவருக்கு வேண்டப்பட்டவர் எதிரணிக்கு உத்திப்பிரித்தலின் போதே அவர்களுக்குத் தெரியாமல் சென்றுவிடுகிறார். அவர் ஏதாவதொரு சைகையின் மூலமாகக் கிள்ளியவர் யாரெனக் காட்டிக்கொடுத்து விடுகிறார்.

7. தனக்குப் பிடிக்காதவரை அழுத்தமாகக் கொட்டுவதும் கிள்ளுவதும் அடிப்பதுமுண்டு. இதை வைத்தே சிலர் தன்னைக் கிள்ளியவரை எளிதில் கண்டுபிடித்துவிடுகின்றனர்.

8. ஒரு அணியின் தலைவியே தன் அணியினருக்குக் கொட்டியவரின் / அடித்தவரின் / கிள்ளியவரைச் சைகைமூலமாகக் காட்டிக் கொடுப்பதால் இரண்டு அணியினருக்கும் சண்டை ஏற்படுகிறது.

11. பூப்பூ புளியம்பூ விளையாட்டு

சிறுமிகள் மட்டும் இரண்டிரண்டு பேராக விளையாடும் விளையாட்டு இது. சிறுமிகளிருவரும் எதிரெதிராக நின்று

கொள்கின்றனர் (8-12 வயது)

பூப்பூ புளியம்பூ
பொட்டில வச்ச தாழம்பூ
காத்துக்கு அணிஞ்ச பூ
கந்தசாமிய தொடுத்த பூ
ஆட்டு மாட்டு கொம்பெடுத்து
மேட்டு மேல சாத்தி
அழகான மாரித்தாயிக்கு பரிசம் போட்டு
மக்களூ மக்களூம் நாங்கதா (ன்)
மனுச மக்களூம் நாங்கதா (ன்)
கப்பலேறிக் கூத்துபோட்ட
கவுண்ட மக்களூம் நாங்கதா(ன்)
உற்றியோ சாட்ட உற்றியோ சாட்ட

இருவரும் கையைத் தட்டிக்கொண்டு பாடுவது இது. அவரவர் கைகளை ஒரு முறையும் இருவர் கைகளையும் சேர்த்து ஒருமுறையுமாகத் தட்டிக்கொண்டே இப்பாடலைப் பாடுகின்றனர். பாடலின் கடைசி வரியினைப் பாடும்போது மட்டும் கையிரண்டையும் இடுப்பில் வைத்துக் கொண்டு கால்களிரண்டையும் சேர்த்து வைத்துக்கொண்டு முன்னும் பின்னுமாகக் குதித்து ஆடுகின்றனர். இப்படியே குதிக்கும் போது அதிகநேரம் விடாமல் குதிப்பவரே வென்றவராகிறார்.

சேகரித்த இடம்: வலையபட்டி

2. பூப்பூ புளியம்பூ
பொட்டில வச்ச தாழம்பூ
நாலுகரண்டி நல்லெண்ண
நாப்பத்தாறு தீப்பெட்டி
நீயும் நானும் ஒண்ணு
ஒம் புருசன் வாயில மண்ணு

இப்பாடலும் மேற் கூறிய விளையாட்டின் போது பாடப்படுவது தான். மேற் சொன்னபடி கடைசி வரியின் போது ஆடும் ஆட்டம் கிடையாது.

12. பூப்பறிக்க வருகிறோம் விளையாட்டு

சிறுமியர் மட்டும் விளையாடும் விளையாட்டு (7-14 வயது) சிறுமிகளனைவரும் உத்திபிரித்தல் முறை மூலமாக இரு அணி களாகப் பிரிந்து கொள்கின்றனர். குறிப்பிட்ட இடைவெளியில் இரண்டு அணியினரும் ஒருவரையொருவர் பார்ப்பதுபோல நின்று கொள்கின்றனர். ஒரு அணியினர் மற்றொரு அணியை நோக்கி இரண்டு கால்களையும் மாறி மாறித் தரையில் பதித்து வேகமாக ஓடிவருகின்றனர். எதிரணி அருகில் வந்து பிறகு அதே வேகத்தில் பின்னோக்கித் தங்கள் பழைய இடத்திற்கே திரும்பாமல் வருகின்றனர். அவர்கள் பாதிதூரம் வரும்போதே எதிரணியினர் இவர்களை நோக்கி வேகமாக வருகின்றனர். இவ்வாறு மாறிமாறி இரண்டு அணியினரும் முன்னும் பின்னுமாகச் சென்று வருகின்றனர். அவ்வாறு வரும்போது தங்கள் அணியினரின் கைகளை ஒருவருக்கொருவர் பிடித்துக்கொள்கின்றனர். அப்போது இருவரும் பாடிக்கொள்ளும் உரையாடல் பாடல் கீழே தரப்படுகிறது.

ஒரு அணியினர்	-	பூப்பறிக்க வருகிறோம், பூப்பறிக்க வருகிறோம்
எதிரணியினர்	-	எந்த மாசம் வருகிறீர்? எந்த மாசம் வருகிறீர்?
ஒரு அணியினர்	-	மாசிமாசம் வருகிறோம் மாசி மாசம் வருகிறோம்
எதிரணியினர்	-	எந்தப் பூவைப் பறிக்கிறீர்? எந்த பூவைப் பறிக்கிறீர்?
ஒரு அணியினர்	-	மயிலு பூவைப் பறிக்கிறோம். மயிலு பூவைப் பறிக்கிறோம்
எதிரணியினர்	-	ஏட்டையா பூவைப் பறிக்கிறோம் ஏட்டையா பூவைப் பறிக்கிறோம்

பாடலின் ஒவ்வொரு வரியும் இரண்டு முறை பாடப் படுகின்றது. எந்தப் பூவைப் பறிக்க வேண்டும் என்பதை மட்டும் அணியின் தலைவர் கூறுகிறார். பாடல் முழுவதையும் அணியினர் அனைவரும் பாடுகின்றனர். பாடல் முடிந்ததும் இரண்டு அணிக்கும் இடையில் நடுவில் ஒரு கோடு கிழித்துக் கொள்கின்றனர். பறிப்பதாக அறிவிக்கப் பட்ட இருவரும் (2 பூக்களும்) அக்கோட்டிற்கு இருபுறமும் நின்றுக் கொண்டு ஒருவரையொருவர் பிடித்திழுக்கின்றனர்.

ஒருவர் மற்றவரைத் தன்பக்கம் இழுத்துவிட இழுக்கப்பட்டவர் இழுத்தவரின் அணியைச் சார்ந்தவராகிறார். பிறகு மீண்டும் பூப்பறிக்க

வருகிறோம் என்று பாடுவதுடன் விளையாட்டு தொடா்கிறது. இவ்வாறு ஒவ்வொருவராக ஒவ்வொரு அணியினரும் இழுக்க இழுக்க ஒரு கட்டத்தில் இரண்டு அணியினர் ஒரு அணியாகிவிடுகின்றனர். ஒரு அணி மற்றொரு அணியுடன் சேர்ந்துவிடுகிறது. அந்த மற்றொரு அணியே வென்ற அணியாகக் கருதப்படுகிறது. அத்துடன் விளையாட்டு முடிவடைகின்றது

சேகரித்த இடம் - தேன்கல்பட்டி-8.5.95

பிற

1, இவ்விளையாட்டில் வேகம் என்பதே சிறப்பானதாகும். அதாவது ஒரு அணியினர் மற்றொரு அணியினரை நோக்கி வேகமாகப் பாடலைப் பாடியபடியே வேகமாகச் சென்று வருவதுதான்.

2, மற்றொரு இடத்தில் இப்பாடலின் இறுதிவரியான மயிலு பூவைப் பறிக்கிறோம் என்று பாடியவுடன் எதிரணியினர் யாரைவிட்டு அனுப்புகிறீர் என்று கேட்க ஒரு அணியினர் மாலாவை விட்டு அனுப்புகிறோம் என்று கூறுகின்றனர். இது இவ்விடத்தில் இல்லை. இந்த மயிலும் மாலாவுமே ஒருவரையொருவர் இழுக்கும் முயற்சியில் ஈடுபடுவர். (வடபழஞ்சி)

13. சேமீஸ் விளையாட்டு விளையாட்டு

இருபாலரும் சேர்ந்து விளையாடும் விளையாட்டு இது. *(6-10* வயது*)*. முழுநீள வெள்ளைத்தாளை எடுத்துக் கொண்டு அதனைச் சிறிய சதுரமான துண்டுகளாகக் கிழித்துக்கொள்கின்றனர். விளையாட்டு நபர்களில் ஒருவருக்கு மூன்று துண்டுச் சீட்டுகளாக விளையாடும் நபர்களின் எண்ணிக்கக்கேற்றவாறு (ஏழு நபர்களுக்கு இருபத்தோரு சீட்டுகளாக) கிழித்துக்கொள்கின்றனர். அச்சீட்டுகளில் ஒரே நிறத்தை மூன்று சீட்டுகள் என்கிற எண்ணிக்கையில் எழுதுகின்றனர். ஒவ்வொரு மும்மூன்று சீட்டுகளிலும் கருப்பு, சிவப்பு, மஞ்சள், பச்சை, ரோஸ், வெண்மை, வெள்ளை என்று ஏழு நிறங்களை எழுதிக்கொள்கின்றனர். இது விளையாட்டு நபர்களின் எண்ணிக்கைக்கேற்ப மாறுபடும்.

பிறகு முழுநீள வெள்ளைத்தாளை எடுத்து அதில் விளையாட்டு நபர்களின் பெயர்களை எழுதி இரண்டு பெயர்களுக்கிடையில் வேறுபாட்டிற்கு நீளமாகக் கோடு போட்டுக் கொள்கின்றனர். அனைவரும் வட்டமாக அமர்ந்து கொள்கின்றனர். இப்பொழுது விளையாட்டின்போது அனைவருக்கும் கிடைக்கின்ற எண்களை வெள்ளைத்தாளில் அவரவர் பெயருக்குக் கீழே தொடர்ந்து எழுதுகின்ற

நபரையும் சீட்டுத்துண்டுகளைக் குலுக்கிப் போடுகின்ற நபரையும் யார் யாரெனத் தீர்மானித்துக் கொள்கின்றனர். கிழிக்கப்பட்ட சீட்டுத் துண்டுகளை அதில் எழுதப்பட்டிருக்கும் நிறத்தின் பெயர் வெளியில் தெரியா வண்ணம் மடித்துக் கொள்கின்றனர். இதற்குப் பின்னரே விளையாட்டு ஆரம்பமாகின்றது.

ஒருவர் மடிக்கப்பட்ட சீட்டுத்துண்டுகளையெல்லாம் தன் இருகைகளிலும் வைத்து நன்றாகக் குலுக்கியபின் தங்களுக்கு நடுவில் தரையில் போடுகின்றார். நடுவில் கிடக்கும் சீட்டுத் துண்டுகளை அனைவரும் ஒருவருக்கு மூன்று சீட்டுகள் வீதம் எடுத்துக் கொள்கின்றனர்.

ஒவ்வொருவரும் மற்றவருக்குத் தெரியாமல் தங்கள் சீட்டுகளில் உள்ள நிறங்களைப் பார்த்துக்கொள்கின்றனர். மூன்று சீட்டுகளிலும் ஒரே நிறங்கள் எழுதப்பட்டவையாக இருந்தால் அச்சீட்டுகளை உடையவர் சேமீஸ் என்று கூறியபடி தன்னுடைய கையைத் தரைமீது வைக்கின்றார். (ஒரே நிறமுள்ள பெயர்கள் மூன்று சீட்டுகளிலும் இல்லாவிட்டால ஒரே மாதிரியான மூன்று நிறங்களை சேர்க்கின்ற வரையில் ஒவ்வொருவரும் ஒருவரிடமிருந்து மற்றவருக்கென்று சேராத நிறம் எழுதப்பட்டிருக்கும் சீட்டை மாற்றிக் கொண்டே இருக்கின்றார்கள்)

தரைமீது கையை ஒருவர் வைத்தவுடன் அக்கையின் மீது மற்றவர்கள் வேகமாக ஒன்றன் மேல் ஒன்றாக தங்கள் வலது கையினை வைக்கின்றார்கள். பிறகு பேப்பரில் எண்ணிக்கையை எழுதுபவர் தன்னுடைய கையினை மட்டும் உருவிக்கொண்டு அனைவருக்கும் எண்ணிக்கையினை எழுதுகின்றார். தரையில் அடுக்கியது போல் வைக்கப்பட்டிருக்கும் கைகளில் - கை வைக்கப்பட்டு இருக்கின்ற இடத்தைக் கணக்கில் வைத்து இந்த எண்ணிக்கை கிடைக்கின்றது. அதாவது ஒன்றன் மேல் ஒன்றாக அடுக்கிவைக்கப்பட்டிருக்கும் கைகளில் முதலில் (மேல்) இருக்கின்ற கை 50 என்றும் அடுத்தது 100 முன்றாவது 150 என்றும் எண்ணிக்கையைக் கூட்டிக் கொண்டே எழுதி அடியில் இருப்பவர் கை 350 என்று எண்ணிக்கை எழுதுகிறார். சேமீஸ் என்று கூறித் தரையில் கை வைப்பவருக்கே அதிக எண்ணிக்கை கிடைக்கிறது. அனைவரின் பெயருக்கும் கீழே எண்ணிக்கையை எழுதியபின் சீட்டுகளை அனைவரிடமும் இருந்து பெற்று சீட்டுகளை மீண்டும் குலுக்கிப் போடுவதிலிருந்து ஆட்டம் தொடருகின்றது. வெள்ளைத்தாளின் ஒருபக்கம் நிறைகின்ற வரையிலும் இவ்விளையாட்டு நடைபெறுகிறது. அதிக எண்ணிக்கை

பெற்றவர் வென்றவராகிறார்.

சேகரித்த இடம் - வடபழஞ்சி- 6.6.93

பிற

1. தரையிலிருந்து எடுக்கப்படுகின்ற மூன்று சீட்டுகளில் இரண்டு சீட்டுகள் ஒரே நிறமாக எழுதப்பட்டிருப்பவையாக அல்லது மூன்றுமே வெவ்வேறு நிறங்கள் எழுதப்பட்டவையாக அமைகின்றன. அப்போது ஒரே நிறங்களின் பெயர்கள் எழுதப்பட்டிருக்கும் சீட்டுக்கள் சேர்கின்ற வரையில் ஒருவரிடமிருந்து மற்றவருக்குக் சேராத சீட்டினை வரிசையாக மாற்றிக் கொள்கின்றனர். அவ்வாறு மாற்றுகின்ற பொழுது ஒருவர் தனக்கு மற்றவர் தந்த சீட்டையே அடுத்தவருக்குத் தரக்கூடாது என்பது விதியாக இருக்கிறது. ஒருவர் தருகின்ற சீட்டைப் பெற்றுக்கொண்டு அவர் தன்னிடமுள்ள மற்ற சீட்டையே மற்றவருக்குத் தரவேண்டும் என்பது விதி.

2. விளையாட்டு நபர்கள் அனைவருமே வீட்டிலிருந்து வெள்ளைத்தாள் கொண்டு வரவேண்டும்.

3. அனைவரின் பெயர்களையும் எண்ணிக்கையையும் எழுதுவதற்கு முழுநீள வெள்ளைத்தாள் அல்லது சிலேட் பயன்படுத்தப்படுகிறது.

4. சிலேட்டில் எண்ணிக்கையை எழுதுபவரே முக்கியமான வராகக் கருதப்படுகிறார். இவரைத் தேர்ந்தெடுப்பதற்கே அதிகமான சச்சரவுகள், சண்டைகள் ஏற்படுகின்றன. இருந்தாலும் சிலேட் அல்லது வெள்ளைத்தாளுக்குச் சொந்தக்காரரே எண்ணிக்கை எழுது பவராகிறார்.

5. விளையாட்டில் தண்டனை எதுவும் கிடையாது

6. விளையாட்டு நபர்களனைவரும் வெள்ளைத்தாள் கொண்டு வர வேண்டுமென்று கூறினாலும் விளையாட்டு நபர்களில் வயதில் சிறியவரிடமிருந்தே பேனா, பென்சில், சிலேட், வெள்ளைத்தாள், குச்சி, சாக்பீஸ் போன்றவை பெறப்படுகின்றன. இல்லையெனில் அவரை விளையாட்டிற்குச் சேர்ப்பது இல்லை.

7. வேகமாக விளையாடுவதே இவ்விளையாட்டின் சிறப்பு அதாவது ஒருவரிடமிருந்து மற்றவருக்குச் சீட்டு வேகமாக மாறவேண்டும். மற்றொன்று முதலில் ஒருவர் தரையில் சேமீஸ் என்று கூறிக் கைவைத்தவுடன் மற்றவர்கள் வேகமாகக் கைகளை வைத்து

விடுகிறார்கள். ஏனெனில் கூடுதல் எண்ணிக்கை தரையிலி ருந்து ஆரம்பமாவதால் வேகமாகக் கைகளை வைத்து அதிக எண்ணிக்கை பெறுகின்றனர். சேமீஸ் என்று கூறுபவர் மட்டும் ஒரே நிறங்களை யுடைய மூன்று சீட்டுகள் சேர்த்தால் போதும். மற்றவர்கள் ஒரே நிறங்கள் எழுதப்பட்டிருக்கும் சீட்டுக்களைச் சேர்த்திருக்க வேண்டும் என்கிற விதிமுறை கிடையாது

8. இது ஆண்கள் விளையாடுகின்ற ரம்மி என்கிற சீட்டாட்டத்தை ஒத்ததாக இருக்கிறது.

14. அணில் விளையாட்டு

சிறுவன்கள் மட்டும் விளையாடக்கூடிய விளையாட்டு இது. மரங்கள் இருக்கின்ற இடத்தில்தான் அதாவது பெரியமரமாக இல்லாமல் ஓரளவு சிறியதாக இருக்கின்ற சிறுவர்களால் வேகமாக ஏறக்கூடிய அளவில் உயரமாக மரங்கள் இருக்குமிடத்தில்தான் இவ்விளையாட்டை விளையாட முடியும். மேலும் மரம் ஏறத் தெரிந்தவர்கள் மட்டுமே இந்த விளையாட்டை விளையாட முடியும்.

விளையாடுகின்ற சிறுவர்களனைவரும் கூடி சாட், பூட், த்ரீ மூலம் பட்டவரைத் தேர்ந்தெடுக்கின்றனர். மரத்திற்கருகில் மண்ணில் சிறிய கம்பினால் ஒரு வட்டம் போட்டுக்கொள்கின்றனர். ஒருவர் அந்த வட்டத்தில் நின்று கொண்டு தன்னுடைய ஒரு காலைமட்டும் தூக்கி அந்த இடைவெளியின் வழியாகக் கம்பினைத் தூக்கி வீசுகிறார். அவ்வாறு வீசியதும் விழுந்த இடத்திலிருந்து பட்டவரே அக்கம்பினை எடுத்து வருகிறார். அச்சமயத்தில் மற்றவர்களனைவரும் வேகமாக மரத்தின்மீது ஏறிக்கொள்கின்றனர்.

பட்டவர் கம்பை எடுத்துக்கொண்டு வந்து மீண்டும் அந்த வட்டத்திற்குள் போட்டுவிட்டு மரத்தில் இருப்பவர்களைத் தொடுவதற்கு முயற்சிக்கிறார். தரையில் இருந்தபடியே எட்டியும் மரத்தில் ஏறியும் தொட முயற்சிக்கிறார். ஆனால் பட்டவர் மரத்தில் ஏறும்போது மரத்தில் இருப்பவர்களில் ஒருவர் கீழே குதித்து அக்கம்பை எடுத்துவிட முதலில் பட்டவராயிருந்தவரே மீண்டும் பட்டவராகிறார். இவர் ஒருவரைத் தொட்டுவிட்டால் தொடப்பட்டவர் பட்டவராகிறார்.

கம்பினை வீசுகின்றபோது பட்டவர் குறிப்பிட்ட தூரத்தில் நிற்கிறார். அவரை நோக்கிக் கம்பை வீசுகின்றபோது பட்டவர் அதனைப் பிடித்துவிட்டால் வீசியவர் அவுட். விளையாட்டிலிருந்து வெளியேற்றப்படுகிறார்

சேகரித்த இடம்: கச்சைகட்டி

பிற

1. மரத்தில் ஏறியிருப்பவர்கள் மரத்தில் ஓரிடத்தில் அமர்ந்திருக்கக்கூடாது. கீழே குதித்து மீண்டும் ஏறலாம். அதாவது மரத்திலிருப்பவர்கள் ஒன்றும் செய்யாமல் அமர்ந்திருக்கக்கூடாது. மரத்திலிருந்து குதித்து ஓடலாம். ஓடுகின்றபோது பட்டவர் துரத்தி வந்து பிடிக்கலாம். ஒருமரம் மட்டுமல்ல அருகிலுள்ள மரங்களையும் பயன்படுத்தலாம். ஆனால் அது மற்றவர்களைத் தொடுவதற்குப் பட்டவருக்குக் கஸ்டமாக இருப்பதால் ஒருமரம் மட்டும் பயன்படுத்தப்படுகிறது

2. மரமேறிக்குரங்கு என்ற மற்றொரு பெயரும் இதற்கு உண்டு (புளியங்குளம்)

15. எலியும் பூனையும் விளையாட்டு

இருபாலரும் விளையாடும் விளையாட்டு இது. விளையாடுகின்ற நபர்களின் எண்ணிக்கை வரம்பு கிடையாது. எத்தனை பேர் வேண்டு மானாலும் ளையாடலாம். முதலில் பூனையாகவும் எலியாகவும் இருப்பவர்கள் யார் என்று முடிவுசெய்து கொள்கின்றனர். அவர் களைத் தவிர மற்றவர்கள் அனைவரும் வட்டமாக ஒருவர் கையை மற்றவர் பிடித்துக்கொண்டு நிற்கின்றனர். எலியாக இருப்பவர் வட்டத்திற்குள்ளும் பூனையாக இருப்பவர் வட்டத்திற்கு வெளியேயும் நின்று கொள்கின்றனர்.

பூனையாக இருப்பவருக்கும் வட்டமாக நிற்கும் நபர்களுக்கு மிடையேதான் உரையாடல் நடக்கிறது. எலியாக இருப்பவர் சைகைகள் மட்டுமே செய்கிறார். பூனையாக இருப்பவர் வட்டத்தைச் சுற்றிக்கொண்டே கேள்வி கேட்கிறார். வட்டமாக நிற்பவர்கள் சுற்றி நகர்ந்து கொண்டே பதில் கூறுகின்றனர். இவர்களுடைய பதில் எலியாக இருப்பவரின் செய்கையைப் பொறுத்து அதாவது எலியாக இருப்பவர் என்ன செய்கிறாரோ அதைப் பார்த்தபிறகுதான் பதில் கூறப்படுகிறது. அவ்வுரையாடல் கீழே தரப்படுகிறது

பூனை	-	எலி என்ன செய்யுது?
மற்றவர்கள்	-	தூங்குது
பூனை	-	எலிஎன்ன செய்யுது?
மற்றவர்கள்	-	இப்பதான் எந்திரிக்குது

பூனை	-	எலி என்ன செய்யுது?
மற்றவர்கள்	-	குளிக்குது
பூனை	-	எலி என்ன செய்யுது?
மற்றவர்கள்	-	தலை சீவுது
பூனை	-	எலி என்ன செய்யுது?
மற்றவர்கள்	-	பவுடர் அடிச்சு பொட்டு வைக்குது
பூனை	-	எலி என்ன செய்யுது?
மற்றவர்கள்	-	வீட்டுப்பாடம் எழுதுது
பூனை	-	எலி என்ன செய்யுது?
மற்றவர்கள்	-	சாப்பிடுது
பூனை	-	எலி என்ன செய்யுது?
மற்றவர்கள்	-	பைய எடுத்து மாட்டுது
பூனை	-	எலி என்ன செய்யுது?
மற்றவர்கள்	-	செருப்பு போடுது

எலியாக இருப்பவர் செருப்பு போட்டு முடிந்தவுடன் சுற்றியிருக்கும் அனைவருக்கும் காசு கொடுக்கின்றார். இவர் காசு கொடுப்பதுதான் எலி வெளியே வரப் போகிறது என்பதற்கான அறிவிப்பு ஆகும். இதைப் பார்த்தவுடன் பூனையாக இருப்பவர் எலியைப் பிடிக்கத் தயாராகிவிடுகிறார். அனைவருக்கும் காசு குடுத்து முடித்ததும் எலியாக இருப்பவர் வெளியே ஓடுகிறார். ஒரு குறிப்பிட்ட தூரம் சென்றபிறகு மீண்டும் பூனையின் கையில் அகப்படாமல் திரும்பி வட்டத்திற்குள் நுழைந்துவிட எலியாக இருப்பவரே வென்றவராகக் கூறப்படுகிறார். பிறகு அவர்களிருவரும் மற்றவர்களுடன் சேர்ந்துகொள்ள வேறு இருவர் எலியாகவும் பூனையாகவும் மாற விளையாட்டு தொடர்கிறது. வட்டத்தை விட்டு எலியும் பூனையும் ஓடுவதற்கான தூரம் முதலிலேயே நிர்ணயிக்கப் படுகிறது. அந்த தூரத்திற்கு அப்பால் எலியாக இருப்பவர் ஓடினால் விளையாட்டிலிருந்து வெளியேற்றப்படுகிறார்.

சேகரித்த இடம்: சின்ன உடைப்பு

பிற

1. சில இடங்களில் மற்றவர்கள் சொல்கின்ற பதிலை வைத்துத் தான் எலியாக இருப்பவர் செய்கைகளைச் செய்கிறார்

2. மற்ற இடங்களில் எலியாக இருப்பவர் செருப்புப் போடுவது தான் அது வெளியில் வருகிறது என்பதற்கான அறிவிப்பு. ஆனால் இங்கு காசு கொடுத்தல் புதிதாகச் சேர்க்கப்பட்டிருக்கிறது.

16. நாலு மூலைக்கல் விளையாட்டு

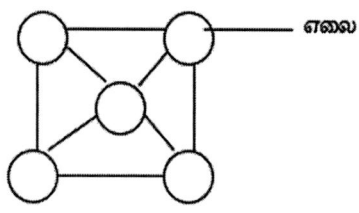

இருபாலரும் விளையாடும் விளையாட்டு இது. ஐந்து நபர்கள் மட்டுமே விளையாடமுடியும். முதலில் மணலில் கீழ்க்கண்டவாறு கட்டம் போட்டுக் கொள்கின்றனர்.

பிறகு பெரிய கற்களாக நான்கு கற்கள் எடுத்து அதனைக் கட்டத்தின் நடுவில் இருக்கும் வட்டத்தில் வைத்துக்கொள்கின்றனர். ஐந்து பேரில் ஒருவரை சாட் பூட் த்ரீ முறை மூலம் பட்டவராகத் தேர்ந்தெடுக்கின்றனர். நான்கு மூலைகளிலும் நடுவிலும் வரையப் பட்ட வட்டங்கள் எலை எனப்படுகின்றன. நால்வரும் சுற்றியுள்ள நான்கு வட்டங்களில் நின்று கொள்கின்றனர். பட்டவர் நடுவில் உள்ள வட்டத்தைச் சுற்றிக் கொண்டே அதனுள் இருக்கும் நான்கு கற்களையும் மற்ற நால்வரையும் எடுக்கவிடாமல் செய்கிறார். அதையும் மீறி ஒவ்வொருவரும் தனித்தனியாகவோ அல்லது ஒருவர் நான்கு கற்களையும் தானே எடுத்து மற்றவர்களுக்குத் தருகின்றார்.

நான்கு கற்களும் நால்வருக்கும் வந்த பிறகு அதனைத் தங்கள் வட்டங்களில் வைத்துவிட்டு நால்வரில் இருவர் இருவராகக் கட்டத்திற்கு கட்டம் மாறுகின்றனர். அப்போது பட்டவர் கட்டத்திற்கு வெளியே கட்டத்தை முழுவதுமாகச் சுற்றுகிறார். இருவர் தங்கள் கைகளை நீட்டினால் இருகைகளும் தொடுமளவிற்கு இடைவெளி மட்டுமே இந்த வட்டங்களுக்கிடையில் இருக்கின்றது. ஆகவே இருவர் இருவராகக் கைகொடுத்து நேராகப் பத்துமுறையும் நீளவாக்கில் பத்துமுறையும் கட்டத்திற்கு உட்பக்கமாக குறுக்கில் பத்துமுறையுமாக முப்பதுமுறை மாறுகின்றனர். இவ்வாறு மாறும் போது ஆளில்லாமல் காலியாக இருக்கும் வட்டத்தில் பட்டவர்

நின்றுகொள்கிறார். இப்போது அந்த இடத்திற்குச் சொந்தக்காரர் பட்டவராகக் கட்டத்தைச் சுற்றுகிறார். முப்பது முறை மாறியபிறகு பட்டவரைப் பார்த்து யார் மூல (மூலை) என்று கேட்க அவர் ஒருவரைச் சுட்டி அவருக்கருகில் அவருக்கு முன்னால் அவரை ஒட்டியபடி நின்று கொள்கிறார். பின்னாலிருப்பவர் தன் கைகளை நீட்ட மற்ற மூவரும் அந்தக் கைகளை பிடித்துக்கொள்கின்றனர். பிறகு பிரியலாமா என்று கேட்டவுடன் 'பிரியலாம்' என்று பட்டவர் கூறியதும் மூவரும் அவரவர் மூலையில் நின்றுகொள்கின்றனர். இந்த சமயத்திலும் பட்டவர் காலியாக இருக்கும் வட்டத்தில்போய் (மற்றவர்கள் நிற்பதற்கு முன்) நிற்கலாம்.

இறுதியில் ஒருவர் பட்டவர் கண்ணை மூடிக்கொள்ள மற்றவர்கள் அவர் கைநிறைய மண்ணைக் கொடுத்து அதனுள் ஒரு முடியையும் வைத்து அழைத்துக் செல்கின்றார்கள். அப்போது அவர்களிடையே உரையாடல் நடைபெறுகின்றது. அது

மற்றவர்கள் - எங்க போற?

பட்டவர் - காட்டுக்குப் போறே(ன்)

மற்றவர்கள் - எங்க போற?

குறிப்பிட்ட இடம் செல்கின்ற வரைக்கும் இதே உரையாடல் தொடர்கிறது. அந்த இடத்திற்குச் சென்று மண்ணையும் முடியையும் கீழே கொட்டிவிட்டுத் திரும்பி வரும்போது

மற்றவர்கள் - எங்க போற?

பட்டவர் - வீட்டுக்குப் போறேன்

என்று கூறிக்கொண்டே விளையாடிய இடம் வரை வந்து கண்ணைத் திறந்து விட்டுவிடுகின்றனர். பட்டவர் இப்போது மண்ணைக் கொட்டிய இடத்தை இதுவென்று காண்பிக்கிறார். காண்பித்தபின் விளையாட்டு மீண்டும் பட்டவரைத் தேர்ந்தெடுப்பதில் இருந்து தொடங்குகிறது. இல்லாவிட்டால் இரண்டாவது ஆட்டத்திலும் இவரே பட்டவராயிருக்கிறார். விளையாட்டு தொடர்கிறது.

சேகரித்த இடம் - கச்சைகட்டி

பிற

1. இவ்விளையாட்டிற்கு நாலு மூலத்தாச்சி, நாலு முல சவுக்கு, கரண்ட் பீஸ், ஓடு ஓடு ஒண்ணு, கல்லெடுக்கும் விளையாட்டு, கையிழுத்து விடுதல், பிள்ள வச்சு விளையாடுவது என்று வேறு

பெயர்களும் காணப்படுகின்றன.

2. கொடிக்குளம் என்கிற இடத்தில் விளையாட்டின் துவக்கம் சிறிது மாறுபட்டு உள்ளது. நடுவில் நாலு கற்களையும் வைத்து ஒருவர் சுற்ற மற்ற நால்வரும் அதனை எடுத்து மீண்டும் அதே இடத்தில் போடவேண்டும். இவ்வாறு பத்துமுறை செய்ய வேண்டும். ஒவ்வொருமுறையும் ஒருமாசம், ரெண்டு மாசம் என்று பத்தாம்மாசம் வரைக் கூறுகின்றனர். இதற்குப் பிறகுதான் விளையாட்டு ஆரம்பமாகிறது. இவ்வாறு கல்லை எடுக்கின்றபோது ஒருவரைப் பட்டவர் தொட்டுவிட்டால் தொடுபட்டவர் பட்டவராகிறார்.

3. தல்லாகுளம் என்கிற இடத்தில் பட்டவரைத் தேர்ந் தெடுப்பதற்கு ஓட்டப்பந்தயம் வைத்து ஐவரும் ஓடிவந்து வட்டங் களில் நின்று கொள்ள வட்டமாகிய இடமில்லாதவர் பட்டவர் என்று தேர்ந்தெடுக்கப்பட்டார். வேறு விளையாட்டுகளுக்கு இம்முறை பயன்படுத்தப்படவில்லை.

4. நான்கு கற்களும் நான்கு குழந்தைகளாகவும் அக்கற்களைச் சுற்றுபவன் அதைப் பாதுகாப்பவனாகவும் அதை எடுப்பவர்கள் குழந்தைகளைப் பிடுங்குபவர்களாகவும் கொண்டு இதற்குப் பிள்ளவச்சு விளையாட்டு, நான்கு பிள்ளைகளையும் காப்பாற்றுவதே இந்த விளையாட்டு என்று புளியங்குளம் என்கிற இடத்தில் தகவலாளி கூறினார்.

5. வட்டம் மாறுகின்ற சுற்று எண்ணிக்கையில் மாறுபாடு காணப்படுகிறது. மூன்று சுற்றுக்கள் (3x3=9) 12 சுற்றுக்கள் (3x12=36) ஐந்து சுற்றுக்கள் (5x3=15) என்று ஒரு வட்டத்திலிருந்து அடுத்த வட்டத்திற்கு மாறும்போது ஓடுஓடு ஒண்ணு, ஓடுஓடு ரெண்டு என்று எண்ணிக்கொண்டே ஓடுகின்றனர் (நல்லூர்).

6. சின்ன உடைப்பு என்கிற ஊரில் வட்டத்திற்கு வட்டம் மாறியவாறு சுற்றி முடித்தவுடன் ஐந்து பேருமாகத் தங்கள் பாவடையைப் பிடித்துக் கொண்டு பாவடை பாவடை என்று கூறிக்கொண்டே சுற்றுகின்றனர். மூன்று முறை கட்டம் முழுவதையும் சுற்றியபின் அவரவர் இடத்தில் நின்று கொள்கின்றனர். பிறகு பட்டவரைப் பார்த்து யார்முகம் என்று கேட்டவுடன் அவர் ஒருவரைக் கூறியவுடன் அந்த இடத்தில் அனைவரும் ஒன்று சேர்கின்றனர். பிறகு பிரியலாமா என்று கேட்டு பிரியலாம் என்றவுடன் பிரிகின்றனர்.

இவ்விளையாட்டில் ஒரு பகுதிமட்டும் இங்கு தனி விளையாட்டாக

விளையாடப்படுகின்றது. அதற்குக் கல்லைத் தூக்கிப் போட்டு விளையாடுதல் என்று பெயர். அதாவது நான்கு வட்டம் போட்டு நால்வர் அதில் நின்று கொண்டு நால்வரும் ஒருவர் மாற்றி ஒருவர் ஒரு கல்லை மட்டும் தூக்கிப் போட்டுக்கொண்டேயிருக்கின்றனர். நால்வரில் ஒருவர் கல்லைப் பிடிக்காமல் கீழே விட்டுவிட்டால் நால்வரும் அவரவர் இடத்திலிருந்து மற்ற இடத்திற்கு மாறுகின்றனர். அவ்வாறு மாறுகின்றபோது ஒருவரையொருவர் தொட்டுவிட்டால் தொடுபட்டவர் வெளியேறுகிறார். மூன்றுபேராக விளையாடுகின்றனர். இப்படி ஒவ்வொருவராகக் குறைந்து கடைசியில் மிஞ்சும் ஒருவரே வென்றவராகிறார். அத்துடன் விளையாட்டு முடிவடைகிறது.

17. பாட்டி விளையாட்டு

சிறுமிகள் மட்டும் விளையாடுகின்ற விளையாட்டானாலும் இன்று இருபாலரும் சேர்ந்து விளையாடும் விளையாட்டாக இருக்கிறது. இருபாலரும் சேர்ந்து விளையாடினாலும் பாட்டியாக இருப்பவர் சிறுமியே ஆவார். சிறுவன் பாட்டியாக இருப்பதில்லை. பாட்டியாக ஒருவர் ஒரு உயரமான இடத்தில் அல்லது ஒரு கல்லில் அமர்ந்து கொள்கிறார். மற்றவர்கள் எல்லாரும் அவரின் எதிரில் நின்று கொள்கின்றனர். இரண்டு பேருக்கு மிடையில் உரையாடல் நடை பெறுகின்றது. இவை யனைத்தும் விளையாடுபவர்களால் செய்கைகளாகச் செய்து காட்டப் பெறுகின்றன. அவ்வுரையாடல் கீழே தரப்படுகிறது.

மற்றவர்கள்	-	பாட்டி பாட்டி ஒண்ணுக்கு
பாட்டி	-	போகக்கூடாது

(இவ்வாறு 1,2,3 என்று பத்துவரைக் கேட்கப் படுகின்றது)

மற்றவர்கள்	-	பாட்டி பாட்டி பத்துக்கு
பாட்டி	-	போய்த்தொலைங்க

எல்லாரும் சிறிது தூரத்தில் சென்று சாப்பிடுவதுபோல் பாவனை செய்கின்றனர். அப்போது

பாட்டி	-	பிள்ளைகளா வாங்க
மற்றவர்கள்	-	வரமாட்டோம்
பாட்டி	-	தங்கமணிகளா வாங்க
மற்றவர்கள்	-	வரமாட்டோம்
பாட்டி:	தங்கவீடு கட்டித் தாறேன் வாங்க அனைவரும்	

பாட்டியின் முன் வந்து நிற்கின்றனர். பிறகு

பாட்டி - எங்க போனீங்க?

மற்றவர்கள் - மாமா வீட்டுக்கு

பாட்டி - எதுக்கு?

மற்றவர்கள் - லட்டு, பூந்தி, மிக்சர் எல்லாம் திங்க

பாட்டி - எனக்கு

மற்றவர்கள் - பிசுக்கு

பிறகு பாட்டி எதையோ தேடுவதுபோல் தேடிக்கொண்டிருக்க.

மற்றவர்கள் - பாட்டி என்ன தேடறீங்க?

பாட்டி - ஊசி

மற்றவர்கள் - ஊசி எதுக்கு?

பாட்டி - பை தைக்க

மற்றவர்கள் - பை எதுக்கு?

பாட்டி - காசுபோட

மற்றவர்கள் - காசு எதுக்கு?

பாட்டி - கத்தி வாங்க

மற்றவர்கள் - கத்தி எதுக்கு?

பாட்டி - உங்களை வெட்ட என்று கூறிக் கொண்டே பாட்டியாக இருப்பவர் மற்றவர்களை விரட்டிக்கொண்டே வர அவர்கள் ஓடுகின்றனர். பாட்டி ஒருவரைத் தொட்டு விட அவர் பாட்டியாக இருக்கிறார். விளையாட்டு தொடர்கிறது.

மற்றொரு ஊரில் இவ்விளையாட்டில் பாட்டியிடம் மற்றவர்கள் பிசுக்கு என்று கூறியவுடன் பாட்டி அவர்களை விரட்ட பாட்டியிடம் அகப்பட்டவர் அடுத்தமுறை பாட்டியாகிறார். அத்துடன் விளையாட்டு முடிகிறது.

பாட்டி விளையாட்டு - 2

விளையாடுகின்ற முறை எல்லாம் மேலுள்ளதைப் போன்றுதான். ஆனால் உரையாடல் மட்டும் வேறுபடுகின்றது.

மற்றவர்கள் - பாட்டி பாட்டி எங்க போற?

பாட்டி - எம் பேரனுக்குக் கஞ்சி கொண்டு போறேன்

மற்றவர்கள் - நானும் வாறேன்

பாட்டி - அங்க முள்ளு கெடக்கே

மற்றவர்கள் - ஒரு செருப்பு தர்றயா

பாட்டி - அந்தச் செருப்பெடுத்து உனைய

என்று கூறிக்கொண்டே மற்றவர்களை விரட்டி வர அவர்கள் ஓடுகின்றனர். ஓடும்போது பாட்டியிடம் அகப்பட்டவர் அடுத்த முறை பாட்டியாகிறார். விளையாட்டு தொடர்கிறது (வலையபட்டி).

18. கல்லா? மண்ணா? விளையாட்டு

இருபாலரும் விளையாடும் விளையாட்டு இது (6-10 வயது). பெரும்பாலும் தெருக்களில்தான் விளையாடப்படுகின்றது. வீட்டுத் திண்ணைகளும் வீட்டு வாசல்படிகளும் கல்லாகவும் தெருவின் தரைப்பகுதி மண்ணாகவும் கொள்ளப்படுகின்றது.

விளையாடுகின்றவர்கள் அனைவரும்கூடி சாட், பூட், த்ரீ முறை மூலம் பட்டவரைத் தேர்ந்தெடுக்கின்றனர். அவரிடம் கல்லுவேணுமா, மண்ணு வேணுமா? என்று கேட்க அவரும் மண்ணு வேணும் என்று கூறுகிறார். பிறகு ஒருவர் அவரை வேகமாகச் சுற்றிவிட்டு மண்ணில் ஓரிடத்தில் நிற்கவைத்துவிட்டு அனைவரும் கல்லில் நின்றுகொள்கின்றனர். பிறகு மண்ணில் இறங்கிக் கல்லில் ஏறுவதுமாக ஒவ்வொருவராக மாறி மாறிச் செய்து கொண்டேயிருக்கின்றனர். அவர்கள் மண்ணில் நிற்கும் போது பட்டவரைப் பார்த்து

உம் மண்ணு போச்சு உனக்கு வெக்கமில்லயா என்று கூறுகின்றனர். அவர் தொடுவதற்கு வருகின்றபோது கல்லில் ஏறிவிடு கின்றனர். பட்டவரும் கல்லில் ஏறுகின்றபோது அனைவரும் அவரைக் கிள்ளுகின்றனர். விளையாடுபவர்கள் ஒரே கல்லில் நின்று கொண்டேயிருக்கக் கூடாது. அவ்வாறு நின்றிருந்தால் பட்டவரால் அவர் தொடுபட அவர் பட்டவராகிறார். மீண்டும் அவரிடம் கல்லு வேணுமா? மண்ணு வேணுமா? என்று கேட்க அவர் கல்லு வேணும் என்று கூற அவரை கல்லில் விட்டுவிட்டு அனைவரும் மண்ணில் நின்று கொள்கின்றனர். அவர்கள் கல்லில் ஏறிப் பட்டவரைப் பார்த்து

உங்கல்லே போச்சு உனக்கு வெக்கமில்லையா என்று கூறுகின்றனர். அவர் கல்லில் ஏறிய ஒருவரைத் தொட்டுவிட அவர் பட்டவராகிறார். இவ்வாறு விளையாட்டு தொடர்கின்றது. இதில் வெற்றி, தோல்வி, தண்டனை ஆகியவற்றிற்கு முக்கியத்துவம் தரப்படு வதில்லை.

பிற

1. இவ்விளையாட்டிற்கு குளம்/கரை என்கிற மற்றொரு பெயரும் காணப்படுகின்றது. மணலில் அல்லது தரையில் ஒரு கோடு கிழித்து அதன் இருபுறங்களையும் குளம், கரை என்று அழைக்கின்றனர். ஆனால் இதில் பட்டவர் கிடையாது. பொதுவாக ஒருவர் குளம் என்றால் அனைவரும் குளம் என்கிற பகுதியில் நிற்கின்றனர். கரை என்றால் அனைவரும் கரை என்கிற பகுதியில் நிற்கின்றனர். மாறி நிற்பவர் 'அவுட்' என்று விளையாட்டிலிருந்து வெளியேற்றப்படுகிறார். இறுதிவரைச் சரியாக விளையாடுபவர் வென்றவராகக் கருதப்படுகிறார்.

2. இவ்விளையாட்டில் கல் தான் வேண்டும் என்று கூறப்படு வதில்லை. ஏனெனில் ஒரு கல்லிலிருந்து மற்றொரு கல்லிற்கு மண்ணின் வழியாக மாறும்போது பட்டவர் அனைவராலும் கிள்ள அல்லது கொட்டப்படுவதாலும், மற்றவர்களைத் தொடுவதற்கு சிரமமாகை யாலும் மண்ணே எல்லாவகையிலும் வசதியாக இருப்பதால் மண் கேட்கப்படுகிறது.

3. அருகருகே அதிகமாகக் கல்லிருக்கும் இடங்களில் இவ் விளையாட்டு விளையாடப்படுகின்றது. மண் என்றால் மணலிருக்கும் பகுதியாக இல்லாமல் தரைப்பகுதியே மண்ணாகக் கருதப்படுகிறது.

19. லீப்பி விளையாட்டு

இருபாலராலும் விளையாடப்படும் விளையாட்டு இது (வயது வரம்பு இல்லை). முத்துச் செதுக்குதல் விளையாட்டே இந்த லீப்பி விளையாட்டு. ஆனால் இவ்விளையாட்டு பெண்கள் பூப்படைவதற்கு முன்னால் அவர்களால் மட்டும் விளையாடப்படுவதாகத் தகவலாளி கூறுகிறார் (பழனியம்மாள் - *29.9.93*). அதிகபட்சமாக நான்கு நபர்களுக்கு மேல் விளையாடுவதில்லை. இவ்விளையாட்டில் விளையாட்டுக் கருவிகளாகப் புளியங்கொட்டைகள் பயன்படுத்தப் படுகின்றன. முதலில் தரையில் ஒரு வட்டம் வரைந்து கொள்கின்றனர். அதன் நடுவில் புளியங்கொட்டைகளை வைத்துச் சிறிய வட்டமான தட்டையான கல்லினால் குறிப்பிட்ட தூரத்திலிருந்து கொண்டு தரையோடு சேர்த்துக்கொட்டைகளை நோக்கி வீசுகின்றனர். இதற்கு பயனபடுத்தப்படும் கல் அடிகல்லு (லீப்பி) என்றழைக்கப்படுகிறது. புளியங்கொட்டைகள் வட்டத்திற்குள்ளும், வட்டத்திற்கு வெளியேயும் சிதறுகின்றன. வட்டத்திற்கு வெளியே சிதறும் புளியங்கொட்டைகள் அவற்றைச் சிதற வைத்தவருக்குச் சொந்தமாகின்றன. இத்துடன்

ஒருவருடைய ஆட்டம் முடிவடைகின்றது. அடுத்து மற்றவர் ஆடுகிறார். இவ்வாறு ஆட்டம் தொடர்ந்து இறுதியில் அவரவரிடம் இருக்கும் புளியங் கொட்டைகள் எண்ணிப் பார்க்கப்படுகின்றன. அதிகமான புளியங்கொட்டைகள் இருக்கும் நபரே வென்றவராகி றார்.

சேகரித்த இடம் - செக்காணூரணி- *16.9.93*

பிற

1. இது ஆண்களால் காசு வைத்து விளையாடப்படுகின்றது.

2. இதே விளையாட்டில் மற்றொரு வகை ஊதுமுத்து ஆகும். அதாவது நடுவில் கிடக்கும் புளியங்கொட்டைகளை மற்றொரு கல்லினால் சிதறடிப்பதற்குப் பதிலாக வாயினால் ஊதியே சிதறடிப்பதே ஆகும். அவ்வாறு ஊதுகின்றபோது ஒருமுறை அல்லது மூன்றுமுறை மட்டுமே ஊதவேண்டும்.

3. சில இடங்களில் உள்வட்டத்திற்கு வெளியே சிதறும் முத்துக்களையும் எடுத்துக்கொள்கின்றனர்.

4. அவரவர் எடுத்துக்கொள்ளும் முத்துக்கள் அவரவர்க்கே சொந்தமாகின்றன. மறுநாள் விளையாடுவதற்கு அதை எடுத்து வரலாம். ஆனால் சில இடங்களில் விளையாடி முடித்ததும் பொதுவானதாகவே வைக்கப்பட்டு மீண்டும் பயன்படுத்தப்படுகின்றன.

5. இம்முத்துக்கள் விளையாட்டு நபர்களின் சேகரிப்பாகும். வீடு மற்றும் வீதியில் கிடக்கின்றவை சேகரிக்கப்படுகின்றன.

20. தாயம் விளையாட்டு

இருபாலராலும் விளையாடப்படும் விளையாட்டு இது. இதில் மூன்று வடிவங்கள் காணப்படுகின்றன.

படத்தில் காட்டியுள்ளபடி தரையில் குச்சியினால் கட்டம் வரைந்து கொள்கின்றனர். இவ்விளையாட்டைத் தனியாக விளையாடினால் இரண்டு முதல் நான்கு பேராகவும் சோடியாக விளையாடினால் நான்கு முதல் எட்டு பேராகவும் விளையாடுகின்றனர். சோவியும் புளியங்கொட்டையும் விளையாடும் காய்களாகப் பயன்படுத்தப் படுகின்றன. தாயக்கட்டை அல்லது பெரிய சோவி விளையாட்டுக் கருவியாகப் பயன்படுத்தப்படுகின்றது.

நான்குபுறமும் காணப்படும் மனை என்பதற்கு அருகில் நால்வர்

அமர்ந்திருக்கின்றனர். அவர்கள் தங்கள் மனைக்கு முன்னாலிருக்கும் 'தாயம்மனை' என்கிற கட்டத்தின் வழியாகவே காய்களை உள்ளே நுழைத்து நகர்த்துகிறார்கள். ஒவ்வொருவரும் தங்களுக்கு வலப் புறமாகவே காய்களை நகர்த்துகின்றனர். தாயக்கட்டையிலிருந்து கணக்கிலெடுத்துக் கொள்ளப்படும் எண்கள் 1,2,3,4,5,6,12 போன்ற வையாகும். இவற்றில் ஒன்று என்பது தாயம் எனப்படுகிறது. இது விளையாட்டில் காயை வெளியிலிருந்து மனை வழியாகக் கட்டத்திற்குள் கொண்டு வருவதற்குப் பயன்படுகின்ற நுழைவு எண் ஆகும். 5,6,12 ஆகிய மூன்றும் விருத்தம் என்றழைக்கப்படுகின்றன.

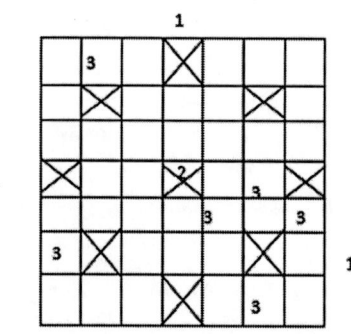

1 - தாயம் மனை

2 - பழ மனை

3 - வெளிச்சுற்று / தெரு / பாதுகாப்பற்ற இடம்

X - பாதுகாப்பான இடம் / ஊடுமனை

தாயக்கட்டையை உருட்டுகின்ற பொழுது விருத்தம் விழுந்தால் தொடர்ந்து ஒருவரே கட்டையை உருட்டுகின்றார். விருத்தத்திற்குப் பிறகு 2,3,4 எண்கள் விழுந்தாலோ தாயக்கட்டையை மற்றவரிடம் தந்து விடுகிறார். எண் 12 மட்டும், 12ஐத் தொடர்ந்து மூன்று விழுந்தால் மட்டுமே கணக்கில் எடுத்துக்கொள்ளப்படுகிறது.

கட்டத்திற்குள் உள்ள குறுக்குக் கோடுகள் போடப்பட்டுள்ள கட்டத்தில் காய்கள் இருந்தால் அவற்றை மற்றவர்களால் வெட்ட அல்லது அடிக்கமுடியாது. குறுக்குக்கோடுகள் இல்லாத கட்டங்களில் காய்கள் இருந்தால்தான் மற்ற காய்களால் அடிக்க முடியும். இவ்விடங்கள் தெரு அல்லது காடு என்றழைக்கப்படுகின்றன. இத்தெருவில் ஒருவரின் காய் இருக்கும்போது மற்றவர் காய் அதனைத் தாண்டிப் போக முடியாது. அப்போது அதனை அங்கிருந்து

வெட்டுவதன் மூலமாக வெளியேற்றிவிட்டு (தன்னுடைய காய்களின் மூலமாக) செல்கிறார். அதற்குத்தான் அடித்தல், கொத்துதல் அல்லது வெட்டுதல் என்று பெயர்.

கட்டம் முழுவதற்கும் தாயக்கட்டம் என்று பெயர். இத்தாயக் கட்டத்தினை இரண்டு பகுதிகளாகப் பிரிக்கின்றனர். இதன் சுற்றுக்கட்டம் மட்டும் வெளிப்பகுதி என்றழைக்கப்படுகிறது. மற்றவை உட்பகுதி என்றழைக்கப்படுகின்றன. ஒருவர் மற்றொருவரின் காயை அடித்த பிறகே உட்பகுதியினுள் செல்லமுடியும். இல்லா விட்டால் வெளிப்பகுதியில் தான் நிற்கிறார். உட்பகுதியில் இருக்கின்ற நான்கு கட்டங்கள் (குறுக்குக்கோடிட்ட) ஊடுமனை என்றழைக்கப் படுகின்றன. இந்த நான்கு கட்டங்களில் தங்களுக்குரிய கட்டத்தின் வழியாகத்தான் உள்ளே நுழைகிறார். நடுவில் உள்ள கட்டம் பழமனை எனப்படுகிறது. இறுதியில் இதில்தான் பழமேற வேண்டும். முதலில் பழமேறியவர் அதாவது எத்தனை காய்கள் வைத்து விளையாடுகிறார்களோ அத்தனையையும் முதலில் பழமேற்றியவர் வென்றவராகிறார். கட்டத்தின் வெளிப்பகுதி மட்டுமன்றி உட் பகுதியிலும் ஒருகாயை மற்றவர் காயால் அடிக்கிறார்.

விளையாட்டில் பயன்படுத்தப்படும் காய்கள் நாய் என்றழைக்கப் படுகின்றன. 'தாயம்' போட்டுக் காயை உள்ளே நுழைதலுக்குத் துவைதல் என்று பெயர்.

சேகரித்த இடம் - செக்காணூரணி

பிற

1. சில இடங்களில் தரையில் கட்டம் வரைவதற்கு பதில் பலகைகளில் கட்டம் வரைந்தே வைத்திருக்கின்றனர். தேவையான பொழுது அதனை வைத்தே விளையாடுகின்றனர்.

2. விளையாட்டுக் கருவியாகத் தாயக்கட்டை சோவி, புளியங் கொட்டைகள் பயன்படுத்தப் படுகின்றன. புளியங் கொட்டைகளைத் தரையில் ஒருபக்கம் தேய்த்து வெள்ளைப் பகுதியாக்கிக் கொள்கின்றனர். வெள்ளைப் பகுதியை வைத்து எண்களைக் கணக்கெடுத்துக் கொள்கின்றனர்.

3. விளையாட்டுக்காய்களாக சோவி, புளியங்கொட்டை, சிறிய கற்கள், சிகப்பு முத்துக்கள் (குனிமுத்துக்கள்), விளக்கமாற்றுக்குச்சிகள். உடைந்த வளையல் துண்டுகள் போன்றவை பயன்படுத்தப்படுகின்றன. மேலும் இவை 4, 6, 12 என்கிற எண்ணிக்கையில் பயன்படுத்தப்படுகின்றன.

பெரும்பாலும் சோடியாக விளையாடும்போது தான் 12 காய்கள் உள்ளன.

4. கட்டத்தினுள் நுழைவதற்குத் தாயத்துடன் ஐந்து என்கிற எண்ணும் பயன்படுத்தப்படுகிறது.

5. தாயக்கட்டை வைத்து விளையாடும்போது சோனான்(ல்) என்ற ஒரு எண்ணிக்கை காணப்படுகிறது. தாயக்கட்டையை உருட்டும்போது இரண்டு கட்டைகளிலும் இரண்டு இரண்டாக நான்கு என்கிற எண்ணிக்கை வருமானால் அது சோனால் ஆகும். இது விருத்தத்துடன் சேர்ந்தது.

6. சில ஊர்களில் விருத்தம் எண் 12 உடன் 3 மட்டுமன்றி மற்ற எண்கள் (2-4) விழுந்தாலும் கணக்கில் சேர்த்துக்கொள்ளப்படுகிறது.

7. சில இடங்களில் கட்டங்களில் தெருவிலிருக்கும் காயை மற்றவர் தாண்டலாம் என்கிற விதி காணப்படுகிறது. சிலர் விளையாட ஆரம்பிக்கின்ற பொழுதே ஒருவர் ஒரு முறைதான் அடிக்க வேண்டும் என்று பேசிவைத்துக்கொள்கின்றனர். இவ்வாறு செய்வதால் விளையாட்டு சீக்கிரமாக முடிவடைந்து விடுகின்றது. ஒருவர் மற்றவரை அடிப்பதற்கு எளிதில் வாய்ப்பு கிடைக்காத வரையில் சுற்றுக்கட்டத்தைச் சுற்றிக்கொண்டேயும் இருக்கலாம்

8. இக்கட்டம் மதுரை மாவட்டத்திற்கு மட்டுமே உரியது. அல்லது அதிகமாக இப்பகுதி மக்களால் மட்டுமே விளையாடப் படுகின்றது.

9. சோடியாக விளையாடும் போது சோடிகளிருவரும் அருகருகிலும் அமரலாம். சோடிகள் ஒருவர் விட்டு ஒருவர் என்ற எதிரெதிராகவும் அமர்ந்து கொள்ளலாம்.

தாயக்கட்டம் -2 ஏரொப்ளேன் கட்டம்

இந்தத் தாயக்கட்டமானது திருநெல்வேலி மாவட்டத்தில் அதிகமாக விளையாடக் கூடியதாகும். தரையில் மேலே படத்தில் காட்டிய வாறு படம் வரைந்து கொள்கின்றனர். விளையாடும் கருவிகள், காய்கள், விளையாட்டுமுறை அனைத்துமே சதுரக்கட்டத்திற்கு உரியது போன்றதே. எனினும் சிற்சில இடங்களில் இக்கட்டம் மாறுபடுகிறது. அம்மாறுபாடுகள் மட்டும் இங்கு தரப்படுகின்றன.

கட்டத்தின் நான்கில் ஒவ்வொன்றுக்கும் ஒருவராக நால்வர் விளையாடுகின்றனர். சதுரக்கட்டத்தை விட இவ்விளையாட்டுக் கட்டம் விளையாடி முடிப்பதற்கு அதிக நேரமாகின்றது. கொம்பு,

பிட்டி என்பவை இந்த விளையாட்டிற்கே உரிய சிறப்பம்சங்களாகும். இவையிரண்டும் அனைவருக்கும் தனித்தனியானவை. ஒருவருக்குரிய கொம்பில் மற்றவர் செல்லமுடியாது. இக்கொம்பின் வழியாகத்தான் பழமேறுகிறார்கள். பிட்டி என்பது பழமேறுவதற்கு முதலில் உள்ள நிலை. இதில் நின்று கொண்டால் தாயம் போட்டு மட்டுமே பழமேற முடியும். இதே மாதிரியான இடம் சதுரக்கட்டத்திலும் உண்டு. ஆனால் அங்கு இது பிட்டி என்று கூறப்படவில்லை.

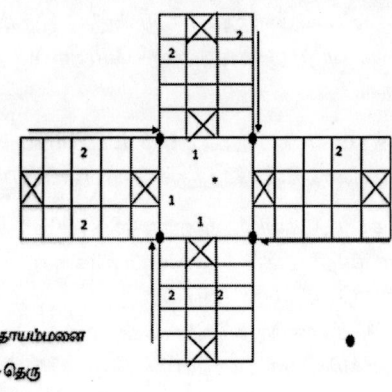

1
1
1

1-தாயம்மனை

2 -தெரு

* -பழம்

● - பிருட்டி ∴ பிட்டி

| -கொம்பு

இவ் விளையாட்டில் சில விதிமுறைகளுக்கு மாற்றே கிடையாது. அவை

1. தாயம் என்பது மட்டுமே நுழைவு எண் ஆகும்.

2. 12 என்கிற விருத்த எண்ணிற்கு 3 மட்டுமே சேரும்

3. நான்கு என்கிற எண் சோனால் என்கிற விருத்தமாகச் சேர்க்கப்படுகிறது. தாயக்கட்டை இரண்டில் ஒன்றில் இரண்டு எண்கள் வீதம் நான்கு எண்கள் இருப்பின் சோனால் ஆகும்

4. ஒருவர் காயை எத்தனை முறையானாலும் அடிக்கலாம். அடித்து விளையாடுவதும் இவ்விளையாட்டில் சிறப்பாகும்.

5. மற்றவர் காயினை அடிக்காதவரைக் கட்டத்தைச் சுற்றிக் கொண்டே இருக்கலாம்

6. சோவி பயன்படுத்துவதில்லை. ஏனெனில் சோவியில் எத்தனை முறை வேண்டுமானாலும் தாயம், விருத்தம் போன்றவற்றை ஒருவரே

போட்டுக்கொண்டிருக்க வாய்ப்புண்டு. ஆகையால் தாயக்கட்டை மட்டும் பயன்படுத்தப்படுகிறது.

7. 12 காய்களே அதிகமாகப் பயன்படுத்தப்படுகின்றன.

8. விளையாட்டுக்காய்களாகச் செப்பாலாகிய சிறு சிறு காய்கள் பயன்படுத்தப்படுகின்றன. இவை இந்த விளையாட்டிற்காகவே தயாரிக்கப்பட்டவை. இவை கடையிலிருந்து வாங்கப்படுகின்றன.

9. காய்களைத் தாண்டக்கூடாது. காயை அடிக்க வேண்டும். முடியாவிட்டால் பின்னால் நிற்கவேண்டும். நிற்கும் போது மற்றவர் வந்து அடிக்கலாம். அல்லது தானே மற்றொரு காயைக் கொண்டுவந்து முன்னிற்கும் காயை அடிக்கலாம். ஒருவருடைய இரண்டு, மூன்று காயை ஒரே நேரத்தில் தொடர்ந்து அடிக்கலாம்.

இக்கட்டம் சிறுவர்களால் அதிகமாக விளையாடப்படவில்லை. வீட்டிலுள்ள பாட்டிகளும் பெண்களும் அதிகமாக விளையாடுகின்றனர். சிறுவர்களாலும் ஆண்களாலும் விளையாடப்படுவது இல்லை எனலாம். காரணம் அதிக நேரமாவதேயாகும்.

சேகரித்த இடம் - தல்லாகுளம் - 6.6.93

21. உப்புவைத்தல் விளையாட்டு

இவ்விளையாட்டு சிறுவன்களால் மட்டும் விளையாடப்படுகின்றது. விளையாடுகின்றவர்கள் இரண்டு அணிகளாகப் பிரிந்துகொள்கின்றனர். அணிக்கு ஐவராகப் பத்துப்பேருக்கு மேல் விளையாடுவதில்லை.

இரண்டு அணியினரும் வெவ்வேறு திசைக்குச் சென்று மணலைக் கையிலெடுத்து மற்றொரு அணியினர் கண்டு பிடிக்காதபடி ஒளித்து வைக்கின்றனர். மணலைச் சிறுசிறு குவியல்களாக ஒளித்து வைக்கின்றனர். இவ்வாறு ஒளித்து வைக்கின்ற இடத்தை விளையாட்டின் ஆரம்பத்திலேயே முடிவெடுத்து விடுகின்றனர். நான்கு அல்லது ஐந்து தெருக்கள் மட்டும், கோவிலைச் சுற்றியுள்ள இடங்கள் என்று இடத்தைத் தீர்மானித்துக்கொள்கின்றனர்.

மணல் குவியல்களை ஒளித்து வைக்கும் எண்ணிக்கைக்கு அளவில்லை. இரண்டு அணியினரும் ஒளித்து வைத்து முடித்து விட்டதாக அறிவிக்கின்றனர். அறிவித்த பிறகு ஒரு அணியினர் ஒளித்து வைத்த மணற்குவியலை மற்ற அணியினர் கண்டுபிடிக்கின்றனர். கண்டுபிடிக்கும் அணி உறுப்பினர்கள் தனித்தனியாக அல்லது மொத்தமாகச் சேர்ந்து கண்டுபிடிக்கின்றனர். கண்டுபிடித்ததற்கு

அடையாளமாக அவற்றை அழித்து விடுகின்றனர்.

அழித்த மணற்குவியல்களை எண்ணிக் கொள்கின்றனர். மணற்குவியலைக் கண்டுபிடிப்பதற்கும் அதிக நேரம் தரப்படுவதில்லை. ஐந்து நிமிடங்கள் அல்லது பத்துநிமிடங்கள் மட்டுமே எடுத்துக்கொண்டு அந்நேரத்திற்குள் கண்டுபிடிக்கின்றனர். இல்லாவிட்டால் கண்டு பிடிக்க முடியவில்லை என்று ஒத்துக்கொள்ளுகின்றனர். அதிகமான எண்ணிக்கையில் மணற்குவியல்களைக் கண்டுபிடித்த அணியினரே வென்றவர்களாகிறார்கள்.

தோல்வியடைந்தவர்கள் வெற்றிபெற்றவர்களை உப்பு மூட்டை தூக்குகின்றனர். தோல்வியடைந்தவர்கள் கண்டுபிடிக்காத மணற் குவியல்களின் எண்ணிக்கை எத்தனையோ அத்தனை முறை ஒரு குறிப்பிட்ட தூரத்திற்குத் தூக்கிச் செல்லும் முறை காணப்படுகின்றது.

சேகரித்த இடம் - தேன்கல்பட்டி

பிற

மணற்குவியலை ஊரின் எல்லா இடத்திலும் ஒளித்து வைக்கின்ற பழக்கம் இருந்திருக்கிறது. இன்று அதிகமாக இல்லை. அவ்வாறு ஒளித்து வைத்தால் கண்டுபிடிப்பது கடினம் என்பதால் இன்று ஒளித்து வைப்பதற்கு எல்லை நிர்ணயிக்கப்படுகிறது.

22. சொட்டாங்கல் விளையாட்டு

இவ்விளையாட்டு பெண்களும் சிறுமிகளும் மட்டும் விளையாடும் விளையாட்டு. இரண்டு முதல் ஐந்து பேர் வரை விளையாடுகின்றனர். அதிகமாக இவ்விளைாட்டு பூப்படைந்து வீட்டிலிருக்கும் பெண் களால் விளையாடப்பட்டு வந்தது. இன்று சிறுமிகள் அதிகமாக விளையாடுகின்றனர். வீடுகட்டுவதற்குப் பயன்படும் கூழாங்கற்கள் விளையாட்டுக் கருவிகளாகப் பயன்படுத்தப்படுகின்றன. ஐந்து கல், ஏழுகல், பலகல் என்று கற்களின் எண்ணிக்கையைக் கொண்டு இவ்விளையாட்டு வகைப்படுத்தப்படுகிறது. விளையாடும்போது பாடல்களைப் பாடுகின்றனர்.

ஏழுகல்

ஏழுகற்களை வைத்துக்கொண்டு விளையாடும் விளையாட்டு இது. இதில் பதினொரு பிரிவு ஆட்டங்கள் ஆடப்படுகின்றன. பதினொரு பிரிவு ஆட்டங்கள் சேர்ந்தது ஒரு முழு ஆட்டமாகும். ஒவ்வொன்றிற்கும் பாடல்கள் பாடப்படுகின்றன. ஒருகை மட்டுமன்றி இருகைகளையும் பயன்படுத்தி ஆடப்படுகின்றது. ஒரு ஆட்டத்திற்கு

ஒன்றுக்கு மேற்பட்ட பாடல்கள் காணப்படுகின்றன.

1. ஒண்ணான்: ஏழுகற்களையும் தரையில் பரத்தி வீசிப்போட்டு ஒரு கல்லை மட்டும் மேலே தூக்கிப்போட்டுத் தரையில் கிடக்கும் கற்களை ஒவ்வொன்றாக எடுக்கிறார்கள். ஒவ்வொரு முறையும் ஒருகல்லை மேலே தூக்கிப்போட்டு அது கீழே வருவதற்குள் கீழிருந்து ஒரு கல்லை எடுத்து மேலிருந்து கீழே வரும் கல்லையும் பிடிக்கிறார்.

அப்போது பாடப்படும் பாடல்

அ. ஓரீ உலகெல்லாம் உலகெல்லாம் சூரியன்

சூரியன் தங்கச்சி சுந்தரவள்ளிக்கு மாயக்களச்சிக்கு நாளை கலியாணம்

ஆ. ஓரீஉலகல்லோ ஒத்தத் துலுக்கல்லோ

தூது துலக்கல்லோ துலுக்கண்ணன் பெண்டாட்டி

காது குத்துற கட்டரசி

2. இரண்டான்: தரையில் கற்களை வீசிப்போட்டு இரண்டிரண்டு கற்களாக மூன்று முறை எடுக்கவேண்டும். ஒவ்வொரு முறையும் ஒரு கல்லை மேலே தூக்கிப்போட்டு அது கீழே வருமுன் கீழே கிடக்கும் கற்களையும் மேலிருந்து வரும் கல்லையும் சேர்த்துப் பிடிக்க வேண்டும். அப்போது பாடும் பாடல்

ஈரீரெண்டு எருக்கலந்தண்டு தண்டுக்குதண்டு தாமரைப்பூ செண்டு (அல்லது) ஈரீஇரிச்சுக்கோ எம்பேரச் சொல்லிக்கோ தாழையடியெல்லம் தண்ணிப்பந்தல் போட்டுக்கோ (அல்லது) ஈரீ இரிச்செங்கு இட்டார் மணிச்சங்கு தட்டாத பிள்ளைக்கு தாலிமணிச் சங்கு

3. மூனான்: தரையில் கற்களைப் போட்டு மூன்றுமூன்று கற்களாக இரண்டுமுறை எடுக்கவேண்டும். அப்போது பாடப்படும் பாடல்

அ. முக்கட்டு தக்கட்டு முருங்கப் பதினெட்டு

எண்ணிப் பார்த்தா இருவத்தெட்டு

ஆ. மூவாடி ஆனந்தம். பாம்பாட்டி சக்கரம்

இ. மூவாடி ஆத்திலே ராமேஸ்வரத்திலே

சீதை வனத்திலே சின்னத்தங்கை வாழுகிறாள்

4. நாலான்: தரையில் கற்களைப் போட்டு இரண்டு கற்களாகவும் நான்கு கற்களாகவும் இரண்டு தடவைகளில் பிடிக்கவேண்டும்.

அப்போது பாடப்படும் பாடல்

   அ. நாலவச்சு ரெண்டெடு நாராயணன் பேரெடு
      பேரச் சொல்லி பிச்சையெடு

   ஆ. நான் கோத்த ராசாக்கோ ஏறித்தடம் பாக்கோ

5. ஐந்தான்: தரையில் கற்களைப் போட்டு ஐந்து கற்களாகவும் ஒரு கல்லாகவும் இரண்டு தடவைகளில் பிடிக்கவேண்டும்.. அப்பொழுது பாடும் பாடல்

   அ. ஐவக்கண்ணி காக்கா
      அரைக்க மஞ்ச கேக்கா
      குளிக்க மஞ்ச குடுக்கா

   ஆ. அஞ்சலங்குஞ்சலம் பாப்பாத்தி
      மஞ்சளரைக்கிற மகராசி

   இ. அஞ்சலங் குஞ்சலம், தம்பி சிதம்பரம்
      தங்கச்சி மாப்பிள வெங்கலம்

   ஈ. ஐவாலம்மன் கைதட்டோ
      ஆத்துக்குள்ள தீப்பிடிக்க
      தீப்பிடிச்ச கல்லு தெறிச்சுவிழ

6. ஆறான்: மூணானுக்கு விளையாடுவதுபோல் விளையாட வேண்டும். அப்போது பாடும் பாடல்

   அ. ஆக்குறுகூறு அள்ளிப்போட்டா வேக்கூரு

   ஆ. ஆக்கூராத்தா வேலாயி
      ஆம்பள பெத்தா சொக்காயி

   இ. ஆறே அரட்டவரே
      கோபம் பட்டவரே
      கோட்டப்பெட்டி வித்தவரே

7. ஏழான்: ஆறுகற்களையும் தரையில் போட்டு மூன்று கற்களாகவும் இரண்டு கற்களாகவும் ஒரு கல்லாகவும் எடுத்துப் பிடிக்கவேண்டும். அப்போது பாடப்படும் பாடல்

   அ. ஏழண்ணே தூங்கிவா
      நாகம் படர்ந்துவா
      மேகம் சுருண்டுவா

ஆ. ஏழங்க பொங்கல சானகி

என்ன பொங்கல சானகி

மாட்டுப் பொங்கல சானகி

இ. ஏழும் புகழே இது நல்ல புகழே

கல்யாண வீட்டில் கண்டெடுத்த புகழே

8. எட்டான்: நாலானைப் போல் விளையாடவேண்டும். அப்போது பாடும் பாடல்

அ. எட்டு வீடம்மா புட்டுடு

புட்டப் பிருத்திடு

ஆ. எட்டே இடக்கட்டு ராசன் தலைக்கட்டு

9. ஒன்பதான்: ஐந்தானைப் போல் விளையாடவேண்டும். அப்போது பாடும் பாடல்

அ. ஒம்பதுஞ் சம்பா சந்தனக்கும்பா சமச்சு வச்சாதிம்பா

ஆ. ஒம்போதாத்தா சாவாளோ

சங்குச் சத்தம் கேளாதோ

சாமம் போல வேவாளோ

இ. ஓம்பதுஞ்சம்பா சாதியில வெம்பா

ஈ. ஓன்பது ஒருகல் ஓசை படிக்கல்

10. பத்தான்: ஏழானைப் போல் விளையாடவேண்டும்.. அப்போது பாடும் பாடல்

அ. பத்துக்குச் சித்திரை பதிகொள்ளும் கொப்பரை ஓயாக்கணக்கற

ஒண்ணு ரெண்டா சில்லறை

ஆ. பத்துக்குச் சித்திர பாண்டப்பா

பயிறு விக்குது வேண்டப்பா

வேணுமின்னா வாங்கிக்கோ

வேண்டாயின்னா தூரப்போ

இ. பத்தே. பதிபதி பயித்தே நெரிநெரி

கொக்கோ கொழிகொழி

சொக்கலிங்க நாதருக்கு சோத்த வடிவடி

ஈ. பத்தே பதிபதி பயித்தே நெரிநெரி

ஒக்கொக் கொழிகொழி ஒரு பட்டுடுத்திவா
நித்தங் கொழிகொழி நீலப்பட்டுடுத்திவா

11. பாவடை : இது விளையாட்டின் முடிவினைத் தெரிவிப்பதாகும். முதலில் ஒண்ணானுக்கு விளையாடுவதுபோல் விளையாட வேண்டும். அப்போது ஒரு கல்லின்மேல் மற்றொரு கல்லோ, கையோ படாமல் விளையாடவேண்டும். பிறகு அனைத்துக் கற்களையும் சிறிது உயரத்தில் தூக்கிப் போட்டு புறங்கையில் வாங்கி மீண்டும் உயரே தூக்கிப் போட்டு உள்ளங்கையில் பிடிக்க வேண்டும். கையில் வாங்கும்போது மீண்டும் பிடிக்கும்போதும் கற்கள் கீழே விழாமல் பார்த்துக்கொள்ளவேண்டும். அப்போது பாடும் பாடல்

அ. பாவாட தூவாட
   பறந்தாடு வெள்ளாடு
   வெள்ளாட்டைக் கண்டேன்
   விரும்பி நடந்தேன்
   பசுமாட்டைக் கண்டேன்
   பதறி நடந்தேன்

ஆ. பாவாட அக்கக்கோ
   பட்டல்லோ விக்குது
   எந்த எந்தத் தெருவிலே
   கோலமாடத் தெருவிலே
   கொண்டு வந்து விக்குது
   வாங்கப் பணமிருக்கு
   வச்சுடுத்த பிள்ளையில்ல

இ. பாவாமல்லி காட்டுக்குள்ள
   பாலரசன் கூட்டுக்குள்ள
   நெல்லி நெறஞ்சரசு
   நெல்லிக்கா காச்சரசு
   காயக் கனிஞ்சரசு
   கட்டழகன் விட்டரசு

பாவடை என்கிற இந்த ஆட்டம் முடிந்ததும் இதனை முடித்தவர் ஒரு கட்டை என்று எண்ணிக்கையைக் குறித்துக் கொள்கிறார். முன்பெல்லாம் கட்டை என்பதைக் கணக்கிடத் தரையில் வரிசையாகக்

கோடுகளைப் 111111 போட்டு எண்ணிக்கொள்கின்றனர். ஒருமுறை விளையாடி முடித்தால் ஒரு கட்டைதான் எடுக்கமுடிந்தது. ஆனால் இன்று கையில் பிடிக்கின்ற கற்களின் எண்ணிக்கையை கணக்கில் வைத்துக் கொள்கின்றனர். அதிக எண்ணிக்கையில் கட்டை எடுத்தவரே வென்றவராகிறார்.

திருவைகுண்டம் - திருநெல்வேலி

ஐந்து கல்

ஐந்து கற்களை மட்டும் வைத்துக்கொண்டு விளையாடுவது இது. இதில் ஐந்து ஆட்டங்கள் ஆடப்படுகின்றன. ஐந்தாவது ஆட்டம்தான் மிகப்பெரியது. இதனுள் எட்டு ஆட்டவகைகள் காணப்படுகின்றன. இந்த எட்டு ஆட்டங்களும் தொடர்ச்சியானவை. விளையாடுகின்றபோது கற்களைப் பிடிக்காமல் கீழே விட்டாலோ, தரையில் கிடக்கும் கற்களை எடுக்கின்ற போது மற்ற கற்களின் மீது கையோ, மற்றொரு கல்லோ பட்டாலோ ஆட்டம் ஒருவருடைய கையிலிருந்து மற்றொருவர் கைக்குச் சென்றுவிடுகின்றது. அடுத்தவர் முதலிலிருந்து விளையாடுகிறார். அவரும் தவறு செய்துவிட்டால் முதலில் விளையாடியவர் ஐந்து ஆட்டங்களில் எந்த ஆட்டத்தில் தவறு செய்தாரோ அதிலிருந்து மீண்டும் தொடருகிறார். இது அனைவருக்கும் பொதுவான விதியாகும்.

ஒண்ணான்: ஐந்து கற்களையும் தரையில் போட்டு ஒவ்வொன்றாக எடுப்பதாகும். ஒருகல்லை உயரே தூக்கிப்போட்டு மற்ற நான்கு கற்களையும் ஒவ்வொன்றாக எடுப்பது.

இரண்டான்: மேற்கூறியது போன்றே ஆனால் மூன்று கல்லைச் சேர்த்து ஒருமுறையும் ஒரு கல்லைத் தனியாகவும் எடுப்பது.

நாலையான்: ஒரு கல்லை மேலே தூக்கிப் போட்டு மற்ற நான்கு கற்களையும் கும்மலாகத் தரையில் வைத்து அதற்குள் மேலிருந்து கீழே வரும் கல்லைப் பிடித்து மீண்டும் அதனை மேலே தூக்கிப்போட்டு கீழே கிடக்கும் நான்கு கற்களையும் எடுத்து மேலிருந்து கீழே வரும் கல்லையும் பிடிப்பது.

அஞ்சான்: இதில் கொத்தாலங்கு, கோழிச்செண்டு, வச்செடுப்பு, வாரிக்கொண்ட போன்ற சொற்கள் விளையாடும் போது கூறப்படுகின்றன.

1. ஐந்து கற்களையும் கையினுள் பிடித்துக்கொண்டு ஒரு கல்லை மேலே தூக்கிப்போட்டு அது கீழே வருவதற்குள் தரையின்

ஆள்காட்டி விரலால் மட்டும் தடவி அக்கல்லைப் பிடித்தல். அப்போது கொத்தாலங்கு என்று கூறுவது.

2. மேற்கூறியது போலவே மீண்டும் செய்து கோழிச்செண்டு என்று கூறுவது

3. வச்செடுப்பு என்று கூறிக்கொண்டே நான்கு கற்களையும் தரையில் வைத்து ஒருகல்லை உயரே போட்டு

4. வாரிக்கொண்டே என்று கூறி நான்கு கற்களையும் வாரி எடுத்தல்

5. ஐந்தில் ஒரு கல்லை மட்டும் உயரே போட்டு புறங்கையில் வாங்கி மீண்டும் உயரே போட்டு அகங்கையில் பிடிப்பது இவ்வாறு ஐந்து முறை செய்யப்படுகிறது. அப்போது ஒவ்வொருமுறைக்கும் சாம்-சரம்-செடி-கொடி-படி என்று கூறப்படுகிறது.

6. மேற்கூறியது போன்றே ஆனால் மீண்டும் அகங்கையில் பிடிக்கும்போது நேராகப் பிடிக்காமல் கையை வளைத்துப் (பாம்புபோல்) பிடிப்பது. மூன்று முறை செய்யப்படுகிறது. அப்போது ஒவ்வொரு முறையும் சீச்சி சிமிக்கி என்று மூன்று முறை கூறப்படுகிறது.

7. கற்களை எல்லாம் சிறிது உயரத்தில் போட்டு அவற்றைப் புறங்கையில் வாங்கி (புறங்கையில் இரண்டு கற்கள் மட்டும் நிற்கக்கூடாது). எதிரேயிருப்பவரிடம் கையை நீட்டி காட்டு கல்லு எந்தக் கல்லு என்று கேட்டு அவர் ஒரு கல்லைக் குறிப்பிட்டதும் அக்கல்லை மட்டும் உயரே தூக்கிப் போட்டு (மற்றவற்றை கீழே விட்டுவிடலாம்) கையில் வளைத்துப் பிடித்து மற்றவரிடம் தந்துவிட்டு மற்ற நான்கு கற்களையும்

8. அடிப்பான் - தரையில் போட்டு இரண்டிரண்டு கற்களாக ஒரு கல்லின்மேல் மற்றொரு கல்லை சுண்டுவதன் மூலமாக அடிக்க வேண்டும். தரையில் கிடக்கும் நான்கில் அடிக்கப்படவேண்டிய இரண்டு கற்களுக்கிடையே இரண்டு விரற்கடை அளவு இடைவெளி தேவை. குறைந்தால் மீண்டும் எடுத்துத் தரையில் போடவேண்டும்.

இதுவரை விளையாடி முடித்தால் முடித்தவருக்கு ஒரு கேம். மீண்டும் இவரே தொடர்ந்து விளையாடலாம். விளையாட்டு ஆரம்பமாகும்போதே ஐந்து அல்லது பத்து எண்ணிக்கையை வெற்றி எல்லையாக நிர்ணயித்துக் கொண்டு அவ்வெற்றி எல்லையை முதலில் அடைபவரே வென்றவராகக் கருதப்படுகிறார்.

தண்டனை ; விளையாட்டில் தோற்றவர்களுக்கு கால் கரண்டையிலுள்ள எலும்பில் ஒரு கல்லை வைத்து மற்றொரு கல்லால் வெற்றிபெற்ற எண்ணிக்கை அளவு ஓங்கிக் கொட்டவேண்டும்.

சேகரித்த இடம் - சின்ன உடைப்பு

23. பல்லாங்குழி விளையாட்டு

இது பெண்களுக்கேயுரிய விளையாட்டாகும். ஆனால் இன்று சிறுவர்களாலும் விளையாடப்படுகிறது. பல்லாங்குழிக் கருவி மரம், வெங்கலம், வெள்ளி போன்ற உலோகத்தினாலும் செய்யப்பட்டது. இதில் விளையாட்டுக்கருவிகளாக சோவி, புளியமுத்து, சிகப்புமுத்து, சிறிய கற்கள் போன்றவை பயன்படுத்தப்படுகின்றன. இரண்டிலிருந்து மூன்று நபர் வரை இப் பல்லாங்குழி விளையாட்டுக்களை விளையாடுகின்றனர். இது பலவகைப்படுகின்றது.

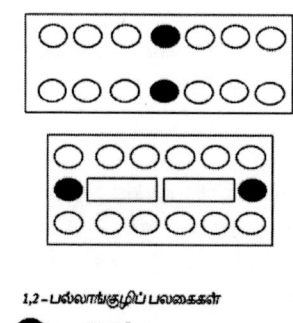

1

2

1,2 – பல்லாங்குழிப் பலகைகள்

காசிக்குழிகள்

1. காசிப்பாண்டி: இது பல்லாங்குழி விளையாட்டில் ஒரு வடிவம். பலகையிலுள்ள குழிகளில் நடுவிலுள்ள குழியே காசிக்குழி எனப்படுகிறது.

ஒரு வரிசைக்கு ஏழு குழிகளாக இரண்டு வரிசைகளில் பதினான்கு குழிகள் பல்லாங்குழிப் பலகையில் இருக்கின்றன. இக்குழிகளில் நடுவிலுள்ள காசிக்குழியில் மட்டும் அளவில் பெரிய சோவி ஒன்றை மட்டும் போட்டுவிட்டு மற்ற பனிரெண்டு குழிகளிலும் குழிக்குப் பனிரெண்டு முத்துக்களாகப் போட்டுக்கொள்கின்றனர். ஒரே வரிசைக்குரிய ஆறு குழிகள் ஒருவருக்குச் சொந்தமானதாகவும் எதிர்வரிசை ஆறுகுழிகள் எதிராளிக்குச் சொந்தமானதாகவும் பிரித்துக் கொள்கின்றனர்.

விளையாடுபவர் தனக்குள்ள ஒரு வரிசைக் குழிகளில் ஒரு குழியிலுள்ள முத்துக்களை எடுத்து அவற்றை தனக்கு இடமிருந்து வலமாக ஒரு குழிக்கு ஒரு முத்தாக போட்டுக்கொண்டே வருகிறார். அப்படி வரும்போது கடைசிமுத்து எந்தக்குழியுடன் முடிவடைகிறதோ அந்தக்குழிக்கு அடுத்த குழிமுத்துக்களை எடுத்து ஆடுகிறார். இவ்வாறு விளையாடிக்கொண்டே வரும்போது முத்தில்லாத குழி வந்ததும் ஆட்டத்தை முடித்துக்கொண்டு அதைக் கை விரலால் தடவிவிட்டு அதற்கடுத்த குழியில் உள்ள முத்துக்களையும் அக்குழிக்கு நேர் எதிரிலுள்ள (எதிர் வரிசை) குழியின் முத்துக்களையும் எடுத்துக்கொள்கிறார். எடுத்து எதிரேயிருப்பவர் முதலில் ஆடியவரைப் போன்றே ஆடத்தொடங்குகிறார்.

விளையாடுகின்ற பொழுது ஒரு குழியில் (காசிக்குழி தவிர) ஆறு முத்துக்கள் மட்டும் இருந்தால் அதனைப் 'பசு' என்று கூறி அக்குழிக்குச் சொந்தமானவர் எடுத்துக்கொள்கிறார். மேலும் காசிக்குழிக்கு முதலிலுள்ள குழியில் முத்துக்கள் இல்லாமல் காலியாக இருந்தால் அதனைத்தடவி காசிக்குழியைக் கையினால் தட்டி காசி தட்டிட்டேன் என்கிறார். காசி தட்டிய பின்னர் விளையாடும்போது அக்குழியில் முத்துக்கள் போடுகின்றார். காசிக் குழியில் சேருகின்ற முத்துக்கள் அவருக்குச் சொந்தமாகின்றன. ஒருவர் இரண்டு வரிசைகளிலும் உள்ள காசிக்குழியைத் தட்டலாம். ஒருவரே இரண்டு குழிகளையும் தட்டலாம். ஒரே காசிக்குழியை இரண்டு நபர்களும் தட்டலாம். அப்பொழுது விளையாட்டு முடிந்ததும் அதிலுள்ள முத்துக்களை இருவரும் சரிசமமாகப் பகிர்ந்து கொள்கின்றனர். ஒரு காசிக்குழியை ஒரு ஆட்டத்தில் இருவருமே தட்டவில்லையென்றால் அம்முத்துக்களை குழியைவிட்டுத் தனியே எடுத்துவிட்டு அடுத்தமுறை ஆட்டத்தில் அக்காசிக்குழியைத் தட்டுக்கிறவர் அனைத்து முத்துக்களையும் எடுத்துக்கொள்கிறார்.

இவ்விளையாட்டில் ஒருவரைத் தோற்கடிப்பது மிக எளிது. ஒருவர் இரண்டு காசிக் குழிகளையும் தட்டிவிட்டால் மற்றவர் எளிதாகத் தோற்றுவிடுகிறார். மற்றவருக்குப் பசு என்பது மட்டுமே முத்தாகக் கிடைக்கின்றது. அவரால் ஒரு குழிக்குத் தேவையான பனிரெண்டு முத்துக்களைக் கூடச் சேர்க்க முடிவதில்லை. அதனால் தோற்பது எளிதாகின்றது.

தோற்றவர் கையில் இருக்கின்ற முத்துக்களின் எண்ணிக்கையைப் பொறுத்து அடுத்துவரும் ஆட்டங்கள் தொடருகின்றன. இந்த ஆட்டங்களில் எல்லாம் 'பசு' என்பது கிடையாது.

தோற்றவரிடம் எட்டு முத்துக்கள் மட்டும் இருக்கின்றபோது வென்றவர் தன் குழிகளில் குழிக்கு எட்டு முத்துக்களாகப் போட விளையாட்டு தொடருகிறது. இது எட்டு முத்து ஆட்டம் என்றழைக்கப்படுகிறது. இது போன்றே பத்து, ஒன்பது, ஏழு, ஆறு, ஐந்து, நான்கு, மூன்று, இரண்டு, ஒன்று, முத்து ஆட்டங்கள் ஆடப்படுகின்றன. இவ்வாறு விளையாடுகின்றபொழுது முதலில் தோற்றவர் திறமையாக விளையாடி மீண்டும் அதிக முத்துக்களைச் சேர்த்துவிடவும் வாய்ப்பிருக்கிறது.

2. **கட்டு(ம்)ப்பாண்டி:** இவ்வாட்டம் இரண்டு நபர் மட்டுமே விளையாடக்கூடிய ஆட்டமாகும். பல்லாங்குழியில் ஒரு குழிக்கு ஆறு முத்துக்களாக எல்லாக் குழிகளுக்கும் முத்துக்களைப் போடுகின்றனர். பல்லாங்குழிப் பலகையில் நான்கு மூலைக்குழிகள் கட்டுமிடமாகப் பயன்படுத்தப்படுகின்றன. இங்கு கட்டுவது என்பது முத்துக்களைச் சேகரிப்பதற்குத் தயாராக்கப்படும் குழி என்ற பொருளைப் பெறுகின்றது.

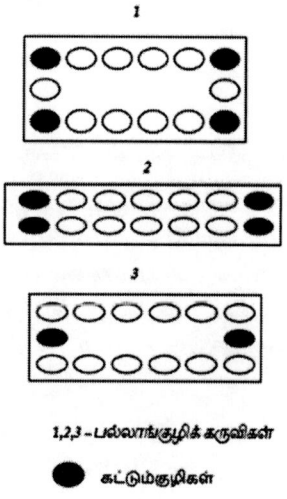

1,2,3 - பல்லாங்குழிக் கருவிகள்
● கட்டும்குழிகள்

விளையாடுகின்ற இருவரும் முதலில் ஆடத்துவங்குகின்றபொழுது பல்லாங்குழியின் மூலையிலுள்ள குழிகளை மட்டுமே பிரித்து ஆடுகின்றனர். நான்கு மூலைக்குழிகளும் பிரிக்கப்பட்ட பின்னரே மற்ற குழிகளைப் பிரித்து ஆடுகின்றனர். குழிக்கு ஒரு முத்தாகப் போட்டுக்கொண்டே வரும்போது கடைசிமுத்து முடிவடை யும் குழியினையே மீண்டும் பிரித்து விளையாடுகின்றனர். இவ்வாறு ஆடிவரும்போது கடைசிமுத்து முத்தில்லாத குழியில் போடப்படு

மானாலோ கட்டும்குழியில் இடப்படுமானாலோ அத்துடன் ஒருவருடைய ஆட்டம் முடிவடைகிறது. பின் மற்றவர் ஆடத் துவங்குகிறார்.

நான்கு மூலைக்குழிகளிலும் மூன்று முத்துக்கள் சேர்ந்தபிறகு முத்துக்களைப் போடுவதில்லை. அந்தக்குழிகள் கட்டுவதற்குத் தயாராக இருக்கின்றன. ஆடுபவர் முத்துக்களை குழிகளில் இட்டுக்கொண்டே வரும்பொழுது கடைசி முத்து நான்கு மூலைக் குழிகளில் ஒரு மூலைக்குழியில் முடிவடைந்தால் அதனை அவர் கட்டியதாகக் கூறுகிறார். அதற்கு அடையாளமாக அக்குழியின் மேல் ஓரத்தில் நான்காவது முத்தை வைத்துவிடுகின்றனர். (சிலர் குழியினுள்ளே போட்டு விடுகின்றனர்) பிறகு அக்குழியைக் கட்டியவரே அதில் முத்துக்களை இடுகிறார். அப்போதிருந்து அக்குழியில் சேரும் முத்துக்கள் கட்டியவருக்கே சொந்தமாகின்றன. ஒருவர் நான்கு குழிகளில் எத்தனை குழிகளையும் கட்டலாம். (சில இடங்களில் விளையாட்டு துவங்குவதற்கு முன்பே ஒருவருக்கு இரண்டு குழிகள்தான் என்று முடிவுசெய்யப்படுகின்றது.) ஒருவரே நான்கு குழிகளையும் கட்டிவிட்டால் அவரே வென்றவராகிறார். ஒரு ஆட்டம் அத்துடன் முடிவடைகின்றது.

சேகரித்த இடம் - கோ. புதூர்

1. விளையாடுகின்ற பொழுது ஒரு ஆட்டம் முடிவடைந்ததும் ஒருவருக்கு தக்கம் ஏற்படுமாயின் (தக்கம் என்பது குழியில் இடுவதற்கு முத்துக்கள் இல்லாத நிலை). மற்ற பல்லாங்குழி வகைகளைப் போல மூலைக் குழிகளில் தக்கம் போடுவதில்லை. நடுவிலுள்ள குழிகளி லேயே போடப்படுகின்றன. மூலைக்குழிகள் கட்டும் குழிகளாக இருப்பதே காரணமாகும்.

2. விளையாடும்போது ஒருவருக்கு மூலைக் குழியில் போடுவதற்கு மட்டுமே முத்துக்கள் இருக்குமானால் அவரே விளையாட்டில் தோற்றவராகக் கருதப்படுகிறார்.

3. இவ்விளையாட்டில் அதிகமாக முத்துச் சேர்ப்பதற்கு முத்துக்கள் நிறைந்த குழியைப் பிரித்து ஆடுவதே சிறந்ததாகும். மேலும் ஒருவர் தான் முத்துக்களை இடமிருந்து வலமாக போட்டுக்கொண்டு வரும்போது தனக்கு மிக அருகிலிருக்கும் இரண்டு குழிகளைக் கட்டுவது சிறந்ததாகிறது. அதாவது விளையாடுபவர்கள் தங்களுக்கு வலப்பக்கமாக அருகில் இருக்கும் இரண்டு எதிரெதிர் குழிகளையே கட்டுவதற்கு விரும்புகின்றனர்.

4. இவ்விளையாட்டில் ஒரு ஆட்டம் முடிவதற்கே மிகுந்த நேரமாகிறது. தோற்பதும் மிகக் கடினம். ஆகையால் விளையாட்டு முடியவும் நேரமாகின்றது.

5. இவ்விளையாட்டிற்கு திருநெல்வேலி மாவட்டத்தில் 'தாலிகட்டி' விளையாடும் விளையாட்டு என்று பெயர். மூன்று முத்துக்கள் சேர்ந்திருப்பதை சமைஞ்சிருக்கு என்று கூறுகின்றனர். இதில் நான்காவது முத்தை வைத்துக் கட்டுகிறபோது 'தாலிகட்டி விட்டேன்' என்கிறார். இங்கு கட்டாயமாக ஒருவர் இரண்டு குழிகளை மட்டுமே கட்டவேண்டும். (நடுக்கல்லூர் - திருநெல்வேலி)

3. பசுப்பாண்டி: காசிப்பாண்டியின் விளையாடும் முறை இங்கும் பின்பற்றப்படுகிறது. ஆனால் பசுவின் எண்ணிக்கை நான்கு ஆகும். விளையாடும் போது குழியில் நான்கு சோவிகள் சேர்ந்துவிட்டால் பசு என்று விளையாடுபவர் எடுத்துக்கொள்கிறார்.

இவ்விளையாட்டில் ஐந்து சோவிகளுக்கும் குறைவாக இருந்து தக்கம் போட நேர்ந்தால் 'பிள்ளைக்குழி' வைக்கும் பழக்கம் காணப்படுகிறது. பிள்ளைக்குழியில் சேரும் கற்களை அக்குழிக்கு சொந்தமானவர் எடுத்துக்கொள்கிறார்.

தோற்றவருக்கு ஒரு குழிக்குக் கூடத் தேவையான கற்கள் கிடைக்காத நிலையில் ஒவ்வொரு குழிக்கும் ஒரு கல் மட்டும் போட்டு எப்பொழுதும் போல் விளையாடுவர். இதற்குக் கஞ்சி காய்ச்சுதல், கூழ் காய்ச்சுதல் என்று பெயர். கஞ்சி காய்ச்சும் போது தோற்றவர் வெற்றியடைய வாய்ப்புண்டு. கஞ்சி காய்ச்சுவதற்குக் கூட கல் இல்லாத நிலை தோற்றதாகக் கருதப்படுகிறது.

சேகரித்த இடம்: கொடிக்குளம். புதூர்

24. பிள்ளைப்பந்து விளையாட்டு

சிறுவன் மட்டும் (8-14) விளையாடுகின்ற விளையாட்டு இது. விளையாட்டு நபர்களுக்கு எண்ணிக்கை வரம்பு கிடையாது.

விளையாடுபவர்கள் தங்களுக்குரிய விளையாட்டுக் களமாக சுவர், உயர அகலமான கல், மரம் போன்றவை பின்னணியில் இருக்குமாறு இடத்தைத் தேர்ந்தெடுத்துக் கொள்கிறார்கள். அவ்விடத்திற்கு முன் விளையாட்டு நபர்களின் எண்ணிக்கைக்கு ஏற்ப மணலில் சிறு சிறு குழிகளாகத் தோண்டிக் கொள்கிறார்கள். பின் சாட் பூட் த்ரீ முறையில் பட்டவர் ஒருவரைத் தேர்ந்தெடுத்துக் கொள்கிறார்கள்.

இக்குழிகளுக்கு நேரெதிரே சிறிது தூரத்தில் பட்டவர் நின்று கொண்டு சிறிய பந்தினை குழிகளை நோக்கி உருட்டுகிறார். மற்றவர்கள் குழிகளுக்கருகில் நிற்கின்றனர். உருட்டப்பட்ட பந்து ஒரு குழியில் விழுந்தவுடன் அக்குழிக்கு உரியவரைத் தவிர மற்றவர்கள் விரைவாக ஓடுகின்றனர். பந்து விழுந்த குழிக்குரியவர் வேகமாக பந்தை எடுத்து ஸ்டாப் என்று கூறுகிறார். ஓடிக்கொண்டிருந்தவர்கள் அந்தந்த இடத்தில் நின்று கொள்ள பந்தை எடுத்திருப்பவர் நிற்பவரில் ஒருவர் மீது பந்தை எறிகிறார். அவர் மீது பந்து சரியாகப் பட்டுவிட்டால் அவர் குழியில் ஒரு கல் போடப்படுகிறது. அவ்வாறின்றி பந்து அவர் மீது படாவிட்டால் எறிந்தவரின் குழியில் ஒரு கல் போடப்படுகிறது. அவர் ஒரு குழந்தை பெற்றதாகக் கருதப்படுகிறார்.

அவரை மற்றவர்கள் ஒரு பொம்பளப்புள்ள பெத்த என்று கிண்டல் செய்கின்றனர். மீண்டும் விளையாட்டு தொடர்கிறது. முதலில் பத்து பெண் பிள்ளைகள் பெற்றவர் தோல்வி அடைந்தவராவார்.

முதலில் பத்துப்பெண் பிள்ளைகள் பெறும் நபரை விளையாட்டிலிருந்து வெளியெற்றி விடுகின்றனர். அதோடு குழிகளுக்குப் பின்னால் உள்ள சுவரில் / மரத்தில் தோற்றவரின் கையை வைக்கச் சொல்லி அக்கைகளில் (உள்ளங்கை) மற்றவர்கள் ஒவ்வொருவரும் தனித்தனியாகப் பத்துமுறை பந்தை எறிகின்றனர். இதுவே அவருக்குத் தரப்படும் தண்டனை. பந்தை எறிபவர் குறி தவறிவிட்டால் தோற்றவர் இவரது கைகளில் அதே போன்று பந்தை எறிகிறார். இவ்விளையாட்டில் குறைவாகப் பிள்ளைகள் பெற்றவரே வென்றவர்.

சேகரித்த இடங்கள்: மண்ணாடிமங்கலம், நல்லூர், மதுரை,
தல்லாகுளம் பொதுப்பணித்துறைக் குடியிருப்பு

பிற

1. பட்டவர் என்று ஒருவரைத் தேர்ந்தெடுக்காமல் விளையாட்டில் கலந்து கொள்ளாத ஒருவரைக் குழிகளில் பந்தை உருட்டச் செய்கின்றனர்.

2. பிள்ளை போடுவதற்கென்று தனியாக ஒரு நபரினை வைத்துக் கொள்கிறார்கள்.

25. கொட்டாங்(ன்) கொட்டா(ன்) விளையாட்டு

இவ்விளையாட்டு சிறுவன்கள் மட்டும் விளையாடுவது. எத்தனை நபர் வேண்டுமானாலும் இதனை விளையாடலாம்.

முதலில் மணலில் பெரியதாக ஒரு வட்டம் வரைந்து

கொள்கின்றனர். வரையப்பட்ட வட்டக்கோட்டின் மேல் ஒருவர் பின் ஒருவராக அனைவரும் மெதுவாக ஓடுகின்றனர். அவ்வாறு ஓடுகின்ற பொழுது பின்வரும் பாடலைப் பாடுகின்றனர்,

முதலில் ஒடுபவர்	:	கொட்டாங் கொட்டான்
மற்றவர்கள்	:	என்ன கொட்டாங்?
முதலில் ஒடுபவர்	:	சீனிக்கோ வாணிக்கோ கொட்ட கொட்ட
மற்றவர்கள்	:	யாரைக் கொட்ட?
முதலில் ஒடுபவர்	:	நம்மள ஊந்தியப் புடிச்சுக் கொட்டுங்கடா

(ஊந்தி என்பது ஒருவருடைய பட்டப்பெயர்)

இவ்வாறு ஒருவர் பெயரைக் கூறியதும் உடனே அப்பெயருக்குரியவர் கோட்டை விட்டு வெளியே ஓடிவிடுகிறார். அவ்வாறு ஓடாவிட்டால் அவருடைய தலையில் மற்ற அனைவரும் கொட்டுகிறார்கள். எனவே ஒரு பெயர் கூறப்பட்டவுடனே அந்த பெயருக்குரிய நபர் ஓடி விடுகிறார். ஆனால் அதே நேரத்தில் மற்றவர்களும் அவரை ஓடவிடாமல் பிடித்துக் கொள்கின்றார்கள். மீறி அவர் வெளியில் ஓடியபிறகு வெளியிலிருந்து கொண்டே வட்டத்திற்குள் நிற்கின்ற நபர்களை ஒவ்வொருவராக வெளியில் பிடித்து இழுக்கிறார். அவ்வாறு இழுக்கின்ற போது வட்டத்திற்குள் நிற்பவர்கள் அவரை உள்ளே இழுத்துவிடாமல் மீண்டும் அவர் தலையில் கொட்டி அவரை வெளியேற்றி விடுகின்றனர். அவர் மீண்டும் முதலில் ஓடுபவராக விளையாட்டிற்குச் சேர்த்துக் கொள்ளப்படுகிறார். இந்த முறை யாரைக் கொட்ட வேண்டும் என்று இவரே கூறுகிறார். இவ்வாறு விளையாட்டு தொடர்கிறது. இறுதிவரையில் கொட்டுப்படாமலும் அதிகமான எண்ணிக்கையில் விளையாட்டு உறுப்பினர்களை வெளியில் இழுத்தவரே வென்றவராகிறார்.

சேகரித்த இடம் - கச்சைகட்டி

பிற

1. இவ்விளையாட்டு இன்றைக்குச் சிறிது மாற்றத்துடன் சிறுமிகளால் மட்டும் விளையாடப்படுகிறது. விளையாட்டுக்குப் பெயர் இல்லை. சிறுவன் விளையாட்டிலிருக்கும் கொட்டு என்பதற்கு பதிலாகச் சிறுமிக்கு முதுகில் அடி விழுகிறது. பாடல் மாறுகிறது. அப்பாடல்

ஆத்துக்கு போறேன்
அயிரை மீனைப்பிடிச்சேன்
சுட்டுத் தின்னேன்
யாருக்குக் குடுக்கல?
ராசாத்திக்குக் குடுக்கல

அனைவரும் ராசாத்தி என்கிற பெயருடைய சிறுமியைப் பிடித்து அடிக்கின்றனர். வேறு மாற்றம் இல்லை.

சேகரித்த இடம்: நல்லூர்

26. தண்ணீர் இறைக்கும் விளையாட்டு

சிறுமிகள் மட்டும் விளையாடுகின்ற விளையாட்டு இது. எண்ணிக்கை வரம்பு இல்லை. ஆனாலும் 8 - 10 பேருக்கு மேல் விளையாடுவதில்லை. சிறுமிகள் அனைவரும் முதலில் வட்டமாக நின்று கொள்கின்னறர். முதலில் ஒருவர் தன்னுடைய வலது காலை இடது காலின் முட்டின் மேல் மடக்கி நிறுத்தி வைத்துக் கொள்கிறார். அடுத்தவர் தன் காலைத் தூக்கி போடுவதற்கு இது ஒரு தாங்கி (Stand) போன்று இருக்கின்றது. பின் முதலில் நிற்பவருக்கு இடப்பக்கமாக நின்று கொண்டு இருப்பவர் தன்னுடைய வலது காலை இவருடைய மடக்கப்பட்ட வலது கால் மீது நீட்டிக்கொள்கிறார். அடுத்து ஒவ்வொருவராக விளையாடுகின்ற அனைவரும் தங்கள் கால்களை மற்றவரின் காலின் மீது நீட்டுகின்றனர். கடைசி நபர் தன் காலை நீட்டியவுடன் முதலில் நின்றவர் மடக்கி வைத்திருந்த தன் காலை எடுத்து வலப்பக்கமாக நிற்பவரின் காலின் மீது நீட்டிக்கொள்கிறார்.

காலை எடுக்கும் போது இவருடைய காலின் மீது கிடக்கின்ற மற்றொரு கால் எடுக்கப்படவில்லை. அவ்வாறு அனைவரும் காலைத் தூக்கிப் போட்டு ஒரு வட்டத்தை உருவாக்குகின்றனர். நடுவிலுள்ள வட்டத்தைக் கிணறு என்றழைக்கின்றனர். ஒருவரின் மேல் மற்றவர் காலை நீட்டுகின்ற பொழுது கீழே விழுந்து விடாமலிருக்க அனைவரும் மற்றவர்களின் தோளின் மீது கைகளைப்போட்டு ஆதரவாகப் பிடித்துக்கொள்கின்றனர். வட்டத்தை உருவாக்கிய பின்னர் கைகளை எடுத்துவிட்டு நடுவிலுள்ளள கிணற்றில் தண்ணீர் இறைப்பதுபோல பாவனை செய்கின்றனர். அவ்வாறு செய்கின்றபோது

தண்ணீர் இறைக்க குடிக்க குசுப்போட
தந்தனக்குன தனதன தன்

என்ற பாடலைப் பாடுகின்றனர். வேகமாகத் தண்ணீர் இறைப்பதுபோல பாவனை செய்கின்றனர். பத்துமுறை இப்பாடலைப் பாடுவதுடன் விளையாட்டு முடிவடைகின்றது.

சேகரித்த இடம் - தேன்கல்பட்டி

27. அக்கக்கா கிளி செத்துப்போச்சு விளையாட்டு

சிறுமிகள் மட்டும் விளையாடும் விளையாட்டு இது. இவ் விளையாட்டில் முதலில் அனைத்துச் சிறுமிகளும் தரையில் வட்டமாக அமர்ந்து உட்புறமாகக் கால்களை நீட்டிக் கொள்கின்றனர். பிறகு முதலில் ஒருவர் தனக்குப் பக்கத்தில் அமர்ந்திருப்பவரைப் பார்த்துப் பின்வருமாறு கூறுகிறார்

முதலாவது நபர்: அக்கக்கா சிணுக்குரி தாங்களே(ன்)

இரண்டாவது நபர்: இப்பத்தான் தல உருவிட்டு இருக்கே(ன்)

முதல் நபர்: அக்கக்கா கொஞ்சம் சிணுக்குரி தாங்களே(ன்)

இரண்டாவது நபர் : நேத்து என் பூனை உன் வீட்டுக்கு கங்கு அல்லது தீ எடுக்க வந்துச்சே அப்ப நீயும் உன் புருசனும் மூல வீட்டுக்குள்ள உட்கார்ந்து கறி எடுத்து சமைச்சு தின்னுட்டு இருந்தீங்களே என் பூனைக்குக் கொஞ்சம் அல்லது ஒரு துண்டு எலும்பு குடுத்தீங்களா? இந்தாடி சக்களத்தி என்று கூறியவாறு குடுக்கின்றார். இங்கு ஒருவருக்கு மற்றவரால் எந்தப்பொருளும் குடுக்கப்படுவதில்லை. ஒரு பொருளைக் கொடுப்பது போன்றும் அப்பொருளைக் கொண்டு ஒரு செயலைச் செய்வது போன்றும் பாவனை செய்யப்படுகிறது.

இவ்வாறு ஒவ்வொருவராக சிணுக்குரி கேட்டு அனைவருக்கும் ஒருவர் மற்றவருடன் மேற்கூறப்பட்ட உரையாடலோடு சிணுக்குரியை பரிமாறிக்கொள்கின்றனர். வட்டமாக அமர்ந்திருக்கும் அனைவரும் கூறியபிறகு முதலில் விளையாட்டை ஆரம்பித்தவர் தனக்கருகிலிருப்பவரிடம் தன் இரு கைவிரல்களையும் உட்புறமாகக் கோர்த்துக் கொண்டு பின் வருவது போல் கூறுகிறார்.

முதலாவது நபர்	: அக்கக்கா கிளி செத்துப்போச்சு
இரண்டாவது நபர்	: எப்ப?
முதலாவது நபர்	: இப்ப
இரண்டவாது நபர்	: எப்படி?
முதலாவது நபர்	: இப்படி

என்று கூறிவிட்டு முன்புறம் நீட்டி வைத்திருந்த தன்னிருகால்களின் ஒரு காலை எடுத்து விளையாட்டு வட்டத்திற்கு வெளிப்புறமாக நீட்டிக்கொள்கிறார்.

விளையாடுகின்ற அனைவரும் முதலில் ஒரு காலை நீட்டிய பிறகு மீண்டும் அக்கக்கா கிளி செத்துப்போச்சு என்கிற உரையாடல் தொடர்ந்து தங்கள் இரண்டாவது காலையும் நீட்டிக்கொள்கின்றனர். அடுத்ததாக மீண்டும் அதே உரையாடலுடன் ஒருவர் மடியில் ஒருவராகக் காலை நீட்டியபடி படுத்துக்கொள்கின்றனர். இறுதியாக அனைவரும் தங்கள் கைகளைத் தட்டிக்கொண்டு அக்கக்கா கிளி செத்துப்போச்சு என்று பாடுகின்றனர். அத்துடன் விளையாட்டு முடிவடைகிறது.

சேகரித்த இடம்: வண்ணாம்பாறைப்பட்டி

28. அக்கக்கா சிணுக்குரி விளையாட்டு

விளையாடுகின்ற அனைவரும் தரையில் வட்டமாக அமர்ந்து கொள்கின்றனர். முதலில் ஒருவர் தன் கால்களிரண்டையும் தரையில் உட்புறம் நேராக நீட்டிக்கொள்ள மற்றவர்கள் அந்தக்கால்களுக்கு மேல் ஒருவர் பின் ஒருவராக தங்களிருகால்களையும் நீட்டிக்கொள்கின்றனர். அனைவரும் கால்களை நீட்டிய பிறகு நீட்டப்பட்ட கால்களின் முடிவில் மையத்தில் ஒரு வட்டம் கிடைக்கிறது. அவ்வட்டம் கிணறு எனப்படுகிறது. பின்னர் விளையாட்டு ஆரம்பமாகின்றது. அப்போது பேசும் உரையாடல் கீழே தரப்படுகிறது. முதலாவது நபர் தலைக்குச் சிக்கெடுப்பது போன்று பாவனை செய்து தனக்கடுத்த இரண்டாவது நபரிடம் கேட்கிறார்.

முதலாவது நபர்	:	அக்கக்கா கொஞ்சம் சிணுக்குரி தாங்க
இரண்டாவது நபர்	:	எங்க வீட்டுக்காரர் திட்டுவாரு
முதலாவது நபர்	:	நான் உடனே தந்துர்றேன்
இரண்டாவது நபர்	:	இந்தாங்க சீக்கிரம் தந்துருங்க
இரண்டாவது நபர்	:	தலையைச் சிக்கெடுப்பதுபோல பாவனை செய்ய
மூன்றவாவது நபர்	:	அக்கக்கா சிணுக்குரி தாங்க
இரண்டாவது நபர்	:	எங்க அப்பா திட்டுவாங்க
மூன்றாவது நபர்	:	உங்க அப்பா வர்றதுகுள்ள

தந்துருவேன்

2-வது நபர் : சரி சீக்கிரம் தந்துருங்க

இவ்வாறு ஒவ்வொரு நபரும் மற்றவருக்குச் சிணுக்குரியைத் தரும்போது எங்க மாமியா திட்டுவாங்க, எங்க அம்மா வைவாங்க என்று கூறிக்கொண்டே தந்துவிடுகிறார்கள். இறுதியாகச் சிணுக்குரியை வாங்கிச் சிக்கெடுக்கின்ற நபர் அதனைத் தங்கள் கால்களுக்கிடையில் உள்ள பள்ளத்தில் (கிணறு) போட்டு விடுகின்றார்.

பள்ளத்தில் சிணுக்குரியைப் போட்டவுடன் அடுத்ததாகச் சீப்பு எடுத்து தலையைச் சீவுகின்றனர். மேற்கூறியது போன்ற உரையாடலுடன் சீப்பும் அனைவருக்கும் தரப்பட்டு இறுதியில் பள்ளத்துள் போடப்படுகின்றது. இவ்வாறு பவுடர், பொட்டு, கண்மை, கொலுசு வளையல், ரிப்பன், என்று பெண்களால் உபயோகப்படுத்தப்படும் அனைத்துப் பொருள்களையும் உபயோகப் படுத்தி இறுதியாகப் பள்ளத்துக்குள் போட்டுவிடுகின்றனர்

இறுதியில் முதன் முதலில் சிணுக்குரி தந்தவர் அக்கக்கா சிணுக்குரி எங்க? என்று கேட்ட அவர் மற்றவரிடம் கேட்க வரிசையாகக் கேட்டு கடைசியில் கிணற்றுக்குள் போட்டவர் அய்யய்யோ கெணத்துக்குள்ள விழுந்துடுச்சே என்று கூறுகிறார். இவ்வாறு அனைத்துப்பொருட்களும் எங்கே? என்று கேட்கப்பட்டு கிணற்றுக்குள் விழுந்ததாகக் கூறியவுடன் அனைவரும் தங்கள் கைகளைத் தங்களுக்குப் பக்கவாட்டில் தரையில் ஊன்றி தங்கள் உடம்பை ஒரு பக்கமாக நகர்த்திப் பின் கைகளை முன்னுக்குக் கொண்டு வந்து தட்டுகின்றனர். அப்போது அக்கக்கா சிணுக்குரி என்று கூறுகின்றனர். உடம்பை நகர்த்துகின்ற போது கால்களைப் பிரிப்பது கிடையாது. முதலில் மெதுவாகத் தொடங்கிப் பின் வேகமாக அக்கக்கா சிணுக்குரி என்று பாடிக்கொண்டே சுற்றுகின்றனர். வேகமாகச் சுற்றும் போது அனைவருடைய கால்களும் பிரிந்துவிடுவதால் பின் கீழே கிடக்கின்ற சிணுக்குரி முதலிய பொருட்களை எடுத்துக்கொண்டு விளையாட்டை முடித்துக்கொள்கின்றனர்.இவ்விளையாட்டில் சிறிய குச்சிகள் (விளக்கமாற்றின் குச்சிகள்) விளையாட்டுப்பொருளாக பயன்படுத்தப்படுகின்றன. இந்தக் குச்சிகளைக் கொண்டு தலையைச் சீவுவதுபோல பாவனை செய்யப்படுகின்றது.

சேகரித்த இடம்: நல்லூர்: தல்லாகுளம்

29. வளையல் விளையாட்டு

சிறுமிகளாலும் பருவமடைந்து வீட்டிலிருக்கும் பெண்களாலும் (வயது 5 - 5) விளையாடப்படும் விளையாட்டு. உடைந்துபோன வளையல் (கண்ணாடி) துண்டுகளை வைத்து விளையாடுகின்றனர்.

அ. பல்வேறு நிறங்களுடைய சுண்டுவிரல் நீளமுடைய கண்ணாடி வளையல் துண்டுகளை வலதுகை நிறைய வைத்துக்கொண்டு அவற்றை மெதுவாக உயரே தூக்கிப்போட்டுப் புறங்கையில் வாங்குகின்றனர். கீழே விழுந்த வளையல் துண்டுகளைத் தவிர கையிலிருக்கும் மீதித்துண்டுகளில் ஒரு வளையல் துண்டை மட்டும் கை விரலிடுக்கில் பற்றிக்கொண்டு மற்றவற்றைக் கீழே போட்டுவிடுகின்றனர். விரலிடுக்கில் பற்றிய வளையல் துண்டைக் கீழே விட்டுவிடாமல்

தரையில்கிடக்கின்றவளையல்துண்டுகளைஆள்காட்டிவிரல்மற்றும் பெருவிரலால் பற்றி எடுத்து இடதுகையில் வைத்துக்கொள்கின்றனர். அவ்வாறு எடுக்கும்போது தரையில் கிடக்கும் வளையல் துண்டுகள் ஒன்றின்மேல் மற்றொன்று பட்டுவிடாமல் பார்த்துக் கொள்கின்றனர். அவ்வாறு பட்டுவிட்டால் விளையாட்டுகின்றவர் ஆட்டத்தைத் தொடராமல் மற்றவருக்குத் தந்துவிடுகிறார். இதுவரை அவர் சேகரித்த வளையல் துண்டுகள் அவருக்கே சொந்தமாகின்றன. மற்றவர் ஆட்டத்தைத் தொடருகிறார். வளையல் துண்டுகள் தீரும் வரை ஆட்டம் தொடருகிறது. இறுதியில் அதிகமாக வளையல் துண்டுகளை வைத்திருப்பவரே வென்றவராகிறார்.

சேகரித்த இடம்: கொடிக்குளம்

ஆ. இவ்விளையாட்டில் வளையல் துண்டுகள் சோடிகளாக இரட்டைப்படையில் அதாவது 30, 32, 34, 36, 38 என்று இரண்டி ரண்டாக இருக்குமாறு பார்த்துக் கொள்கின்றனர். இரட்டைகளாக இருப்பது என்பது ஒரே நிறம் மற்றும் ஒரே மாதிரி (Design) யில் தேர்ந்தெடுத்துக் கொள்வதாகும். வளையல் துண்டுகளைச் சேகரித்து வைப்பதற்கு தமது வலப்பக்கத்தில் தரையில் ஓரிடத்தையும் தேர்வு செய்து கொள்கின்றனர்.

வளையல் துண்டுகளனைத்தையும் ஒருவர் தன்னிரு கைகளிலும் வைத்து நன்றாகக் குலுக்கிப் பின் விளையாடும் நபர்களுக்கு மத்தியில் உள்ள இடத்தில் வளையல் துண்டுகள் பரவலாக விழுமாறு வீசுகிறார். அதனால் வளையல் துண்டுகள் அங்கொன்றும் இங்கொன்றுமாகச் சிதறி விழுகின்றன. பிறகு ஒரு துண்டின் மீது ஆள் காட்டிவிரலை வைத்துத் தரையுடன் சேர்த்து அழுத்தி அதனை நகர்த்திக் கொண்டே அதனுடைய சோடியான மற்றொரு வளையல் துண்டுடன் சேர்த்துப்

பிறகு இரண்டையும் சேர்த்து நகர்த்தித் தன்னுடைய வளையல் துண்டுகளின் சேகரிப்பு இடம் வரைக் கொண்டு செல்கிறார். இவ்வாறு கொண்டு செல்லும்போது தரையில் கிடக்கும் மற்ற வளையல் துண்டுகளின் மீது கையோ நகர்த்திச் செல்லும் வளையல் துண்டோ படாமலும் கைவிரலினை வளையல் துண்டைவிட்டு எடுக்காமலும் கொண்டு செல்கிறார். தவறும் போது ஆட்டத்தை மற்றவர் இதே முறையில் தொடருகிறார். இவ்வாறு விளையாடி அதிக எண்ணிக்கையில் வளையல் துண்டுகளைச் சேகரித்தவரே வென்றவராகிறார்

சேகரித்த இடம்: தல்லாகுளம்

இ. வளையல் விளையாட்டின் முன்றாவது வடிவம் இது. இதுவும் ஒரே நிறமுடைய வளையல் துண்டுகளைச் சேகரிப்பது ஆகும். விளையாட்டு முறை மட்டும் ஆடவர் விளையாடும் ரம்மி விளையாட்டைப் போன்றது.

விளையாட்டு நபர்களின் எண்ணிக்கையைப் பொறுத்து வளையல் துண்டுகள் பயன்படுத்தப்படுகின்றன. ஒரு நபருக்கு ஒரே நிறமுடைய முன்று அல்லது ஆறு என்கிற கணக்கில் ஆறு நபர் என்றால் *6 x 3 = 18 (அ) 6 x 6 = 36* என்கிற எண்ணிக்கையில் மட்டும் வளையல் துண்டுகள் பயன்படுத்தப்படுகின்றன.

ஒரு நபர் தன் கையில் அனைத்து வளையல் துண்டுகளையும் வைத்துக் குலுக்கி மற்றவர்கள் அறியாமல் அவர்களது கைகளில் எண்ணிக் கொடுக்கிறார். அவைருக்கும் குடுத்து முடித்த பிறகு ஒருவர் தன் கைகளில் உள்ளதில் ஒன்றைத் தரையில் வைக்க அடுத்தவர் அதை எடுத்துக்கொண்டு தன்னிடமிருந்து ஒன்றை வைக்க வேண்டும். இப்படியாக சுற்றிக்கொண்டே வந்து இறுதியில் ஒரே மாதிரியாக நிறமுயை வளையல் துண்டுகளைச் சேர்த்தவர் தனது கையினை ஜட் என்று கத்திக்கொண்டே தரையில் வைக்கிறார். மற்றவர்கள் வேகமாக அக்கையின் மேல் தங்கள் கைகளை வைக்கின்றனர். பின்னர் தரை அடியிலிருந்து தொடங்கி மேலுள்ள கைவரை *100, 90, 80* என்று எண்ணிக்கை எண்ணப்பட்டு ஒரு தனித்தாளில் அவரவர் பெயருக்குக் கீழே எழுதப்படுகிறது. விளையாட்டு இப்படியே தொடர்ந்து இறுதியில் அதிக எண்ணிக்கை பெற்றவரே வென்றவராகிறார்.

சேகரித்த இடம்: டோக் பெருமாட்டி கல்லூரி

30. சிலை விளையாட்டு

சிறுவர் சிறுமியர் விளையாடும் விளையாட்டு இது. விளையாடுகின்றவர்கள் தங்களுக்குள் கூடி ஒருவரைத் தேர்ந்தெடுத்துக் கொள்கின்றனர்.

பட்டவர் விளையாடும் மற்றவர்களுக்குத் தன் முதுகுப்புறத்தைக் காட்டி நின்று கொண்டு ஒன், ட்டு, த்ரி என்று 10 வரைக் கூறுகிறார். கூறி முடித்தபிறகு மற்றவர்களை நோக்கித் திரும்புகிறார். அவ்வாறு திரும்புவதற்குள் ஏதாவது ஒரு செயலைச் செய்து கொண்டிருக்கும் மற்றவர்கள் அவர் திரும்பிப் பார்க்கும்போது அப்படியே அசையாமல் நிற்கின்றனர். பட்டவர் அவர்களுக்கு அருகில் வந்து நின்று கொண்டு அவர்களுக்குச் சிரிப்பு உண்டாக்குகிறார். அதாவது தானும் சிரித்து அல்லது சிரிப்பு வருவது போல் பேசி நடித்து அவர்களுக்கும் சிரிப்பு உண்டாக்குகிறார். இப்போது ஒருவர் சிரித்துவிட்டால் அவர் பட்டவராகிறார். சிரிப்பது மட்டுமின்றி ஒருவருடைய பல் தெரிந்தாலே சிரித்ததாகக் கருதப்படுகிறது. பட்டவர் மீண்டும் ஒன், ட்டு, த்ரி சொல்ல மற்றவர்கள் சிலை போன்று நிற்கின்றனர். இவ்வாறு விளையாட்டு தொடர்கிறது. இறுதிவரை பட்டவராக மாறாதவரே வென்றவராவார்.

மற்றவர்கள் செய்யும் செயல்களாக நடனமாடுவது, பேசுவது, குனிந்திருப்பது, சண்டையிடுவது, பாடுவது, எழுதுவது, படிப்பது, தூங்குவது, சாப்பிடுவது போன்றவை அமைகின்றன. பட்டவர் இவர்களைச் சிரிக்க வைப்பதற்காக அவர்களைப் போலவே ஆனால் கோணல் மாணலாக நிற்பது, அவர்களுடைய பட்டப்பெயரை உச்சரிப்பது, அவர்களைக் கேலி செய்வது, நகைச்சுவையாகப் பேசுவது போன்றவற்றைச் செய்கிறார். ஆனால் பட்டவர் மற்றவர்களைத் தொடக்கூடாது.

சேகரித்த இடம்: கச்சைகட்டி, மன்னாடிமங்கலம்

31. வருதுகிளி வரட்டுங்கிளி விளையாட்டு

இருபாலராலும் விளையாடப்படும் விளையாட்டு இது. விளையாடு பவர்களனைவரும் உத்திபிரித்தல் முறை மூலம் இரண்டு அணிகளாகப் பிரிந்து கொள்கின்றனர். ஓடுபவர்களும் பிடிப்பவர்களும் எந்த அணி என்று தீர்மானித்துக் கொள்கின்றனர். பெரும்பாலும் 12 நபர்களுக்கு மேல் விளையாடுவதில்லை.

பிடிக்கும் அணியினரில் தலைவரைத் தவிர மற்றவர்கள்

தரையில் எழுந்து ஓடுவதற்குத் தயாராக அமர்வது போல் அமர்ந்து கொள்கின்றனர். ஒவ்வொருவரும் தங்களுக்கிடையில் ஓடுபவர்கள் ஓடுவதற்கு இடம் விட்டு அமர்கின்றனர். மேலும் ஒருவர் ஒரு திசையைப் பார்த்து அமர அதற்கடுத்தவர் அதற்கு எதிர்த்திசையைப் பார்த்தவாறு அமர்கின்றார்.

இப்படியாக அனைவரும் அமர்ந்தபின் ஓடுபவர்கள் இவர்களுக் கிடையில் நின்றுகொள்ள பிடிக்கும் அணியின் தலைவர் ஒருபுறம் நின்றுகொண்டு இவர்களிடம் வருதாங்கிளி என்று கேட்க இவர்கள் வரட்டுங்கிளி என அவர் மீண்டும் எந்தப்பக்கம் என்று கேட்க அவர்கள் ஒரு பக்கம் கையைக்காட்டி இந்தப் பக்கம் என்கின்றனர். அவர்கள் காட்டிய பக்கம் தலைவர் அவர்களைப் பிடிக்க ஓடுகின்றார். அவர் பிடிப்பதற்காக ஒடியபடி அமர்ந்திருப்பவர்களின் அருகில்; வரும்போது ஒருவரின் முதுகில் தட்டி உஷ் என்று கூறுகிறார். இவ்வாறு மாறிமாறி அமர்ந்திருப்பவர்களுக்கு உஷ் கொடுத்து ஓடுபவர்கனைவரையும் தொடுகின்றனர். ஓடுபவர்கினைவரும் அடிபட்டபிறகு முதலில் அமர்ந்தவர்கள் இப்போது ஓடுகின்றனர். அமர்ந்திருப்பவர்கள் அவர்களைத் தொடுகின்றனர். இவ்வாறு தொடர்ந்து மாறி மாறி அவர்களுக்கு இந்த விளையாட்டில் சலிப்பு ஏற்படுகின்ற வரையில் விளையாடிக்கொண்டிருக்கின்றனர்.

சேகரித்த இடம்: வடபழஞ்சி

பிற

1. பிடிப்பதற்காக அமர்ந்திருப்பவர்களில் இருவரை இரண்டு பக்கமும் தூண் போன்று நிற்கவைத்துக் கொள்கின்றனர். ஆனால் அவர்கள் ஓடி மற்றவரைத் தொடமுடியாது. நின்று கொண்டு மட்டும் இருக்க வேண்டும். இப்போது யாரும் நிற்பதற்கு முன் வரவில்லையாதலால் விளையாட்டில் இம்முறை இல்லை.

2. இடது. வலது பக்கங்களுக்கு பதிலாக மோர் (இடது) வேணுமா? தயிர் (வலது) வேணுமா? என்று கேட்கின்றனர். அல்லது நொட்டாம்பக்கம் வேணுமா? சோத்தாம் பக்கம் வேணுமா? என்றும் கேட்கின்றனர்.

3. இன்று தேசிய அளவில் விளையாடப்படும் போட்டி விளையாட்டான கோகோ விளையாட்டு இந்த விளையாட்டைப் போன்றதாகும். இதற்கு கிளிவிரட்டுதல், உஷா விளையாட்டு என்கிற வேறுபெயர்களும் உள்ளன.

32. தில்லாக்கு விளையாட்டு

இது சிறுமியர்கள் மட்டும் விளையாடும் விளையாட்டாகும். இதில் இரண்டுவகை காணப்படுகிறது. தனித்தனியாக விளையாடுவது, சோடியாக விளையாடுவது என இருவகை. இவ்விளையாட்டில் உடைந்த ஓடு, உடைந்த மண்பானைத் துண்டுகள் போன்றவை விளையாட்டுக் கருவிகளாக பயன்படுத்தப்படுகின்றன. இவ்விளை யாட்டைத் தனியாக விளையாடினால் இரண்டு முதல் நான்கு நபர்களுக்கு மேல் விளையாடுவதில்லை. சோடியாக விளையாடினால் எட்டு நபர்களுக்கு மேல் விளையாடுவதில்லை.

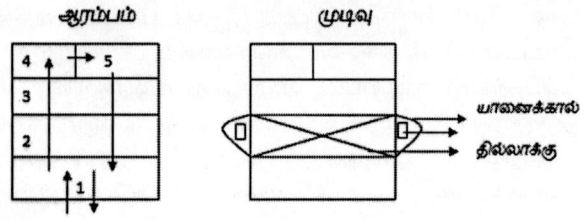

அ. தனிநபர் ஆட்டம்

மேலே படத்தில் காட்டியதுபோல் (ஆரம்பம்) கட்டம் போட்டுக் கொள்கின்றனர். விளையாடுகின்றவர்களில் முதலில் ஆடுபவர் கட்டத்திற்கு ஒருபுறமாக (ஒன்று என்கிற எண்ணிற்கு முன்னால்) நேராக நின்று கொள்கிறார். விளையாட ஆரம்பிக்கிறார். விளையாட்டு நிறைய உட்பிரிவுகளைக் கொண்டது.

கையிலுள்ள தில்லாக்கை ஒன்று என்று எழுதியிருக்கும் கட்டத்தி;ல் தூக்கிப் போட்டுவிட்டு நொண்டியடித்துக் கொண்டே 1, 2, 3, 4, 5 ஆகிய கட்டங்களுக்குச் சென்று விட்டு மீண்டும் 3, 2 - ற்கு வந்து ஒன்றிலிருக்கும் தில்லாக்கை மிதித்து அதனைக்கையிலெடுத்துக்கொண்டு பழைய இடத்திற்கு வந்துவிடுகிறார். இதுபோலவேதான் 2, 3. 4. 5 ஆகிய ஆட்டங்களும் ஒவ்வொன்றிற்கும் முறையே 2, 3, 4, 5 ஆகிய கட்டங்களில் தில்லாக்கை எறிந்து நொண்டியடித்துச் சென்று திரும்பி வருகின்றபோது அதனை எடுத்துக்கொண்டு திரும்புகிறார். இவ்வாறு இரண்டான். மூன்றான், நான்கான், ஐந்தான் ஆகிய ஆட்டங்கள் முடிகின்றன. இதுவரை விளையாடும்போது தில்லாக்கு கோட்டில் விழுந்தாலோ நொண்டியடிப்பவர் காலைத் தரையில் ஊன்றினாலோ கோட்டை மிதித்தாலோ விளையாட்டை நிறுத்திவிடுகிறார். ஆட்டம் அடுத்தவருக்குச் செல்கிறது. இரண்டாமவர் தவறு செய்யும்போது

ஆட்டம் மூன்றாமவருக்குச் செல்கிறது. இவ்வாறு விளையாடுபவர்கள் அனைவரும் விளையாடிய பிறகு ஆட்டம் மீண்டும் முதலாமவருக்கு வரும் போது அவர் விட்ட இடத்திலிருந்து தொடருகிறார்.

எண் ஐந்து வரை விளையாடி முடிந்த பிறகு விளையாடுபவர்கள் தங்கள் உடலின் உறுப்புகளில் தில்லாக்கை வைத்துக்கொண்டு விளையாடுகின்றனர். அதாவது கை, அகங்கை, புறங்கை, முழங்கை, மடக்கு, சோடா, தோள், கைவிரலிடுக்கு, கால், கால் விரலிடுக்கு, முழங்கால் மடக்கு, தலை, முதுகு போன்ற உறுப்புகளில் தில்லாக்கை வைத்து விளையாடுகின்றனர்.

தில்லாக்கை மேற்குறிப்பிட்ட இடங்களில் வைத்து முன்பு விளையாடியது போன்றே நொண்டி அடித்துச் சென்று மீண்டும் திரும்பி வந்து ஒன்று என்கிற எண் எழுதப்பட்ட இடத்தில் நின்று கொண்டு தில்லாக்கைக் கட்டடத்திற்கு வெளியில் (அந்தந்த இடங்களில் இருக்கின்ற படியே) எறிந்துவிட்டு ஒன்றாம் எண்ணிலிருந்தே அந்த்தில்லாக்கை நொண்டியடித்து மிதிக்கிறார். ஆனால் இப்படிச் சரியாக மிதிக்காவிட்டாலோ கோட்டை மிதித்தாலோ நொண்டியடிக்கும் போது தில்லாக்கு கீழே விழுந்தாலோ ஒருவர் ஆட்டம் முடிந்தது. அடுத்தவர் தனது ஆட்டத்தைத் தொடருகிறார்.

அகங்கை - கைகளை நீட்டியபடி உள்ளங்கையில் தில்லாக்கு வைத்துக்கொள்வது

புறங்கை - கைகளை நீட்டியபடி புறங்கையில் தில்லாக்கு வைத்துக் கொள்வது

முழங்கை - முழங்கையின் சமமான இடத்தில் வைத்துக் கையை மடக்கிக் கொள்வது

சோடா - கைவிரல்களை முடிக்கொண்டு கையை நேராக நெட்டுக்குத்தலாக பிடிக்கும் போது ஆள் காட்டி விரலும் கட்டை விரலும் சேர்ந்து தில்லாக்கை வைக்குமளவிற்கு அங்கே இடம் கிடைக்கிறது. இந்த இடத்தில் தில்லாக்கை வைப்பது

கைவிரலிடுக்கு - கைவிரல்களில் ஆள்காட்டிவிரலிற்கும் அடுத்த விரலிற்குமிடையில் தில்லாக்கு வைக்கப்படுகிறது.

தோள் - தோள்பட்டையில் தில்லாக்கு வைக்கப்படுகிறது

தலை - உச்சந்தலையில் தில்லாக்கு வைக்கப்டுகிறது

முதுகு - குனிந்துகொண்டு முதுகில் தில்லாக்கு வைக்கப்டுகிறது

கால் - கால் பாதத்தில் (மேல்பக்கம்) தில்லாக்கு வைக்கப்படுகிறது

கால்விரலிடுக்கு - காலின் கட்டைவிரலுக்கும் அடுத்தவிரலுக்கும் இடையிலான இடுக்கில தில்லாக்கு வைக்கப்படுகிறது

முழங்கால்மடக்கு - கால் முழங்காலை மடக்கி உட்புறம் அந்த இடுக்கில் தில்லாக்கு வைக்கப்டுகிறது

மேற்கண்டவற்றில் முதுகு எனப்படும் ஆட்டம் தான் கடினமான தாகும் இதையெல்லாம் விளையாடிய பிறகு ஒண்ணானுக்கு முன்புறம் நின்று கொண்டு தில்லாக்கை ஐந்தானுக்கு அப்புறம் விழும்படியாகத் தூக்கி எறிகிறார். தில்லாக்கு விழுந்ததும் எறிந்தவர் கண்ணைமுடிக்கொண்டு வானத்தை நோக்கியபடி ரைட்டா ரைட்டா என்று கேட்டவாறு ஒவ்வொரு கட்டமாகக் கோட்டை மிதிக்காமல தாண்டி நாலான் ஐந்தானுக்கு வருகிறார். இடையில் கோட்டை மிதித்தால் மற்றவர்கள் தவறு என்று கூற ஆட்டம் மற்றவருக்குச் செல்கிறது.

நாலான் ஐந்தானுக்கு வந்தவுடன் கண்ணைத் திறந்து தனது தில்லாக்கு இருக்கின்ற இடத்தைப் பார்த்துவிட்டு அங்கிருந்தபடியே அதனை நொண்டியடித்து (ஒரே தடவையாக) மிதிக்கிறார். மிதித்துவிட்ட பிறகு நாலான் ஐந்தானுக்கு அருகில் (கட்டத்திற்கு வெளியே) வந்து கட்டத்திற்கு முதுகுகாட்டியபடி நின்று கொண்டு குடையா? பூவா? என்று கேட்க மற்றவர்கள் குடை என்று கூறுகின்றனர். குடை என்றவுடன் தில்லாக்கைத் தன் தலைக்கு மேற்புறமாகப் பின்னாலிருக்கும் கட்டங்களில் ஒன்றில் தூக்கிப் போடுகிறார். தில்லாக்கு விழுகின்ற கட்டம் பழமாகும். பழம் அவருக்குச் சொந்தமானது. உடனே அந்தக் கட்டத்தில் குறுக்குக்கோடுகள் போட்டுவிட்டு மற்றவர்கள் செல்வதற்காக அந்தக்கட்டத்தின் வெளிப்புறம் ஒரு அரைவட்டம் வரைகிறார். இதற்கு யானைக்கால் என்று பெயர். மற்றவர்கள் இதன் வழியாகத் தான் நொண்டியடித்துச் செல்கிறார்கள். அதாவது ஒருவர் இரண்டானைப் பழமாக்கியிருந்தால் அதனருகிலிருக்கும் யானைக்காலில் தான் மற்றவர்கள் இரண்டானை விளையாடுகிறார்கள். ஆனால் பழமாக்கியவர் தன் பழத்திலேயே இரண்டானை விளையாடுகிறார். இவர் பழமான இடத்தில் நொண்டியடிக்கத் தேவையில்லை. மற்ற கட்டங்களில் மட்டுமே நொண்டியடிக்கிறார். ஒருவர் பழம் வாங்கியபிறகு ஆட்டத்தை மற்றவருக்குத் தந்துவிடுகிறார். இப்படியே விளையாட்டு தொடர்கிறது. ஐந்து கட்டங்களில் அதிகமான கட்டங்களைப் பெறுகின்றவரே வென்றவராகிறார்.

ஆ. சோடி ஆட்டம்

இதில் ஒரே சமயத்தில் இரண்டு நபர்கள் ஒன்றாக விளையாடுகின்றனர். விளையாடும் முறை தனியாக விளையாடும் விளையாட்டு போன்றதேயாகும். விளையாடுகின்ற இருவரும் ஒன்னானில் தில்லாக்கைப் போட்டு ஒரே சமயத்தில் நொண்டியடித்துச் சென்று ஐந்தானுக்கு வந்தபின் எதிரெதிர் கட்டங்களுக்கு மாறி அடுத்த கட்டத்தின் வழியாக வெளியேறுகின்றனர். ஒருவர் தான் போட்ட தில்லாக்கை மிதித்து தன்னுடைய கட்டத்தின் வழியே சென்று மற்றவருடைய தில்லாக்கை மிதித்து எடுத்து வெளியேறுகிறார். அடுத்து இரண்டாம் விளையாடுகின்றபொழுது அவரவர் கட்டத்திற்கு வந்துவிடுகின்றனர்.

மேலும் ரைட்டா ரைட்டா சொல்லிச் செல்கின்றபோது ஒவ்வொருவராகச் செல்கின்றனர். குடையா பூவா இருவரும் ஒன்றாக நின்று போடுகிறார்கள். இருவரும் ஒரே கட்டத்தில் அதாவது ஒருவர் நாலானில் போட்டால் அடுத்தவரும் நாலானில் தான் போடுகிறார். அப்போதுதான் பழமாக ஒத்துக்கொள்கிறார்கள்.

இந்த விளையாட்டில் ஒருவர் மட்டும் தவறு செய்தால் அவர் வெளியேறிவிட மற்றவர் அவருக்கும் சேர்த்து இரண்டு முறை விளையாடுகிறார். அவரும் தவறு செய்தால் ஆட்டம் அடுத்த சோடிக்கு செல்கின்றது.

சேகரித்த இடம் - வலசை

பிற

இவ்விளையாட்டில் ஐந்தான் முடிந்தவுடன் மற்றவையெல்லாம் விளையாடப்படாமல் ரைட்டா? ரைட்டாவும், குடையா? பூவும் விளையாடப்படுகின்றன. இப்படி விளையாடும்போது விளையாட்டு சீக்கிரம் முடிவடைந்து விடுகிறது (கீழக்குயில்குடி)

குடையா பூவாவில் குடையா என்பதற்கு பதில் தலையா? பூவா? என்று கேட்கப்படுகிறது. தலை என்றால் தலைக்கு மேல் தூக்கிப்போடப்படுகிறது. பூ என்றால் கால்களை அகட்டி வைத்து நின்று கொண்டு குனிந்து அந்த இடைவெளி வழியாகப் பார்த்துத் தில்லாக்கைத் தூக்கிப் போடுகின்றனர்.

ஒருவர் ஒருபழம் எடுத்தபிறகும் தொடர்ந்து விளையாடலாம் (தல்லாகுளம்)

33. பூசணிக்காய் விளையாட்டு

இருபாலராலும் விளையாடப்படும் விளையாட்டு இது. (8-13 வயது) விளையாடுகின்றவர்களில் இருவரைத் தவிர மற்றவர்கள் ஒருவர்பின் ஒருவராகத் தரையில் அமர்ந்து கொள்கின்றனர். இவ்வரிசையில் முதலில் அமர்ந்திருப்பவர் பாட்டி என்றழைக்கப்படுகிறார். தனியாக நிற்கும் இருவரில் ஒருவர் ராசாவாகவும் மற்றவர் சேவகனாகவும் கூறப்படுகின்றனர். ஒருவர் நாயாகவும் உட்கார்ந்திருப்பவர்களினருகில் இருக்கிறார்.

விளையாடுவதற்கு முன்னாலேயே பாட்டி, ராசா, நாய், சேவகனாக யார் இருப்பது என்றேல்லாம் முடிவெடுத்து விடுகின்றனர். உட்கார்ந்திருப்பவர்கள் ஒவ்வொருவரும் தங்கள் முன்னால் அமர்ந்திருப்பவரின் இருபக்கமும் கால்களை நீட்டித் தன்னிரு கைகளையும் அவரின் வயிற்றோடு சேர்த்துப் பிடித்துக்கொண்டு அமர்ந்திருக்கின்றனர். பிறகு தான் விளையாட்டு ஆரம்பமாகிறது. பாட்டி ராசா வேலைக்காரன் ஆகிய மூவருக்கிடையில் தான் உரையாடல் நடைபெறுகிறது.

ராசா சேவகனிடம் - வராத விருந்தெல்லாம் வந்திருக்கு வரகஞ்சோறு ஆக்கியிருக்கு ராசா மகனுக்குக் கல்யாணம் ஒரு பூசணிக் கொட்ட வாங்கியா என்று கேட்கிறார்.

சேவகன் பாட்டியிடம் வராத விருந்தெல்லாம் வந்து கெடக்குதாம் வரகஞ்சோறு ஆக்கியிருக்குதாம் ராசா மகனுக்குக் கல்யாணமாம் ஒரு பூசணிக் கொட்ட வாங்கியாரச் சொன்னாக என்று கேட்க

பாட்டி   - ஐயா இப்பதா குழிக்கே ரெடி பண்றோம்

சேவகன் ராசாவிடம் - இப்பதான் குழிக்கே ரெடி பண்றாங்களாம்

ராசா - குழிமண்ணைக் கொஞ்சம் அள்ளிட்டு வா

சேவகன்   - குழிமண்ண அள்ளிட்டு வரச் சொன்னாங்க

பாட்டி   - இப்பதா பக்குவம் பண்ணி குப்பை அள்ளி வச்சிருக்கோம்.

ராசா - அந்தக் குப்பையில் இம்புட்டு தோண்டிட்டு வா.

(ஒவ்வொரு முறையும் பாட்டியிடமிருந்து சேவகனுக்கும் சேவகனிடம் இருந்து ராசாவுக்கும் ராசாவிடமிருந்து சேவகனுக்கும்

சேவகனிடம் இருந்து ராசாவுக்கும் உரையாடல் மாறிமாறி நடக்கின்றது) ஆதலால் பாட்டிக்கும் சேவகனுக்குமிடையே நடக்கும் உரையாடல் மட்டும் இங்கு தரப்படுகிறது.

பாட்டி	-	இப்பதா ஒங்கய்யா வெத வாங்கப் போயிருக்காங்க
சேவகன்	-	அந்த வெதயில இம்புட்டு புடுங்கிட்டு வரச்சொன்னாங்க
பாட்டி	-	இப்பதா வெத பருத்திருக்கு
சேவகன்	-	பருத்த வெதயப் புடுங்கிட்டு வரச்சொன்னாங்க
பாட்டி	-	இப்பதா வெத முட்டியிருக்கு
சேவகன்	-	முட்டிக்கிட்டுரக்கத புடுங்கிட்டு வரச்சொன்னாங்க
பாட்டி	-	இப்பதா ஒரு எலை விட்டிருக்கு
சேவகன்	-	அந்த ஒரு எலையைப் புடுங்கிட்டு வரச்சொன்னாங்க
பாட்டி	-	இப்பதா ரெண்டு எல விட்டிருக்கு
சேவகன்	-	அந்த எலையைப் புடுங்;கிட்டு வரச் சொன்னாங்க
பாட்டி	-	இப்பதா பூப்பூத்திருக்கு
சேவகன்	-	அந்தப் பூவைப் புடுங்கிட்டு வரச்சொன்னாரு
பாட்டி	-	இப்பதா காய்க்கு கொடி அடிச்சிருக்கு
சேவகன்	-	அந்தக் கொடியக் கொஞ்சம் அறுத்துட்டு வரச்சொன்னாங்க
பாட்டி	-	இப்பதா சின்ன காய்காச்சிருக்கு
சேவகன்	-	அந்தக் காயப் புடுங்கிட்டு வரச் சொன்னாக
பாட்டி	-	இத்தத் தண்டி (கையை பெரிய காயிருப்பதுபோல் காண்பித்து காய் காச்சிருக்கு
சேவகன்	-	அந்தக் காயப் புடுங்கிட்டு வரச்சொன்னாக.
பாட்டி	-	சரியப்பா சுத்தி முள்ளடச்சு தண்ணியப் பாச்சிட்டு ஒரு காயப் புடுங்கிட்டுப் போ

என்று கூறி சேவகன் உட்கார்ந்திருப்பவர்களுக்கிடையல் நடந்தும் தாண்டியும் வருகிறார். இது முள்ளடைப்பதாகும். அப்போது உட்கார்ந்திருப்பவர்கள் அவரைக் கிள்ளுகின்றனர். பிறகு தண்ணீர் பாய்ச்சுவதுபோல் பாவனை செய்து கொண்டு கடைசியில் அமர்ந்திருக்கும் ஒருவரை இழுக்கிறார். அப்போது நாயாக இருப்பவர் அவரைக் கடிக்கிறார். உடனே அவர் பாட்டியிடம்

வந்து நாய் கடிச்சுப்புடிச்சு என்று கூற பாட்டியும் அதற்கு மருந்தாக பீமரத்துப்பட்டையும் பெரியவரு விட்டையும் அரச்சுப்போடு சவுரியமாப் போயிரும் என்கிறார். சேவகரும் அதைச் செய்துவிட்டு கடைசியில் அமர்ந்திருப்பவரை வலுக்கட்டாயமாகத் தூக்கிக்கொண்டு செல்கிறார். பிறகு சிறிதுநேரம் கழித்து பாட்டியிடம் வந்து

ஆத்தங்கரையில வச்சுட்டு முஞ்சி கழுவினே(ன்)

அயிர வந்து தூக்கிட்டுப் போயிருச்சு

என்று கூறி மீண்டும் ஒரு பூசணிக்காய் வாங்கிச் செல்கிறார். பிறகு கொளத்தங் கரையில வச்சுட்டு பல்லு வௌக்கினென்

- கொரவ வந்து தூக்கிட்டுப் போயிருச்சு - என்றும்
- கெணத்து மேட்டுல வச்சுட்டு குளிக்கிறப்ப
- கெண்ட வந்து தூக்கிட்டுப் போயிருச்சு

என்று கூறி ஒவ்வொரு பூசணிக்காயாக எடுத்துச் செல்கிறார். ஒவ்வொரு முறையும் முள்ளடைத்துத் தண்ணீர் பாய்ச்சுவதும் நாய் கடிப்பதும் மருந்து போடுவதும் போன்றவை நடக்கின்றன. இறுதியாகப் பாட்டியும் பாட்டிக்கடுத்து அமர்ந்திருப்பவரும் மட்டும் மீதமிருக்க சேவகன் வந்து கேட்கும் போது பாட்டி மறுக்கிறார். இறுதியில் இதுவும் மிக வலுக்கட்டாயமாகத் தூக்கிச் செல்லப்படுகின்றது. பாட்டியைத் தூக்கிச் செல்வதில்லை. இத்துடன் விளையாட்டு முடிவடைகின்றது.

சேகரித்த இடம்: வண்ணாம்பாறைப்பட்டி

பிற

சில இடங்களில் முள்ளடைத்துத் தண்ணீர் பாய்ச்சுதலுடன்தான் விளையாட்டு ஆரம்பமாகின்றது (கச்சைகட்டி)

உட்கார்ந்திருப்பவரின் தலையில் முதலில் தேய்த்துவிட்டுப் பிறகு விளைந்துவிட்டதா என்று பார்ப்பதற்காக ஒவ்வொருவர் தலையிலும் ஒரு சுண்டு சுண்டிப் பார்க்கப்படுகிறது.

களஆய்வுசெய்த எல்லா இடங்களிலும் விதை விதைத்தல், முளைவிடுதல், முண்டுவிடுதல், சிறிய இலை, பெரிய இலை வருதல், காய் சிறியதிலிருந்து பெரிதாகுதல் என்று விதை விதைப்பதில் இருந்து காய்காய்ப்பது வரை அனைத்துச் செய்திகளும் கூறப்படுகின்றன (வடபழஞ்சி.......)

சில இடங்களில் பாட்டியிடம் பூசணிக்காய் இரண்டாம் முறை, மூன்றாம் முறை வாங்கும்போதும் வேறு காரணங்கள் கூறப்படுகின்றன. அவை

ராசா மகளுக்குக் கல்யாணம்

ராசா மகளுக்குப் பிள்ள பெறந்திருக்கு

ராசா மகளோட பிள்ளைக்குக் காதுகுத்து

ராசா மகனுக்குக் கல்யாணம் - போன்றவை ஆகும்

சின்ன உடைப்பு என்கிற இடத்தில் பூசணிக்காய் -களாக அமாந்திருப்பவர்கள் ஒருவர்பின் ஒருவராக அமராமல் வரிசையாக அமர்கின்றனர். சம்மணமிட்டு அமர்வது போல் அமர்ந்து இரண்டு கைகளையும் கால்களுக்கு உள்பக்கமாக விட்டு வெளியிலெடுத்துக் கால்கட்டை விரலை இறுகப்பிடித்துக் கொண்டு அமர்ந்திருக்கின்றனர்.

மதுரை பழங்கானத்தம் டி.வி.எஸ் நகர் பகுதியில் முதலில் ஒருவர்பின் ஒருவராக முன்னாலிருப்பவரின் வயிறை இறுகக் கட்டிப்பிடித்துக்கொண்டு அமர்ந்து இறுதியில் பூசணிக்காயைப் பிடுங்கி எடுத்துப்போகும்போது மேற்கூறியபடி (எண் 5-ல்) அமர்ந்திருக்கின்றனர். அதாவது உண்மையிலேயே பூசணிக்காயைத் தூக்கிச் செல்வதுபோல் பாவனை செய்யப்படுகிறது.

இவ்விளையாட்டில் பூசணிக்காயைப் பிடுங்குவது எளிதல்ல. பூசணிக்காயை பூசணிச் கொடியில் இருந்து பறிப்பது எவ்வளவு கஷ்டமோ அதுபோலத்தான் இதுவும். பூசணிக்காயுடன் பூசணிக்கொடியும் சேர்ந்து வருவதுபோல இங்கும் கடைசியாக அமர்ந்திருப்பவரைத் தூக்க அவருடன் அமர்ந்திருக்கும் அனைவரும் சேர்ந்து பூசணிக்கொடி காயுடன் தொங்குவதுபோல வருகின்றனர்.

ஊமச்சிகுளம் என்கிற இடத்தில் பாட்டியும் பாட்டியை அடுத்திருக்கிற நபரையும் தவிர மற்ற அனைவரும் சண்டைபோடாமல் தொட்டவுடன் தாங்களாகவே எழுந்து சென்றுவிடுகின்றனர். பாட்டி தனக்கடுத்தாக அமா்ந்திருக்கும் நபரை மட்டும் விடுவதற்கு மறுக்கிறார். மந்திரி ராசாவிடம் சென்று இதனைக் கூற ராசாவும் மேலும் சிலரை அனுப்பி டேய் எல்லாரும் போய் பிடுங்கிட்டு வாங்கடா என்று கூற அனைவருமாக வந்து இருவரையும் கட்டாயமாகப் பிரித்து கூட்டிச் செல்கின்றனர்.

--❖--

ஆய்விற்கான தரவுகளைத் தந்தவர்கள்
--❖--

	பெயர்	பால்	வயது	கல்வி	ஊர்
1	கலைச்செல்வி. இ	பெ	13	எட்டு	மண்ணாடிமங்கலம்
2	ராஜேஷ்குமார். சு	ஆண்	11	ஆறு	மண்ணாடிமங்கலம்
3	நித்யா. மு	பெண்	12	ஏழு	மண்ணாடிமங்கலம்
4	மாரியம்மாள். ப	பெண்	9	நான்கு	மண்ணாடிமங்கலம்
5	லதா. ம	பெண்	6	ஆறு	மண்ணாடிமங்கலம்
6	ஜோதி. வ	பெண்	9	நான்கு	மண்ணாடிமங்கலம்
7	ஈஸ்வரி. கு	பெண்	10	ஐந்து	மண்ணாடிமங்கலம்
8	கற்பகம். ப	பெண்	8	மூன்று	மண்ணாடிமங்கலம்
9	தவமணி. ப	ஆண்	12	ஏழு	மண்ணாடிமங்கலம்
10	சேதுபதி. ம	ஆண்	8	ஐந்து	மண்ணாடிமங்கலம்
11	ராஜ்குமார். வ	ஆண்	8	ஐந்து	மண்ணாடிமங்கலம்
12	காளிதாஸ். வ	ஆண்	10	ஐந்து	நல்லூர்
13	நவீன். த	ஆண்	10	ஐந்து	நல்லூர்
14	சுதந்திரபாபு. க	ஆண்	12	ஐந்து	நல்லூர்
15	பாலமுருகன். ம	ஆண்	10	ஐந்து	நல்லூர்
16	மணிகண்டன். ம	ஆண்	11	ஐந்து	நல்லூர்
17	முத்துமாரி. த	பெண்	10	ஐந்து	நல்லூர்
18	பூங்காவனம். த	பெண்	11	ஐந்து	நல்லூர்
19	சமுத்திரம். ய	பெண்	11	ஐந்து	நல்லூர்
20	பஞ்சு. க	பெண்	10	ஐந்து	நல்லூர்
21	சுகன்யா. க	பெண்	10	ஐந்து	நல்லூர்
22	சத்தியபாமா. கா	பெண்	11	ஐந்து	நல்லூர்
23	தௌலத். தா	பெண்	11	ஐந்து	நல்லூர்
24	நாகஜோதி. வ	பெண்	11	ஐந்து	நல்லூர்

25	நடுக்காடி. ச	பெண்	11	ஐந்து	சோளங்குருணி
26	அனிதா. மா	பெண்	11	ஐந்து	சோளங்குருணி
27	வேல்கண்ணன். ம	ஆண்	11	ஐந்து	சோளங்குருணி
28	தவமணி வ	ஆண்	10	ஐந்து	சோளங்குருணி
29	ராஜ்குமார். த	ஆண்	12	ஐந்து	சோளங்குருணி
30	நாகமலை. ச	ஆண்	10	ஐந்து	சோளங்குருணி
31	வைசாலி. தா	பெண்	7	இரண்டு	கீழக்குயில்குடி
32	மல்லிகா. எ	பெண்	7	இரண்டு	கீழக்குயில்குடி
33	அகிலன் எ	ஆண்	12	ஐந்து	கீழக்குயில்குடி
34	பால்ராசு. கா	ஆண்	12	ஐந்து	கீழக்குயில்குடி
35	மாரி. பா	ஆண்	11	ஐந்து	கீழக்குயில்குடி
36	கார்த்திக். ம	ஆண்	11	ஐந்து	கருப்பாயூரணி
37	சதீஷ்குமார். ப	ஆண்	11	ஐந்து	கருப்பாயூரணி
38	விக்னேஷ்பாண்டியன். க	ஆண்	11	ஐந்து	கருப்பாயூரணி
39	லிங்க ரகுபதி. உ	ஆண்	11	ஐந்து	கருப்பாயூரணி
40	அழகுப்பாண்டி. உ	ஆண்	11	ஐந்து	கருப்பாயூரணி
41	மலையரசி. ஒ	பெண்	10	ஐந்து	கருப்பாயூரணி
42	ரேவதி. கு	பெண்	10	ஐந்து	கருப்பாயூரணி
43	நித்யா. சி	பெண்	10	ஐந்து	கருப்பாயூரணி
44	சுகன்யா. கு	பெண்	11	ஐந்து	கருப்பாயூரணி
45	ராஜப்பிரியா. சி	பெண்	11	ஐந்து	கருப்பாயூரணி
46	மாலதி. கி	பெண்	12	ஐந்து	கருப்பாயூரணி
47	கட்டச்சி மு	பெண்	36	இல்லை	வண்ணாம்பாறைப்பட்டி
48	அழகுமயில். க	பெண்	24	இல்லை	வண்ணாம்பாறைப்பட்டி
49	அம்பேத்கர். கு	ஆண்	17	ஐந்து	வண்ணாம்பாறைப்பட்டி
50	ராஜேஷ். ரா	ஆண்	12	இல்லை	தேன்கல்பட்டி
51	தாயம்மாள். தா	பெண்	56	எட்டு	கச்சைகட்டி
52	ரத்தினம். க	பெண்	52	மூன்று	மதுரை டவுண்
53	முத்துக்குட்டி. ச	பெண்	20	இல்லை	கோ.புதூர்
54	சதீஷ்பாபு. மா	ஆண்	17	இல்லை	கொடிக்குளம்
55	தமிழ்ச்செல்வி. க	பெண்	26	இல்லை	தல்லாகுளம்
56	கிரிஜா. பெ	பெண்	40	இல்லை	வலையப்பட்டி
57	பழனியம்மாள். சி	பெண்	40	இல்லை	திருப்பரங்குன்றம்
58	முத்துக்கண்ணி. ச	பெண்	36	இல்லை	புளியங்குளம்
59	திருமலை.	பெண்	60	இல்லை	திருவைகுண்டம்
60	கமலம். த	பெண்	55	இல்லை	திருவைகுண்டம்

61	தேவி. க	பெண்	22	இல்லை	நடுக்கல்லூர்
62	ஆவுடையம்மாள். மு	பெண்	50	இல்லை	நடுக்கல்லூர்
63	மங்கையர்க்கரசி. ப	பெண்	32	எம். ஏ	மதுரை-சிம்மக்கல்
64	ஆறுமுகம். மா	ஆண்	17	இல்லை	வெள்ளூர்
65	சிவா. தா	ஆண்	32	பத்து	அலங்காநல்லூர்
66	சந்தானம். ரா	ஆண்	20	நான்கு	அலங்காநல்லூர்
67	புனிதா. ம	பெண்	12	ஆறு	அலங்காநல்லூர்
68	நந்தினி. ச	பெண்	14	எட்டு	அலங்காநல்லூர்
69	சண்முகப்பிரியா. க	பெண்	9	ஐந்து	சர்வேயர்காலனி
70	ரவி. க	ஆண்	45	எட்டு	சர்வேயர்காலனி
71	மல்லிகா. பெ	பெண்	12	இல்லை	தேன்கல்பட்டி
72	அழகுமயில் . தா	ஆண்	13	இல்லை	தேன்கல்பட்டி
73	சிவப்பு. ம	ஆண்	16	பத்து	கொடிக்குளம்
74	போதும்பொண்ணு. க	பெண்	24	இல்லை	கொடிக்குளம்
75	பரமசிவம். ச	ஆண்	22	இல்லை	கொடிக்குளம்
76	ராமச்சந்திரன். சி	ஆண்	19	இல்லை	கொடிக்குளம்
74	மலையரசி. சி	பெண்	14	இல்லை	சின்னஉடைப்பு
75	தமிழ்ச்செல்வி. கு	பெண்	12	ஆறு	வலையப்பட்டி
76	செல்வராணி. ச	பெண்	12	ஐந்து	வலையப்பட்டி
77	மெகர்பானு. ச	பெண்	12	ஐந்து	வலையப்பட்டி
78	பத்ரகாளி. மா	பெண்	12	ஐந்து	வலையப்பட்டி
79	இன்சா. மு	பெண்	12	ஐந்து	வலையப்பட்டி
80	தேனம்மாள். அ	பெண்	70	இல்லை	புளியங்குளம்
81	மாச்சியம்மாள். மா	பெண்	60	இல்லை	புளியங்குளம்
82	சோங்கம்மாள். த	பெண்	60	இல்லை	புளியங்குளம்
83	பழனியம்மாள். தே	பெண்	55	இல்லை	புளியங்குளம்
84	லட்சுமணன். ந	ஆண்	9	நான்கு	புளியங்குளம்
85	தெய்வேந்திரன். கு	ஆண்	14	எட்டு	புளியங்குளம்
86	ராமன். அ	ஆண்	9	நான்கு	புளியங்குளம்
87	செந்தில். கு	ஆண்	9	நான்கு	புளியங்குளம்
88	செல்வம். தா	ஆண்	9	நான்கு	புளியங்குளம்
89	நாகு. ம	ஆண்	12	ஐந்து	புளியங்குளம்
90	நவநீதன்	ஆண்	8	இல்லை	மண்ணாடிமங்கலம்
91	ரத்தினம். க	பெண்	8	எட்டு	கோ.புதூர்

துணை நின்ற நூல்கள்

--❖--

1. அப்புள்ளாச்சாரி. கி.ர. (மொ.பெ.ஆ) குழந்தை உளவியல், தமிழ் வெளியீட்டுக்கழகம், தமிழ்நாடு அரசாங்கம், *1964.*

2. ஆனந்தவல்லி மகாதேவன், ஜெயா கோதைப் பிள்ளை (ப.ஆ) பெண்ணியல், அன்னைதெரசா மகளிர் பல்கலைக்கழகம், கொடைக்கானல், *2004.*

3. இரவிச்சந்திரன், தி.கு. சிக்மண்ட் ஃபிராய்ட், உளப்பகுப்பாய்வு அறிவியல், அலைகள் வெளியீட்டகம், சென்னை, *2005.*

4. இரவிச்சந்திரன், தி.கு. ஃபிராய்ட் யூங் லக்கான் அறிமுகமும் நெறிமுகமும், அடையாளம் பதிப்பகம், புதுநத்தம், *2007.*

5. இராசகோபால், கோவி. காமன் கதைப்பாடல் ஓர்ஆய்வு, மாருதி பதிப்பகம், *173* பிட்டர்ஸ் சாலை, இராயப்பேட்டை, சென்னை, *1985.*

6. இராசமாணிக்கம், மு., உளவியல் துறைகள், தமிழ்நாட்டுப் பாடநூல் நிறுவனம், சென்னை, *1973.*

7. இராமநாதன், ஆறு. நாட்டுப்புறவியல் ஆய்வுகள், மணிவாசகர் பதிப்பகம், சென்னை, *1997.*

8. கருணாநிதி, மூ. நாட்டுப்புறச் சிறுவர் விளையாட்டுக்கள், தி. பார்க்கர் வெளியீடு, இராயப்பேட்டை, சென்னை, *2001.*

9. காந்தி, க. தமிழர் பழக்கவழக்கங்களும் நம்பிக்கைகளும், உலகத்தமிழாராய்ச்சி நிறுவனம், சென்னை, *2008.*

10. சக்திவேல், சு. நாட்டுப்புற இயல் ஆய்வு, மணிவாசகர் பதிப்பகம், சென்னை, *1992.*

11. சண்முகம்.தா.ஏ. உளவியல் *2*-ஆம் பாகம், கழகவெளியீடு, சென்னை, *1961.*

12. சண்முகசுந்தரம்,சு. நாட்டுப்புற இயல் சிந்தனைகள், மணிவாசகர் நூலகம், சென்னை, 1981.

13. சண்முகசுந்தரம்,சு. நாட்டுப்புறவியலில் உளவியல் பார்வை, உலகத்தமிழாராய்ச்சி நிறுவனம், சென்னை, 1991.

14. சுண்முகசுந்தரம், சு. தன்னனானே (4.5) - நாட்டுப்புற விளையாட்டுக்கள் சிறப்பிதழ், பெங்களூர் , 996.

15. சரசுவதி, வி. நாட்டுப்புறப் பாடல்கள் - சமூக ஒப்பாய்வு, மதுரை காமராசா் பல்கலைக்கழக வெளியீடு, மதுரை, 1982

16. சிவகாமசுந்தரி.சு. சங்க இலக்கிய விளையாட்டுக்களஞ்சியம், நியூ செஞ்சுரி புக் ஹவுஸ், சென்னை, 1995.

17. சிவசுப்பிரமணியன்,ஆ.மந்திரமும் சடங்குகளும், மக்கள் வெளியீடு, சென்னை, 1999.

18. செங்கைப் பொதுவன். பழங்கால விளையாட்டுக்கள் (பண்பியல் வரலாறு),செங்கைச் செல்வி வெளியீடு, சென்னை, 2002.

19. செங்கைப் பொதுவன். மறைகின்ற விளையாட்டுக்கள் (பண்பியல் வரலாறு),செங்கைச் செல்வி வெளியீடு, சென்னை, 2002.

20. தமிழண்ணல். தொல்காப்பியம் மூலமும் கருத்துரையும், மீனாட்சி புத்தக நிலையம், மதுரை, 2008.

21. தமிழ்வாணன். லேனா. (ப.ஆ) தமிழக விளையாட்டுகள், மணிமேகலைப் பிரசுரம், சென்னை, 1989.

22. தாயம்மாள் அறவாணன். பல்லாங்குழி, திராவிட - ஆப்பிரிக்க ஒப்பீடு, பாரி நிலையம், 184-பிராட்வே, சென்னை, 1982.

23. தாயம்மாள் அறவாணன். திராவிட ஆப்பிரிக்க ஒப்பீடு, பாரி நிலையம், சென்னை, 1988.

24. தேவநேயன். ஞா. தமிழ்நாட்டு விளையாட்டுக்கள், திருநெல்வேலி தென்னிந்திய சைவ சித்தாந்த நூற் பதிப்புக்கழகம், சென்னை, 1962.

25. தேவதத்தா. மௌனத்தின் அதிர்வுகளும் மொழியும் பெண், உலகத் தமிழராய்ச்சி நிறுவனம், சென்னை, 2005.

26. நடராசன்.தி. நாட்டுப்புறச்சிறுவர் பாடல்கள், சரவணா புக்ஸ், பாரதியார் சாலை, சென்னை, 1979.

27. நலங்கிள்ளி, அரங்க. இலக்கியமும் உளப்பகுப்பாய்வும்,

வாணிதாசன் பதிப்பகம், பாண்டிச்சேரி, *1992.*

28. நவராஜ் செல்லையா, எஸ். விளையாட்டுக்களின் கதைகள், ராஜ்மோகன் பதிப்பகம், சென்னை, வருடம் கிடைக்கவில்லை.

29. நவராஜ் செல்லையா, எஸ். சடுகுடு ஆட்டம், ராஜ்மோகன் பதிப்பகம், சென்னை, *1984*

30. நவராஜ் செல்லையா, எஸ். விளையாட்டு ஆத்திசூடி, ராஜ்மோகன் பதிப்பகம், சென்னை, *1983*

31. நாகார்ஜுனன், ரமேஷ் (மொ.பெ.ஆ)- அரசு, அறிவு, அதிகாரம் ஒரு தொகுப்பு, கார்முகில், மதுரை, *1991.*

32. பக்தவச்சல பாரதி, சீ. பண்பாட்டு மானிடவியல், மணிவாசகர் பதிப்பகம், சென்னை, *1990.*

33. பஞ்சாங்கம், க. பெண்ணென்னும் படைப்பு: சில மானுடவியல் குறிப்புகள், செல்வன் பதிப்பகம், புதுச்சேரி, *1994.*

34. பஞ்சாங்கம், க. பெண்-மொழி-படைப்பு, (பெண்ணியக் கட்டுரைகள்) காவ்யா வெளியீடு, சென்னை, *2007.*

35. பரமசிவம், தொ. அறியப்படாத தமிழகம், நியூ செஞ்சுரி புக் ஹவுஸ் லிட், சென்னை.

36. பரமேஷ், செ.ரா. சமூக உளவியல், தமிழ்நாட்டுப் பாடநூல் நிறுவனம், தமிழ்நாடு, *1973.*

37. பாலசுப்பிரமணியன், இரா. தமிழர் நாட்டு விளையாட்டுக்கள், உலகத்தமிழாராய்ச்சி நிறுவனம், சென்னை, *1980.*

38. பிச்சை.அ. தமிழர் பண்பாட்டில் விளையாட்டுக்கள், கபிலன் பதிப்பகம், சென்னை, *1983.*

39. பிலவேந்திரன்.ச. தமிழ்ச் சிந்தனை மரபு, (நாட்டுப்புறவியல் ஆய்வுகள்) தன்னனானே பதிப்பகம், பெங்களூர், *2001.*

40. பெருமாள், அ.நா. தமிழில் கதைப்பாடல், உலகத்தமிழராய்ச்சி நிறுவனம், டி.டி.டி.ஐ. அஞ்சல், தரமணி, சென்னை, *1987.*

41. மறைமலை.சி.இ. இலக்கியமும் உளவியலும், மணிவாசகர் பதிப்பகம், சென்னை, *1991.*

42. மாணிக்கனார்,அ. புறநானூறு மூலமும் உரையும், வர்த்தமானன் பதிப்பகம், சென்னை, *2001*

43. முத்துச்சண்முகன், கிருட்டினசாமி.வெ. தமிழில் குழந்தைப் பாடல்கள், முத்துப்பதிப்பகம், ஆழ்வார்நகர், மதுரை, *1981.*

44. முத்துச்சிதம்பரம், ச. தமிழக நாட்டுப்புறவியலில் பெண்கள்,

முத்துப்பதிப்பகம், திருநெல்வேலி, இரண்டாம்பதிப்பு 2005.

45. முத்தையா,இ. நாட்டுப்புறச்சடங்குகளும் மனித உறவுகளும், அரசு பதிப்பகம், மதுரை, 1996

46. முத்துமோகன், ந. அமைப்பியல், பின் அமைப்பியல், காவ்யா வெளியீடு, பெங்களூர், 1998.

47. முருகானந்தம், ச. தமிழக நாட்டுப்புறச் சிறுவர் பாடல்கள், தாகம், 58 டி.பி.கோவில் தெரு, சென்னை, 1990.

48. ராஜநாராயணன்.கி. நாட்டுப்புறக் கதைகள் - ஒரு பன்முகப் பார்வை, அன்னம் (பி) லிட், சிவகங்கை, 1991.

49. ராஜநாராயணன்.கி. கிராமிய விளையாட்டுக்கள் - மற்றவைகள், அன்னம் வெளியீடு, தஞ்சாவூர், 2009.

50. லூர்து. தே. நாட்டார் வழக்காற்றியல்: சில அடிப்படைகள், நாட்டார் வழக்காற்றியல் ஆய்வு மையம், தூய சவேரியார் (தன்னாட்சி) கல்லூரி, பாளையங்கோட்டை, 2000.

51. .... நாட்டார் வழக்காற்றியல் — களஆய்வு, பாரிவேள் பதிப்பகம், பெருமாள்புரம், திருநெல்வேலி, 1986.

52. லூர்து, தே. நாட்டார் வழக்காற்றியல் ஆய்வுகள், பாரிவேள் பதிப்பகம், திருநெல்வேலி,1981

53. வானமாமலை, நா. தமிழர் நாட்டுப் பாடல்கள், நியூ செஞ்சுரி புக் ஹவுஸ் லிட், சென்னை, 1964.

54. ஜகந்நாதன், கி.வா. குழந்தை உலகம், அமுதநிலையம் லிமிடெட், தேனாம்பேட்டை, சென்னை, 1952.

55. ஜகந்நாதன், கி.வா. பல்வகைப் பாடல்கள், (பலவகை விளையாடல்கள்) அமுத நிலையம், சென்னை, 1984.

56. ஜகந்நாதன், கி.வா. (தொ) திருமணப் பாடல்கள், அமுதநிலையம் லிமிடெட், சென்னை, 1983.

57. மீனாட்சிசுந்தரம், உ., திருநெல்வேலி மாவட்ட நாட்டுப்புறச் சிறுவர் பாடல்கள் - ஒரு பகுப்பாய்வு, முனைவர் பட்ட ஆய்வேடு, மதுரை காமராசர் பல்கலைக்கழகம், மதுரை, 1975.

58. அரிராமன், பூசணிக்காய் விளையாட்டு — ஓர் இனமரபியல் ஆய்வு, முதுகலைப்பட்ட ஆய்வேடு, நாட்டார் வழக்காற்றியல் துறை, தூய சவேரியார் (தன்னாட்சி) கல்லூரி, பாளையங்கோட்டை, 1990

59. சத்தியதாஸ், நா. சிறுவர் விளையாட்டுக்களில் அதிகாரமும் நட்பும், முதுகலைப்பட்ட ஆய்வேடு, நாட்டார் வழக்காற்றியல் துறை, தூய சவேரியார் (தன்னாட்சி) கல்லூரி, பாளையங்கோட்டை, 1989

60. மாசில்லாமணி, தே. அ. சிறுவர் விளையாட்டுக்களில் சமூகவயமாதல், முதுகலைப்பட்ட ஆய்வேடு, நாட்டார் வழக்காற்றியல் துறை, தூய சவேரியார் (தன்னாட்சி) கல்லூரி, பாளையங்கோட்டை, 1989

61. ரோசலீன் சொர்ணத்தாய், ம. குழந்தைகள் விளையாட்டும் சமூகவயமாதலும், முதுகலைப்பட்ட ஆய்வேடு, நாட்டார் வழக்காற்றியல் துறை, தூய சவேரியார் (தன்னாட்சி) கல்லூரி, பாளையங்கோட்டை, 1989

62. பாப்பா,ஆ., விளையாட்டுக்களில் பெண் மதிப்புகள், ஆய்வுக்கட்டுரை, பரல்கள் - 7, தமிழ் ஆய்வாளர் மன்ற வெளியீடு, தமிழியற் புலம், மதுரை காமராசர் பல்கலைக்கழகம், மதுரை, 1993, பக் 73-90.

63. பாப்பா, ஆ. மூான் பியாசேயின் உளவியல் கோட்பாடும் நாட்டுப்புற விளையாட்டுக்களும், ஆய்வுக்கட்டுரை, பரல்கள்-9, தமிழ் ஆய்வாளர் மன்ற வெளியீடு, மதுரை காமராசர் பல்கலைக்கழகம், மதுரை 1995.

64. பாப்பா, ஆ., செயற்பாட்டியல் நோக்கில் நாட்டுப்புற விளையாட்டுக்கள், ஆய்வுக்கட்டுரை, களம், நாட்டுப்புறவியல் ஆய்வாளர் மன்ற வெளியீடு, தஞ்சாவூர், 1995.

65. மாணிக்கம்.வே., நாட்டுப்புற விளையாட்டு - ஒரு சமூகவியல் பார்வை, ஆய்வுக்கட்டுரை, நாட்டுப்புறவியல் ஆய்வுக்கோவை தொகுதி-1, இந்தியத்தமிழ் நாட்டுப்புறவியல் கழகம், அண்ணாமலைநகர், 1987.

66. பாப்பா,ஆ. உத்திபிரித்தல் முறையும் சமூகமயமாக்கலும், ஆய்வுக்கோவை இந்தியப் பல்கலைக்கழகத் தமிழாசிரியர் மன்ற வெளியீடு, புதுச்சேரி, 1993.

67. பாப்பா,ஆ. சடங்கு விளையாட்டுக்கள், ஆய்வுக்கோவை இந்தியப் பல்கலைக்கழகத் தமிழாசிரியர் மன்ற வெளியீடு, புதுச்சேரி, 1994

68. பாப்பா, ஆ. நாட்டுப்புற விளையாட்டுக்களும் அரசியலும், தமிழியல் ஆய்வு,ஞாலத்தமிழ் பண்பாட்டு ஆய்வுமன்ற

வெளியீடு, மதுரை, *1996*

69. பாப்பா, ஆ. நாட்டுப்புற விளையாட்டுக்களும் நவீனத்துவமும், ஐந்தமிழ் ஆய்வாளர் மன்ற வெளியீடு, மதுரை, *1997*

70. பாப்பா,ஆ., நாட்டுப்புற விளையாட்டுக்களில் அரங்கக் கலைப் பண்புகள், ஆய்வுக்கட்டுரை, பரல்கள் - 8, தமிழ் ஆய்வாளர் மன்ற வெளியீடு, தமிழியற் புலம், மதுரை காமராசர் பல்கலைக்கழகம், மதுரை, *1994.*

71. .... அச்சில் வெளிவராத ஆய்வுக்கட்டுரைகள் தொகுப்பு, தமிழக நாட்டுப்புற விளையாட்டுக்கள் கருத்தரங்கம், நாட்டுப்புறவியல் துறை, தமிழ்ப் பல்கலைக்கழகம், தஞ்சாவூர், *1996.*

72. குணசேகரன், கே.ஏ. நாட்டுப்புற ஆட்டப்பாடல்களில் உத்திமுறைகள், ஆய்வுக்கோவை — 15, தொகுதி — 3 இந்தியப் பல்கலைக்கழகத் தமிழாசிரியர் மன்ற வெளியீடு, *1983.*

73. Avedon.M. Elliott and Brain Sutton Smith (Eds), The study of Games - A Source book. Robert E.Kreign publishing company, Huntigton, NewYork, *1979*

74. Dube, L., Sociology of family and kinship in India,ICSSR, Trend Report, Delhi, *1972.*

75. Elizebeth B. Hurlock., Child Development, International Student Edition, MC-Graw-Hill, Kogakusha Ltd, NewDelhi, *1978.*

76. Jere.E.Brophy., Child Development and Socialization,Science Research Associates Inc, Chicago, *1977.*

77. Gene Acuff F., Donald E.Allen Lloyed A. Taylor.,From Man to Society, The Dryden Press, Hinsdale, *1973.*

78. Lalitha Handoo, Ruth B. Bottigheimer., (Eds) Folklore and Gender, Zooni publications, 1103c-D Block, Mysore, *1999.*

79. Mobinnuddin Raz S., The process of Socialization A Multiethnic Study, Ehetana Publications, NewDelhi-5,*1976.*

80. Parsons Talcott & Robert Bales., Family, Socialization and interaction Process, The free press, Glencoe, *1955.*

81. Parsons Talcott., *Essays in Socilogical theory*, Light & Life Publishers, NewDelhi. (Indian Edition), 1975.
82. Satu Apo, Aili Nenola, Laura stark-Arola (Eds), *Gender and Folklore, perspectives on Finnish and Karelian culture*, Finnish Literature Society, Helsinki. 1998.
83. Sussanna Millar. *The Psychology of play*, Penguin Books, 1968.
84. Carlose,S., *The Folkgames of Tamilnadu*, Journal of Tamil Studies, International institute of Tamil Studies- volume-9, 1976.
85. Claus, Peter.J,*Playing Cenne The meaning of a Folk game*, (Ed. Stuart H. Black burn & K. Ramanujan) Another Hormony-New essays on The Folklore of India, Oxford University Press, Delhi, 1986.
86. Dundes, Alan., *On Game Morphology, Analytical essays on Folklore*, Paris: Mouton & co, 1975.
87. Georges A. Robert, *Recreations and Games, Folklore and Folklife*, The University of Chicago press, Chicago, 1972.
89. Krishnaiah,S.A., *Cenne-Game, A Restudy of Epic performance from 1987 to 1994.*
90. Pilavendran.S., *The Space in wider context: The Structural Allegories between human Space and divine space.* Conference- Seminar on Folkloristics Under the joint auspices of IFC, CIIL& PILC. Dec.1993.
91. Smith., *Toys as Culture*, Gardner press, Inc, New York, London, 1986.

இணையதள முகவரிகள்

1. http://www.oa.ees.hokudai.ac.jp/rocksea/upload/ncert/ncert-xii-social.changes
2. http://www.socialedge.org/blogs/from-tribeca-to-tanzania sparking-social-changes-in-india
3. http://en.wikipedia.org/wiki/attachment.theroy#changes-in-attachment-during-childhood-and adolescence

4. http://st.marys.ca//evanderveen.wvdv/social-changes/causes for social changes
5. http://www.sagepub.com/upm.data/239534_page_442.pdf
6. http://social.jrank.org/pages/15/adolescene.biological changes associated with puberty.html
7. http://en.wikipedia.org/wiki/childhood#Adoloscence
8. http://www.pamf.org/preteen/parents/videogames.html
9. http://en.wikipedia.org/wiki/bertrand-Russel#childhood and adoloscence
10. http://en.wikipedia.org/wiki/modernization
11. http://www.cw.utwente.nl/theorieenoverzicht/theroyclusters/ media,culture and society/modernization theroy.doc

நூலாசிரியர் குறித்து...

முனைவர் ஆ. பாப்பா அவர்கள் மதுரை டோக் பெருமாட்டி கல்லூரி, தமிழ் உயராய்வு நடுவத்தில் உதவிப் பேராசிரியராகப் பணியாற்றி வருகிறார். மதுரை காமராசர் பல்கலைக்கழகத்தில் தமிழ் முதுகலை, இளநிலை ஆய்வு மற்றும் முனைவர் பட்ட ஆய்வினை மேற்கொண்டவர். நாட்டுப்புற விளையாட்டுக்கள்: சமூகவியல், உளவியல் பகுப்பாய்வு என்னும் தலைப்பில் முனைவர் பட்டம் பெற்றவர். விளையாட்டுக்கள் பற்றியும் தமிழ் இலக்கியங்கள் பற்றியும் முப்பத்தைந்து ஆய்வுக்கட்டுரைகள் எழுதிப் பல நூல்களில் வெளியிட்டிருக்கிறார். 2016ஆம் ஆண்டு உலகத் தமிழ் மகாகவிகள் மாநாடும் இலக்கியப்பெருவிழாவும் என்று இலண்டனில் நடைபெற்ற மாநாட்டில் சிலப்பதிகாரம் காட்டும் மதுரையும் இன்றைய மதுரையும் எனும் தலைப்பில் கட்டுரை வாசித்தளித்திருக்கிறார்.

ஆய்வு உதவியாளர் (Research Assistant), ஆய்வு அறிஞர் (Research Scientist), ஆவண உதவியாளர் (Documentation Assistant) என நிறைந்த ஆய்வு மற்றும் களப்பணி அனுபவம் கொண்டவர். நிழற்படம் (Photography), காட்சிப்படம் (Videography), தொகுப்பாக்கம் (Editing) போன்றவற்றை முறையாகக் கற்றுத்தேர்ந்து நாட்டுப்புற நாடகங்கள், நிகழ்த்துக்கலைகள், விளையாட்டுக்கள் போன்ற வழக்காறுகளை மதுரை காமராசர் பல்கலைக்கழகத் தமிழ் நாட்டுப்புறவியல் ஆராய்ச்சி மையத்தில் பணி செய்தபோது ஆவணப்படுத்தியவர்.

ஐந்தமிழ் ஆய்வாளர் மன்றத்தின் துணைத்தலைவர் பொறுப்பிலிருப்பவர். கருத்தரங்குகள், மாநாடுகள், பயிற்சிப் பட்டறைகளை நடாத்திய அனுபவம் மிக்கவர். புலம் பெயர்ந்தோர் படைப்புக்களில் செவ்வியல் இலக்கியங்களின் தாக்கம்,

ஆய்வுச்சிந்தனைகள், ஊர்த்தெய்வ வழிபாடுகளும் விழாக்களும், களம்-2, பரல்கள்-9 ஆகிய நூல்களின் பதிப்பாசிரியர்களுள் ஒருவராயிருந்து பதிப்புப்பணியிலும் பயிற்சியுள்ளவர்.

--❖--

தமிழ் மரபு அறக்கட்டளை பதிப்பகம்

தமிழ் மரபு அறக்கட்டளை பன்னாட்டு அமைப்பு 2001ஆம் ஆண்டு தொடங்கப்பட்டது. தமிழ், தமிழர் மரபு, வரலாறு, பண்பாட்டுக்கூறுகள், மரபுசார் தரவுகளைப் பாதுகாத்தல் மற்றும் ஆவணப்படுத்துதலை முக்கிய நோக்கங்களாகக்கொண்டு இவ்வமைப்பு செயல்படுகின்றது. இவை மட்டுமின்றி வரலாற்றுப்பாதுகாப்பு குறித்த சமூக விழிப்புணர்வை ஏற்படுத்தும் செயல்பாடுகளையும் தொடர்ந்து முன்னெடுத்து வருகிறது.

தமிழ் மரபு அறக்கட்டளை தமிழ் கூறும் நல்லுலகிற்கு, குறிப்பாக ஆய்வு நிறுவனங்கள், கல்லூரிகள், பல்கலைக்கழகங்கள், பள்ளிக்கூடங்களில் பயில்வோருக்குத் தரமான ஆய்வு முறைமைகளைப் பயன்படுத்த ஊக்குவிக்கும் பல்வேறு செயல்பாடுகளை, பயிற்சிப் பட்டறைகளை, களப்பணிப் பயிற்சிகளைத் தொடர்ந்து செய்து வருகின்றது.

இச்செயற்பாடுகளின் ஒரு அங்கமாகத் தமிழ் மரபு அறக்கட்டளையின் பதிப்பகப் பிரிவு 2019ஆம் ஆண்டு தொடங்கப்பட்டது. வரலாறு, தமிழியல், பண்பாட்டியல், மானிடவியல், சமூகவியல், புலம்பெயர்வு ஆகிய துறைகளில் ஆய்வுசார் நூல்கள் இப்பதிப்பகத்தின் மூலம் வெளியிடப்படுகின்றன.

தமிழர் வரலாற்றுக்கு ஓர் அரணாக விளங்கும் தமிழ் மரபு அறக்கட்டளை பன்னாட்டு அமைப்பு உலகளாவிய கிளைகள் கொண்டு இயங்குகின்றது. ஜெர்மனியைத் தலைமையகமாகக் கொண்டு இயங்கி வரும் இந்த ஆய்வு நிறுவனம் உலகளாவிய வகையில் தமிழர் வரலாற்றுப் பாதுகாப்பு நடவடிக்கைகளைச் செயல்படுத்தி வருகிறது.

தொடர்புக்கு
e-mail: mythforg@gmail.com
https://tamilheritage.org/

--❖--

தமிழ் மரபு அறக்கட்டளை வெளியீடுகள்
--✦--

1. **Der Kural Des Thiruvalluvar**
   By Dr.Karl Graul
   (First edition 1856 reprinted - 2019)   Euro.80

2. **Thiruvalluvar's Prose**
   By August Fridrich Cammerer
   (First edition 1803 reprinted - 2019)   Euro 50

3. **திருவள்ளுவர் யார்?**
   கட்டுக்கதைகளைக் கட்டுடைக்கும் திருவள்ளுவர்
   கௌதம சன்னா *(2019)*   ரூ.200

4. **நாகர் நிலச்சுவடுகள்** *(இலங்கை பயண அனுபவம்)*
   மலர்விழி பாஸ்கரன் *(2020)*   ரூ.100

5. **அறியப்பட வேண்டிய தமிழகம்**
   தொ. பரமசிவன் நேர்காணலும் கட்டுரைகளும்
   தொகுப்பாசிரியர் - முனைவர்.க.சுபாஷிணி*(2021)*   ரூ.80

6. **கீழக்கரை வரலாறு**
   எஸ். மஹ்மூது நெய்னா *(2021)*
   (இப்போது.காம் இணை பதிப்பு)   ரூ.250

7. **சிதம்பரம் - ஊர் உருவாக்கமும் புவிசார் அமைப்பும்**
   முனைவர்.சிவராமகிருஷ்ணன் *(2021)*   ரூ.100

8. **கொங்குநாட்டுக் கல்வெட்டுகள்**
   துரை சுந்தரம் *(2021)*   ரூ.180

9. **தொல்லியல் நோக்கில் தமிழ்நாட்டுக் கடவுளரும்
   வழிபாட்டு மரபுகளும்** *(2021)*
   கோ. சசிகலா   ரூ.160

10. **வரலாற்றில் பொய்கள்** *(2021)*
    தேமொழி										ரூ.100

11. **விளையாடிய தமிழ்ச்சமூகம்**
    விளையாட்டில் கட்டமைக்கப்பட்ட தமிழ்ச்
    சமூக உறவுகள் குறித்த ஓர் அலசல். (2022)
    ஆ.பாப்பா									ரூ.300

12. **ஆனைமங்கலம் செப்பேடுகள்**
    சோழப்பேரரசுக்கும் ஸ்ரீவிஜயப்பேரரசுக்குமான
    வணிகத் தொடர்புகள் - நாகப்பட்டின சூளாமணி
    விகாரை மற்றும் கடாரப் படையெடுப்பு. (2022)
    க.சுபாஷிணி									ரூ.180

13. **கல்வெட்டில் தேவதாசி** *(2022)*
    முனைவர் எஸ் சாந்தினிபி						ரூ.150

--❖--